D1771147

ஹிட்லரின்

வதைமுகாம்கள்

ஆசிரியரின் பிற நூல்கள்

ஹிட்லர்
உலகை மாற்றிய புரட்சியாளர்கள்
குஜராத் இந்துத்துவம் மோடி
உரிமைக்குரல்: மலாலாவின் போராட்டக் கதை
சே குவேரா புரட்சியாளர் ஆனது எப்படி?
இந்தியப் பிரிவினை: உதிரத்தால் ஒரு கோடு
முதல் உலகப் போர்
இரண்டாம் உலகப் போர்
நெல்சன் மண்டேலா
மால்கம் எக்ஸ்
விடுதலைப் புலிகள்
போபால்: அழிவின் அரசியல்
ஹ்யூ ஜிண்டாவ்
மாவோ: என் பின்னால் வா!
முதல் காம்ரேட் (லெனின் வாழ்க்கை)
சர்வம் ஸ்டாலின் மயம்
ஃபிடல் காஸ்ட்ரோ: சிம்ம சொப்பனம்
சே குவேரா: வேண்டும் விடுதலை!
ஹியூகோ சாவேஸ்: மோதிப் பார்!
சுபாஷ்: மர்மங்களின் பரமபிதா
திப்பு சுல்தான்: முதல் 'விடுதலை'ப் புலி
முகமது யூனுஸ்
திபெத்: அசுரப் பிடியில் அழகுக் கொடி

ஹிட்லரின்

வதைமுகாம்கள்

மருதன்

கிழக்கு

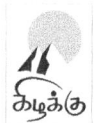

ஹிட்லரின் வதைமுகாம்கள்
Hitlerin Vathaimugaamgal
Marudhan ©

First Edition: December 2016
232 Pages
Printed in India.

ISBN 978-81-8493-663-6
Kizhakku - 952

Kizhakku Pathippagam
177/103, First Floor,
Ambal's Building, Lloyds Road,
Royapettah, Chennai - 600 014.
Ph: +91-44-4200-9603
Email : support@nhm.in
Website : www.nhm.in

🅵 kizhakkupathippagam
🅴 kizhakku_nhm

Author's Email - marudhan@gmail.com

Images: Wikimedia

Kizhakku Pathippagam is an imprint of New Horizon Media Private Limited.

This book is sold subject to the condition that it shall not, by way of trade or otherwise, be lent, resold, hired out, or otherwise circulated without the publisher's prior written consent in any form of binding or cover other than that in which it is published and without a similar condition including this the rights under copyright reserved above, no part of this publication may be reproduced, stored in or introduced into a retrieval system, or transmitted in any form or by any means (electronic, mechanical, photocopying, recording or otherwise), without the prior written permission of both the copyright owner and the above-mentioned publisher of this book.

'
உங்களுக்கு எந்தவிதச் சிரமத்தையும்
ஏற்படுத்தாமல் அவர்கள் தாமாகவே
செத்து விழுந்துவிடுவார்கள்.
அவர்களுடைய அலறல் எப்போது
நிற்கிறதோ அப்போது கதவைத் திறந்து
உடல்களைப் பெற்றுக்கொள்ளலாம்.
அவ்வளவு எளிது.
'

முகாம்களின் தாய், ஆஷ்விட்ஸ்

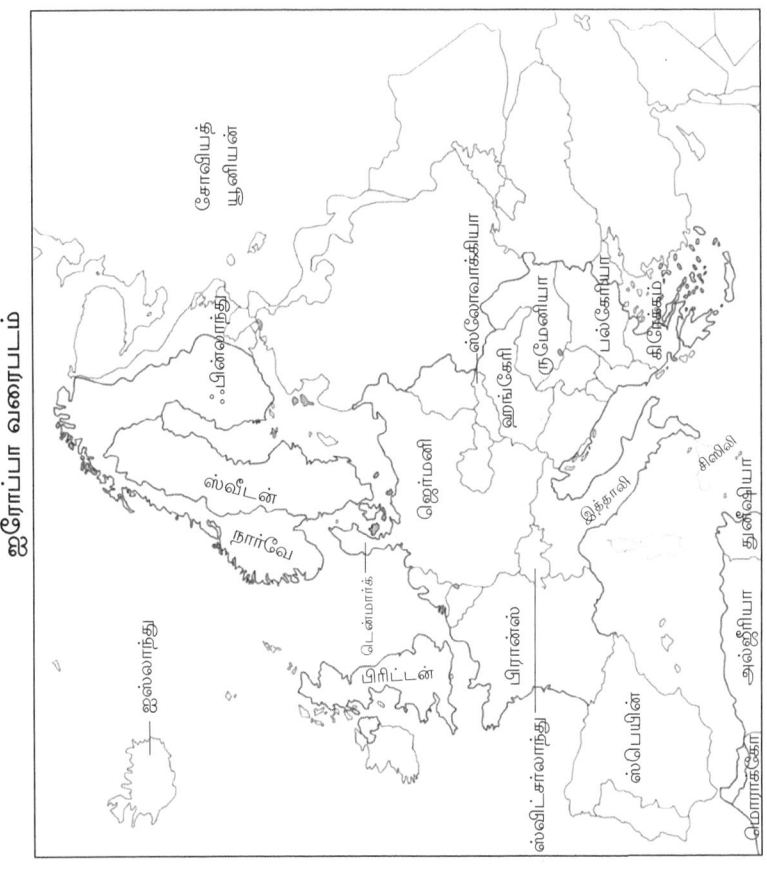

ஐரோப்பா வரைபடம்

ஐஸ்லாந்து
நார்வே
ஸ்வீடன்
ஃபின்லாந்து
சோவியத்
யூனியன்
பிரிட்டன்
டென்மார்க்
ஜெர்மனி
ஸ்லோவாக்கியா
ஹங்கேரி
பிரான்ஸ்
ஸ்விட்சர்லாந்து
ருமேனியா
இத்தாலி
பல்கேரியா
ஸ்பெயின்
கிரேக்கம்
சிஸிலி
மொராகோ
அல்ஜீரியா
துனீஷியா

‘கொடுமையானது, கொடூரமானது, மனிதத்தன்மையற்றது, மிருகத்தனமானது போன்ற பதங்களையெல்லாம் பயன்படுத்தாமல் வதைமுகாம் குறித்து எழுதுவது சாத்தியமில்லை என்றபோதும் அவையெல்லாம் பலனற்ற சொற்களாகவே எஞ்சி நிற்கின்றன’ என்கிறார் கோனிலின் ஜி. ஃபீக். ‘நாஜிகளின் இனவொழிப்பை நினைவில் வைத்திருப்பது கடினம்; மறப்பதும் கடினம். அதைப் பற்றி உரையாடுவது கடினம்; உரையாடாமல் இருப்பதும் கடினம். அதை மன்னிப்பது கடினம். போகட்டும் என்று முன்னால் நகர்வதும் கடினம். முன் நகராமல் இருப்பது அதைவிடவும் கடினம். இருந்தாலும் அதைப் பற்றி நாம் பேசியாகவேண்டும். குறைந்தது, முயற்சியாவது எடுத்துக்கொள்ளவேண்டும்.’

இந்தப் புத்தகம் அத்தகைய ஒரு முயற்சி. எந்தவகையிலும் இதை ஒரு முழுமையான புத்தகமாகச் சொல்லமுடியாது. வதைமுகாம் குறித்த மிக எளிமையான, மிகவும் அடிப்படையான ஒரு சித்திரத்தை வழங்குவதுகூட மிகப் பெரிய சவால்தான். நடக்க நடக்க விரிவடைந்துகொண்டே போகும் முடிவற்ற வெளி அது. ‘முகாம் என்பது பேசித் தீர்க்கமுடியாத ஒரு விஷயம். பேசித் தீர்ப்பதை விடுங்கள், அதைப் பற்றிப் பேசத் தொடங்குவதுகூடச் சாத்திய மில்லை என்றே சொல்வேன்!’ என்கிறார் முகாமிலிருந்து விடுவிக்கப் பட்ட ஒரு யூதர். இன்னொருவர் சொல்கிறார். ‘அங்கு நடந்ததை நான் சொன்னால் அது கடற்கரை மணலில் ஒரு துளியாக மட்டுமே எஞ்சும். அனைத்தையும் விவரிப்பது சாத்தியமல்ல. நாங்கள் அங்கு சந்தித்த வற்றை, எங்களுக்கு நடந்தனவற்றைச் சொல்வது கடினம். அதையெல்லாம் சொல்வதற்கு வார்த்தைகள் இல்லை. எங்களுக்குள் அந்த அனுபவங்கள் புதைந்துபோயிருக்கின்றன.’

2

இரண்டாம் உலகப் போர் முடிவுக்கு வந்து பல ஆண்டுகள் கழிந்தபிறகு ஒருநாள் ஆஷ்விட்ஸ் வதைமுகாம் சென்று பார்வையிட்டார் தாமஸ் புயூர்கெந்தல். பல வண்ண காட்டுப் பூக்கள் முகாமைச் சுற்றிலும் பூத்துக்கிடந்தன. தலையை உயர்த்தி மேலே பார்த்தார். பறவைகள் பறந்து சென்றுகொண்டிருந்தன. தன்னை மறந்து சில நிமிடங்கள் அப்படியே நின்றுகொண்டிருந்த தாமஸுக்குத் திடீரென்று தோன்றியது. ஒரு கைதியாக அடைபட்டுக் கிடந்தபோது ஏன் ஒரு பறவையைக்கூட வானில் பார்த்ததில்லை? பிறகுதான் பதில் கிடைத்தது. ‘இரவு நேரங்களில் இங்கிருக்கும் கிரிமடோரியம் மும்முரமாக இயங்கிக்கொண்டிருக்கும். எரிக்கப்பட்ட மனித

உடல்களில் இருந்து கிளம்பும் புகை, புகைப்போக்கி வழியாக கசிந்துகொண்டிருக்கும். வானம் சிவப்பும், பழுப்பும் கலந்த நிறத்துக்கு மாறிவிடும். புகை அதிகம் இருந்ததால் பறவைகள் அந்த இடத்தைத் தவிர்த்துவிட்டன போலும்.'

விடுவிக்கப்பட்டு அறுபது ஆண்டுகள் கழிந்தபிறகு முகாமில் கழித்த தன் குழந்தை பருவத்தைப் பதிவு செய்தார் தாமஸ் புயூர்கெந்தல். தன் குழந்தைகளும் பேரக்குழந்தைகளும் அதை வாசிக்கவேண்டும் என்று அவர் விரும்பினார். 'வதைமுகாமில் ஒரு குழந்தையாக வாழ்வது என்றால் என்னவென்று அவர்கள் தெரிந்துகொள்ளவேண்டும்.' தாமஸின் குடும்பத்தினர் மட்டுமல்ல, நாமும் தெரிந்துகொள்ள வேண்டிய ஒரு கதை அது. மானுடம் சரிந்து வீழ்ந்த நிகழ்வைத்தான் அவர் தன் நூலில் விவரிக்கிறார் என்பதால், அது ஒரு வகையில் நம் அனைவரின் கதையும்கூட.

தாமஸ் எழுதுகிறார். 'யூத இனவொழிப்பை எண்களைக் கொண்டு புரிந்துகொள்ளமுடியாது. பலரும் சொல்வதைப் போல் ஆறு மில்லியன் பேர் இறந்துபோனார்கள் என்று ஓர் எண்ணைக் குறிப்பிட்டுச் சொல்லிவிடுவதாலேயே எல்லாம் புரிந்துவிடாது. வதைமுகாமைப் புரிந்துகொள்ளவேண்டுமானால் அதை நேரடியாக உணர்ந்தவர்களின் கண்கள் வழியாக நாம் காட்சிகளைக் காண வேண்டும். ஆறு மில்லியன் என்று சொல்லும்போது பெயரற்ற, அடையாளமற்ற ஒரு கூட்டமே நம் மனக்கண் முன்னால் தோன்றும். உண்மையில் அவர்கள் எல்லோரும் தனி மனிதர்கள்.'

வதைமுகாமிலிருந்து மீண்ட ஒவ்வொருவரின் வாக்குமூலமும் இனவொழிப்பின் வரலாற்றைத் தெரிந்துகொள்ள பேருதவி புரிகிறது என்கிறார் தாமஸ். 'அவர்களுடைய கதைகளைப் படிக்கும்போது இனவொழிப்புக்கு ஒரு மனித முகம் கிடைக்கிறது. எல்லாத் துயரங்களையும்போல் இனவொழிப்பும் கதாநாயகர்களையும் வில்லன்களையும் உருவாக்கியிருக்கிறது. தங்களுடைய மனிதத் தன்மையை இறுதிவரை இழக்காத சாமானியர்கள் இருந்திருக் கிறார்கள். ஒரு துண்டு ரொட்டிக்காக மற்றவர்களை காஸ் சாம்பருக்கு அனுப்பிவைத்தவர்களும் இருந்திருக்கிறார்கள்.'

தாமஸின் குழந்தைப் பருவம் முகாமில் தொடங்கியது. நாள், வாரம், மாதம், ஆண்டு என்று நமக்கெல்லாம் தெரிந்த காலக்கணக்கு அங்கு அவருக்குப் பயன்படவில்லை. காலமும் நேரமும் அங்கே வெவ்வேறு பரிமாணங்களைக் கொண்டிருந்தன. 'உயிர் வாழ வேண்டும் என்பதே என் ஒரே இலக்காக இருந்தது. ஒரு மணி நேரம் வாழ்ந்துவிட வேண்டும். இன்னொரு மணி நேரம் வாழ்ந்துவிட

வேண்டும். பிறகு அந்த ஒரு தினத்தை முழுக்க வாழ்ந்துவிட வேண்டும். இப்படித்தான் நினைத்துக் கொள்வேன். இப்படித்தான் ஒவ்வொரு மணி நேரத்தையும் ஒவ்வொரு தினத்தையும் அங்கே வாழ்ந்தேன்.'

'1944ம் ஆண்டு ஆஷ்விட்ஸ் முகாமுக்கு வந்தேன். எந்தத் தினம் என்பது மறந்துவிட்டது' என்கிறார் தாமஸ். தான் வந்த தேதியை அறிந்து கொள்ள, அவர் ஆவணங்களின் உதவியை நாட வேண்டியிருந்தது. தன்னுடைய முகாம் எப்போது கலைக்கப்பட்டது, எப்போது அங்கிருந்து விடுதலை கிடைத்தது என்பதையும்கூட அவர் இணையத் தளத்தில் தேடித்தான் கண்டடைந்தார்.

வதைமுகாம் அவருக்குள் எத்தகைய மாற்றத்தை ஏற்படுத்தியது? 'நான் ஒரு மனிதனாக வளர்வதற்கு என்னுடைய வதைமுகாம் அனுபவம் உதவியது. சர்வதேச சட்டத் துறையில் பேராசிரியராக, மனித உரிமை வழக்கறிஞராக, சர்வதேச நீதிபதியாக நான் உயர்ந்ததற்கு இந்த அனுபவத்தின் பங்கு முக்கியமானது. மனித உரிமைக்குப் பலியாவது என்றால் என்னவென்று அறிவுபூர்வமாக மட்டுமல்ல, உணர்வுபூர்வமாகவும் எனக்குத் தெரியும். அதை என் எலும்புகளாலும் உணரமுடியும்.'

இவருடைய புத்தகத்துக்கு முன்னுரை வழங்கிய எலி வீஸெல் சொல்கிறார். 'முதல் பார்வையில் எல்லா வாக்குமூலங்களும் ஒன்றுபோலவே காட்சியளிக்கின்றன. ஒரே கதையைத்தான் அவை சொல்கின்றன. ஒரே ஒரு ஜெர்மானியர்தான் எல்லோரையும் கொடுமைப்படுத்தினான், எல்லோரையும் சித்திரவதை செய்தான் என்றுகூட நாம் நினைக்கலாம். ஒரே யூதரைத்தான் அவன் ஆறு மில்லியன் முறை கொன்றான் என்றுகூட நாம் கருத இடமிருக்கிறது. இருந்தாலும் ஒவ்வொரு கதைக்கும் ஓர் அடையாளம் இருக்கிறது. ஒவ்வொன்றுக்கும் ஒரு குரல் இருக்கிறது.'

அந்தக் குரல்களில் சிலவற்றை இந்தப் புத்தகத்தில் சேகரித்து வைத்திருக்கிறேன். வதைக்கப்பட்டவர்களின் குரலை மட்டுமல்ல, வதைத்தவர்களின் குரலையும். இந்தப் புத்தகத்தின் ஒரு பகுதி அவர்களைப் பற்றியது என்றால் இன்னொரு பகுதி வதைமுகாமை உருவாக்கியவர்களின் அரசியலைப் பற்றியது. கூடவே வதைமுகாம் குறித்த அடிப்படை விவாதங்களும் இடம்பெற்றிருக்கின்றன. யூத இனவொழிப்பு ஏன் தோன்றியது? அடால்ஃப் ஹிட்லர் என்னும் தனியொரு மனிதனின் வெறுப்புதான் இத்தனை பெரிய மானுட அழிவை ஏற்படுத்தியதா? அந்த அழிவு ஏன் அனுமதிக்கப்பட்டது? வெறுமனே கொல்வதோடு திருப்தியடையாமல் விதவிதமான

வழிமுறைகளைக் கண்டுபிடித்தும் கையாண்டும் மனிதர்களைச் சித்திரவதை செய்யவேண்டிய தேவை என்ன?

வதைமுகாமில் கொல்லப்பட்டவர்கள் அனைவரும் உங்களையும் என்னையும் போன்ற சாமானியர்கள். கொன்றவர்களும்கூட உங்களையும் என்னையும் போன்ற சாமானியர்கள்தாம். உன் பெயர் என்ன, வயது என்ன, இதற்குமுன் என்ன செய்துகொண்டிருந்தாய் என்றெல்லாம் விசாரித்து ஆவணப்படுத்திய பிறகுதான், அனைவரும் முகாமில் அடைக்கப்பட்டிருக்கின்றனர். பரிச்சயமற்றவர்கள் மட்டும்தான் வதைக்கப்பட்டிருக்கிறார்கள், கொல்லப்பட்டிருக்கிறார்கள். முன்பின் அறிமுகமில்லாதவர்கள்மீது இவ்வளவு வெறுப்பை ஒருவர் வளர்த்துக்கொள்ளமுடியுமா? ஏன்?

வதைமுகாமின் வரலாறு என்பது விவரிக்கமுடியாத வெறுப்பு அரசியலின் வரலாறு. கொல்லப்பட்டவர்கள் குறித்து மட்டுமல்ல, கொன்றவர்கள் குறித்தும்கூட நமக்கு இதுவரை தெளிவாக எதுவும் தெரிந்துவிடவில்லை. வரலாற்றில் வேறெந்த நிகழ்வைக் காட்டிலும் வதைமுகாம் குறித்து விரிவாகவும் அடர்த்தியாகவும் எழுதப்பட்டுவிட்டது என்றாலும் இன்றைய தேதிவரை புரிந்துகொள்ள முடியாத ஒரு விநோத விலங்காகவும் வதைமுகாம் நீடிக்கிறது. அதற்கான காரணங்களும் இந்தப் புத்தகத்தில் அலசப்பட்டுள்ளன.

சில முக்கியமான நூல்களைத் தந்துதவிய எஸ். சம்பத், ஆ.இரா. வேங்கடாசலபதி இருவருக்கும் என் நன்றியைத் தெரிவித்துக் கொள்கிறேன். இந்தப் புத்தகம் எழுத துணைபுரிந்த நூல்களின் பட்டியல் பின்னிணைப்பில் இடம்பெற்றுள்ளது.

மருதன்
டிசம்பர் 2016

1

திட்டம்

நாகரிகத்தின் வேர்கள்மீது நாஜி தொடுத்த தாக்குதலை இருபதாம் நூற்றாண்டின் தீர்மானமான நிகழ்வு என்று குறிப்பிடலாம். அந்தத் தாக்குதலின் மையப்புள்ளியாக ஹிட்லர் இருந்தார். அதை முன்னெடுத்தவர் அவர்தான். ஆனால் அதற்கான முழுக் காரணமும் அவர்தான் என்று சொல்லமுடியாது.

இயான் கெர்ஷா

ஜாக் மாண்டில்பாமுக்கு பன்னிரண்டு வயது ஆகும் வரை அவருக்கு ஹிட்லரைத் தெரியாது. வதை முகாம் என்றால் என்னவென்று தெரியாது. காஸ் சாம்பரில் இருந்து ஏன் புகை கசிந்து வருகிறது என்று தெரியாது. ஆரிய இனம், யூத இனம் இரண்டும் தெரியாது. இரண்டில் எது உயர்ந்தது என்று கேட்டால் விழித்திருப்பார். போலந்தில் பால்டிக் கடலை ஒட்டி அமைந்துள்ள காடின்யா என்னும் நகரில் ஜாக் தன்னுடைய அப்பா, அம்மா, அக்கா, தம்பி ஆகியோருடன் வசித்துவந்தார். அவர்களுடன்தான் வாழ்க்கை முழுக்க வளர்வோம் என்று அவர் நம்பிக்கொண்டிருந்தார். 'எங்கள் வீட்டில் சிரிக்கும் சத்தமும், முத்தமிட்டுக்கொள்ளும் சத்தமும் கேட்டுக்கொண்டே இருக்கும். என் அப்பாவும் அம்மாவும் ஒருவரையொருவர் நேசத்துடன் காதலித்தனர். வெளிப்படையாகவே அவர்கள் தங்கள் அன்பைப் பறிமாறிக்கொள் வார்கள். எங்களிடமும்தான். அது மிக அழகான வாழ்க்கை.'

ஒருநாள் ஜாக்கின் பெற்றோர் வேறு சில நண்பர்களுடன் வீட்டில் அரசியல் பேசிக்கொண்டிருந்தபோது ஜாக் காது கொடுத்துக் கேட்டார். அப்படிச் செய்வது தவறு என்று ஜாக்குக்குத் தெரியும், ஆனால் பெரியவர்களின் உலகம் எப்படிச் செயல்படுகிறது என்பதை வேறு எப்படித் தெரிந்துகொள்வது? ஜாக் விவரிக்கிறார். 'ஜெர்மனி எங்களுக்கு நெருக்கமான ஒரு நாடு என்று தெரிந்துகொண்டேன். ஜெர்மனியில் யூதர்கள் என்று சொல்லப்பட்டவர்களுக்கு ஹிட்லர் பல்வேறு துன்பங்களை விளைவிக்கிறார் என்று அவர்கள் பேசிக் கொண்டார்கள். அடால்ஃப் ஹிட்லர் என்பவர் நாஜி ஜெர்மனியின் சர்வாதிகாரி என்றும் தெரிந்துகொண்டேன்.' ஏன் ஹிட்லர் யூதர்களைத் துன்புறுத்தவேண்டும் என்றும் யூதர்கள் என்பவர்கள் யார் என்றும் தெரிந்துகொள்ள விரும்பினாலும் யாரிடம் கேட்பது என்று தெரியாததால் அமைதியாகத் திரும்பிவிட்டார் ஜாக்.

ஹிட்லர் ஜெர்மனியின் பிரச்னை மட்டுமல்ல, போலந்தின் பிரச்னையும்கூட என்பதை ஜாக் அடுத்தடுத்த நாள்களில் தெரிந்து கொண்டார். காரணம் யூதர்கள் போலந்திலும் இருந்தனர். ஜாக்கின் பெற்றோர் வெளிப்படையாகவே இப்போது ஹிட்லர் பற்றிப் பேசிக்கொள்ளத் தொடங்கிவிட்டனர். வீதிகளில் இறங்கி நடந்து செல்லும்போதுகூட ஹிட்லரின் பெயரை ஜாக் கேட்கவேண்டி யிருந்தது. 'திரைப்படம் பார்க்கச் சென்றால் அங்கும் ஹிட்லர் இருந்தார். பெரிய பேரணிகளில் ஹிட்லர் உரையாற்றிக்கொண்டிருக் கும் காட்சிகள் காண்பிக்கப்பட்டன. செக்கோஸ்லொவாக்கியாவில் ஹிட்லரின் படைகள் ராணுவ அணிவகுப்பு நடத்துவதைக் காட்டினார் கள். சில சமயம் வானொலிப் பெட்டிகள் வழியாக ஹிட்லரின் உரைகள் கசிந்துவந்தன. நாங்கள் ஜெர்மனியிலிருந்து வெறும் பன்னிரண்டு மைல் தொலைவில் இருந்தோம். போலிஷ் மொழி யோடு சேர்த்து ஜெர்மனியும் எங்களுக்குத் தெரிந்திருந்தன. எனவே ஹிட்லர் என்ன பேசிக்கொண்டிருக்கிறார் என்பதை என்னால் புரிந்து கொள்ளமுடிந்தது.'

1939ம் ஆண்டு ஜாக்குக்கு 12 வயதானபோது ஒரு யூத அறிஞரை அவருக்குப் பாடம் கற்றுக்கொடுப்பதற்காக நியமித்தார்கள். ஹீப்ரு எழுத்துகள், யூத விவிலியமான தோரா இரண்டையும் ஜாக்குக்கு அறிமுகம் செய்து வைக்க அவர் பெற்றோர் விரும்பினர். கிட்டத்தட்ட அதே சமயம், ஹிட்லர் யூதர்களை எந்த அளவுக்கு வெறுத்தார் என்பதற்கான ஆதாரங்கள் அடுத்தடுத்து வெளிவரத் தொடங்கின. வீட்டில் முத்தத்தின் சத்தமும் சிரிப்பின் சத்தமும் குறைந்தன. அப்பா, அம்மா இருவருமே கவலையில் தோய்ந்திருப்பதை ஜாக் கண்டார். இப்போது அவர்கள் குழந்தைகளுக்கு முன்பே அரசியல் பேசத்

தொடங்கிவிட்டார்கள். பெரியவர்களின் உலகம் திடீரென்று முழுமையாகத் திறந்துகொண்டுவிட்டது. ஆனால் அது ரசிக்கும் படியாக இல்லை. போலந்தை ஹிட்லர் நெருங்கினால் என்ன செய்வது? குழந்தைகளை என்ன செய்வது? இங்கிருந்து எப்படி வெளியேறுவது? அமெரிக்காவுக்குச் செல்லலாம்தான்; ஆனால் அங்கே குடியேறுவதற்கு ஏகப்பட்ட கெடுபிடிகள் இருக்கின்றன. ஆஸ்திரேலியாவில் ஒரு குடும்பத்திலிருந்து ஒருவர் மட்டுமே முதலில் செல்லமுடியும். என்ன செய்யலாம்?

பிறகு ஜூன் மாதம் ஒருநாள், திடீரென்று ஜாக்குக்கு வகுப் பெடுத்துவந்த யூத ஆசிரியர் காணாமல் போய்விட்டார். அவர் போதித்த பாடங்களைப் புரிந்துகொள்வது கடினமாக இருந்ததால் ஜாக் தன் ஆசிரியரைப் பற்றி அதிகம் கவலைப்படவில்லை. ஆகஸ்ட் மாதம் பள்ளிகளும் மூடப்பட்டுவிட்டன. இனி வகுப்புகள் இல்லை என்று சொல்லப்பட்டபோது ஜாக்கின் மகிழ்ச்சி கரைபுரண்டு ஓடத் தொடங்கியது. ஆனால் அப்பா, அம்மாவால் இந்த மகிழ்ச்சியைப் பகிர்ந்துகொள்ளமுடியாது என்பது ஜாக்குக்குத் தெரியும். அவர்கள் போர் குறித்தே இப்போது சிந்தித்துக்கொண்டிருந்தார்கள். போலந்து தனது கற்கால ராணுவத்தைக் கொண்டு ஜெர்மனியின் படைகளைத் தடுத்துநிறுத்தமுடியாது என்பதே அவர்கள் கவலை. ஏற்கெனவே ராணுவத்தில் சில ஆண்டுகள் பணிபுரிந்திருந்ததால் அப்பா சொன்னால் சரியாக இருக்கும் என்று நினைத்துக்கொண்டார் ஜாக்.

ஜெர்மனி போலந்தின்மீது குண்டு வீசப்போகும் செய்தி வெளிவந்தது. நாங்கள் வசிக்கும் பகுதியிலிருந்துதான் தாக்குதல் ஆரம்பமாகும் என்பதால் அப்பா ஒரு முடிவுக்கு வந்தார். அபாயம் நீங்கும்வரை அம்மாவும் நாங்களும் எங்கள் தாத்தா வீட்டுக்குச் சென்றுவிட வேண்டும் என்று அவர் அறிவுறுத்தினார். முந்நூறு மைல் தள்ளி அமைந்திருந்தது தாத்தாவின் கிராமம். ஜாக்குக்கு அப்பாவைவிட்டுப் பிரிய மனமில்லை. 'நீங்களும் எங்களுடன் வந்துவிடுங்கள், அப்பா.' ஆனால் அவர் மறுத்துவிட்டார். 'நான் சில விஷயங்களை முடித்து விட்டு வருகிறேன். நீங்கள் முதலில் செல்லுங்கள்.' ஜாக்கின் கையை இறுக்கமாகப் பிடித்தார் அப்பா. 'நீதான் வீட்டுக்குப் பெரிய மகன். குடும்பத்தைக் காப்பாற்றும் பொறுப்பு உனக்கு இருக்கிறது. நான் உன்னைத்தான் நம்பியிருக்கிறேன்.'

ஜாக்கால் அந்த வார்த்தைகளை அதற்குப் பிறகு மறக்கவே முடிய வில்லை. கண்கள் முழுக்க நீருடன் அப்பாவிடமிருந்து விடைபெற்றுச் சென்ற அந்தத் தருணத்தில், தன் குழந்தைப் பருவம் முடிவுக்கு வந்து விட்டதை அவர் உணர்ந்துகொண்டார். விளையாட்டுப் பொழுதுகள் முடிவடைந்துவிட்டன. எதைப் பற்றியும் கவலைப்படாமல் சுற்றித்

திரிந்துகொண்டிருந்த காலம் முடிவுக்கு வந்துவிட்டது. தன்னுடைய மதக்கல்வியோடு சேர்த்து பள்ளிக்கல்வியும் நிரந்தரமாகவே முடிவுக்கு வந்துவிட்டதை ஜாக் உணர்ந்தார். எல்லாம் சரியாகிவிடும், அப்பா விரைவில் வந்துவிடுவார், தாத்தா வீட்டில் எல்லோரும் பழையபடி மீண்டும் மகிழ்ச்சியோடு வாழமுடியும் என்றும் நம்ப விரும்பினார். ஆனால் இனம்புரியாத பயம் உடல் முழுக்கப் பரவிவிட்டிருந்ததால் ஜாக்கால் தனது இனிமையான கற்பனையை அதற்குமேல் வளர்க்க முடியவில்லை. முத்தங்களும் சிரிப்பொலிகளும் இல்லாத ஓரிடத்துக்குச் சென்று கொண்டிருக்கிறோம் என்பது மட்டும் தெளிவாகப் புரிந்தது.

யூதர்கள் இல்லாத உலகம்

யூதர்கள் இல்லாத உலகைக் கற்பனை செய்வது அடால்ஃப் ஹிட்லருக்கு எளிதாக இருந்தது. ஆனால் அதை நடைமுறைப்படுத்துவது அத்தனை எளிதாக இல்லை. யூதர்கள் இல்லாத ஜெர்மனியோ, யூதர்கள் இல்லாத ஐரோப்பாவோ அல்ல; யூதர்கள் இல்லாத உலகமே ஹிட்லரின் கனவு. ஜெர்மானியர்களைப்போல் யூதர்கள் இயல்பான குடிமக்களாக வாழ்வதை, ஜெர்மானியர்களுக்கு இணையாக அத்தனை உரிமைகளையும் பெற்றிருப்பதை, ஜெர்மானியர்களைவிடவும் அதிக வளத்துடன் அவர்கள் வாழ்வதை ஹிட்லரால் சகித்துக்கொள்ளமுடியவில்லை. அழியவேண்டிய ஓரினம் மென்மேலும் செழித்துப் படர்வதை அவரால் அனுமதிக்க முடியவில்லை.

அதே சமயம், அவர்களை என்ன செய்வது என்பது குறித்து தெளிவான செயல்திட்டம் எதையும் ஹிட்லர் வகுத்து வைத்திருக்கவில்லை. நெஞ்சம் முழுக்க வெறுப்பு இருந்தது. ஆனால் அதை வைத்து யூதர்களை என்ன செய்வது என்பதில் அவருக்குத் தெளிவில்லை. இப்போதைக்கு வெறுமனே அவர்களைப் பார்வையில் இருந்து அகற்றி ஒதுக்கிவைப்போம் என்று முடிவு செய்தார். வேறு சில ஆலோசனைகளும் முன்வைக்கப்பட்டன. அவற்றில் ஒன்று யூதர்களை மொத்தமாகப் பொட்டலம் கட்டி மடகாஸ்காருக்குத் தூக்கியெறிவது. பிரான்ஸ் வசம் இருந்த அத்தீவைக் கைப்பற்றி யூதர்களை அங்கே நிரப்பலாம் என்று சிலர் சொன்னார்கள். அப்படிச் செய்தால் ஜெர்மனியின் கட்டுப்பாட்டின்கீழ் யூதர்கள் இருப்பார்கள், அதே சமயம் கண் பார்வையில் இருந்து தள்ளியும் இருப்பார்கள். ஆனால் இத்திட்டம் அதற்குப் பிறகு ஏனோ வளரவில்லை.

எங்கே அனுப்புவது என்பதைப் பிறகு பார்த்துக்கொள்ளலாம். முதலில் அவர்களைப் பிரித்தெடுத்து தனியே ஓரிடத்தில் தொகுக்கலாம் என்று ஹிட்லர் கருதினார். அதுவே முதலில் சவாலான ஒரு காரியமாக

இருந்தது. காரணம், யூதர்கள் ஒரே இடத்தில் மொத்தமாகக் குழுமியிருக்கவில்லை. பிரிக்கமுடியாதபடிக்கு ஜெர்மானியர்களுடன் அவர்கள் இணைந்தே இருந்தார்கள். பணியிடங்கள், தங்குமிடங்கள், வணிகப் பகுதிகள், பள்ளிக்கூடங்கள், பூங்காக்கள், திரையரங்குகள், அரசு அலுவலகங்கள் என்று எல்லா இடங்களிலும் ஜெர்மானியர் களும் யூதர்களும் ஒன்றுகலந்தே காணப்பட்டனர். யூதர்களை நோய்க்கிருமிகளுடன் ஒப்பிடும் வழக்கம் ஹிட்லருக்கு இருந்தது. இதுவே யூதர்கள் பற்றிய அவருடைய அதிகாரபூர்வமான பார்வையாக வும் இருந்தது. ஆபத்தான தொற்றுநோய்களைப் பரப்பும் கிருமிகளை அத்தனை மறைவிடங்களில் இருந்தும் கண்டுபிடித்து அகற்றுவதைக் காட்டிலும் முக்கியமான பணி வேறு என்ன இருந்துவிடமுடியும்?

யூத இனப்படுகொலைக்கான ஆரம்பம், அவர்களை அடையாளம் காண்பதிலிருந்து தொடங்கியது. தொலைவிலிருந்து பார்க்கும்போதே யூதர்கள் என்று தெரிந்துகொள்ளும் வகையில் ஓர் அடையாளத்தைச் சம்பந்தப்பட்ட அனைவருக்கும் வழங்க முடிவெடுத்தார்கள். யூதர்கள் அனைவரும் இனி மஞ்சள் நட்சத்திரத்தைத் தங்கள் ஆடையோடு சேர்த்து அணிந்துகொள்ளவேண்டும் என்று உத்தரவிடப்பட்டது. இது நாஜிகளின் கண்டுபிடிப்பு அல்ல. மத்திய காலத்திலேயே யூதர்கள் இத்தகைய நட்சத்திர சின்னத்தை அணியுமாறு கட்டாயப்படுத்தப் பட்டிருக்கிறார்கள். யூதர்களையும் அவர்களுடைய மதத்தையும் உணர்த்தும் 'டேவிட்டின் நட்சத்திரம்' அவர்களுடைய அடையாள மாக மாற்றப்பட்டது. நட்சத்திரத்தைச் சுற்றி கருப்பு நிற அழுத்தமான மேல்கோடு காணப்படும். குழந்தைகள்முதல் பெரியோர்வரை அனைவருக்கும் இந்த அடையாளம் அவசியம் என்றும், இதை மீறுபவர்கள் கடுமையாகத் தண்டிக்கப்படுவார்கள் என்றும் வலியுறுத்தப்பட்டது. குழந்தைகளுக்குச் சட்டையில் நட்சத்திரம் குத்திவிடப்பட்டது. சிலர் தங்களுடைய கரத்தில் இதை அணிந்துகொண்டார்கள். யூதர்களின் வணிக இடங்களில் கிறிஸ்துமஸ் நட்சத்திரம்போல் டேவிட்டின் நட்சத்திரம் தொங்கிக்கொண்டிருந்தது.

அடையாளப்படுத்தும் வேலை முடிந்துவிட்டது. அடுத்து சிதறிக் கிடக்கும் நட்சத்திரங்கள் அனைத்தையும் ஒரே இடத்தில் குவிக்க வேண்டும். கெட்டோ எனப்படும் சேரிப் பகுதி அதற்காக ஒதுக்கப் பட்டது. இந்த கெட்டோவில் யூதர்கள் அனைவரையும் திரட்டிக் கொண்டுவரவேண்டும். இரண்டு வழிகளில் இதைச் செய்யலாம் என்று முடிவெடுத்தார்கள். தூண்டில் வீசி ஏமாற்றி ஈர்ப்பது. அல்லது வலுக்கட்டாயமாகக் கைதுசெய்து இழுத்து வருவது. இரண்டு வழிகளையும் நாஜிகள் கையாண்டனர். நாஜிகளுக்கு உதவ கெஸ்டாபோ, எஸ்எஸ் (Schutzstaffel) போன்ற பிரிவினர் இறக்கி

விடப்பட்டனர். இவர்களுக்கு முதல் வழியைவிட இரண்டாவதே எளிதாக இருந்தது. 'நட்சத்திர வீடுகளை' உற்சாகத்துடன் வேட்டையாடத் தொடங்கினார்கள். வீடுகளையும் உடைமைகளையும் கொள்ளையடிப்பதே முதன்மையான நோக்கமாக இருந்தது. வீட்டை உடைத்துக்கொண்டு திடீரென்று உள்ளே பாய்வார்கள். அவர்கள் நீட்டும் பத்திரத்தில் யூதர்கள் கையெழுத்துப்போட வேண்டும். மறுத்தால் கொன்றுவிட்டு வீட்டை ஆக்கிரமித்துக் கொண்டு விடுவார்கள். யூதர்களில் பலர் வெவ்வேறு வர்த்தகங்களில் ஈடுபட்டு வந்தவர்கள் என்பதால் வீட்டை இழந்த கையோடு அவர்களுடைய அலுவலகங்களும் வணிக இடங்களும் உடனடியாகக் கைப்பற்றப்பட்டன. கட்டில், மெத்தை, மரச்சாமான்கள் தொடங்கி அனைத்தும் அபகரிக்கப்பட்டன. சில சமயம் தீ வைத்து கொளுத்தப் பட்டன.

எல்லாவற்றையும் பறித்துக்கொண்டபிறகு வண்டிகளில் ஏற்றி கெட்டோவில் கொண்டுவந்து தள்ளிவிடுவார்கள். காலியானதும் வண்டி மீண்டும் அடுத்த வேட்டைக்குத் தயாராகிவிடும். நூறு, ஆயிரம் என்று தொடங்கி வெவ்வேறு கெட்டோக்களில் குவியும் யூதர்களின் எண்ணிக்கை தொடர்ந்து உயர ஆரம்பித்தது. இருப்பதிலேயே பெரிய கெட்டோக்கள் போலந்தில்தான் அமைக்கப்பட்டன. அதற்கொரு காரணம் இருந்தது.

இரண்டாம் உலகப் போர் மட்டுமல்ல, வதைமுகாமின் வரலாறும் போலந்தில்தான் தொடங்குகிறது. 1939ம் ஆண்டு ஹிட்லர் போலந்து மீது போர் தொடுத்தபோது அந்நாட்டின் மக்கள் தொகை எண்ணிக்கை 35 மில்லியன். இதில் பத்தில் ஒரு பகுதி, அதாவது 3.2 மில்லியன் பேர் யூதர்கள். அதிக யூதர்களைக் கொண்டிருந்த காரணத்தால் நாஜிகள் உருவாக்கிய வதைமுகாம்களில் பெரும்பாலானவை போலந்தில்தான் உருவாக்கப்பட்டன. யூதர்கள் மட்டுமல்ல, நாஜிகள் வெறுத்த ஜிப்ஸிகளும் போலந்தில்தான் அதிகம் இருந்தனர். ஐரோப்பாவில் அப்போது தோராயமாக 1 மில்லியன் ஜிப்ஸிகள் இருந்தனர் என்றால் அவர்களில் கிட்டத்தட்ட 37,000 பேர் போலந்தில் வாழ்ந்துவந்தனர். கசடுகள் பெருகியிருக்கும் இடத்தில் இருந்துதானே சுத்தப்படுத்தும் வேலையைத் தொடங்கவேண்டும்?

போலந்தில் இருந்தாலும் ஜெர்மனியில் இருந்தாலும் அடிப்படையில் கெட்டோ ஒன்றுபோலவே இருந்தது. அடிப்படையில் அது ஒரு சிறைச்சாலை. சுற்றிலும் கம்பி வேலிகள் போடப்பட்டிருக்கும். கும்பல் கும்பலாக நெருக்கியடித்து வாழவேண்டும். சிறிதும் சுகாதாரமற்ற சூழல் என்பதால் வந்தவுடனேயே நோய்கள் பெருகத்

தொடங்கிவிட்டன. உணவுக்குக் கடும் தட்டுப்பாடு நிலவியதால் பட்டினியும் போட்டிப் போட்டுக்கொண்டு வளர்ந்தது. மோசமான சூழல் மட்டுமே கெட்டோவில் நிலவவேண்டும் என்பதுதான் திட்டம். இங்கும்கூட யூதர்கள் தங்களுடைய வாழ்வைத் தொடர அனுமதிக்கப்படவில்லை. அனைவரும் வேலை செய்யுமாறு கட்டாயப்படுத்தப்பட்டார்கள். ஹிட்லரின் போர்த் தேவைகளுக்கு யூதர்கள் தங்களால் இயன்ற உழைப்பை அளிக்கத் தொடங்கினார்கள். ஹிட்லரின் போர், யூதர்களுக்கு எதிரானது என்றாலும் அதற்கும் யூதர்களின் உழைப்பு பயன்படுத்தப்பட்டது.

தீவிரமாக வெறுத்தாலும் யூதர்கள் திறமைசாலிகள் என்பது நாஜிகளுக்குத் தெரியும். அவர்களுடைய உடலுழைப்பு, மூளை உழைப்பு இரண்டையும் ஜெர்மனியின் வளர்ச்சிக்குப் பயன்படுத்திக் கொள்ளவேண்டும் என்பதிலும் அவர்கள் தெளிவாக இருந்தனர். என்னென்ன வேலைகளில் யூதர்கள் ஈடுபடுத்தப்பட்டனர் என்பதை போலந்தில் அடைக்கப்பட்டிருந்த 12 வயது ரெனா ஃபைண்டர் பின்னர் நினைவுகூர்ந்தார். அவருடைய குடும்பம் கிராகோவ் என்னும் இடத்தில் உள்ள கெட்டோவில் இருந்தது. 'எங்கள் கெட்டோவில் தனியே பணியிடம் அமைக்கப்பட்டிருந்தது. எங்களில் சிலர் தையல்காரராக மாறினார்கள். சிலர் காலணிகள் தயாரித்தார்கள். ஆடை வடிவமைத்தார்கள். இன்னும் சிலர் துடைப்பம், பிரஷ் போன்றவற்றை உருவாக்கினார்கள். மேலும் சிலர் அச்சகத்தில் பணிபுரிந்தார்கள்.'

அது போதுமானதாக இல்லை. யூதர்களை அடையாளப்படுத்தி, இழுத்து வந்து கெட்டோக்களில் அடைத்து அவர்களுடைய உழைப்பை உறிஞ்சிக்கொள்வது ஹிட்லரின் இறுதி இலக்கு அல்ல. நீண்டு வளர்ந்துகொண்டிருந்த பெரும் திட்டத்தின் முதல் பகுதி மட்டும்தான் அது. அந்த வகையில், கெட்டோ என்பது ஒரு தாற்காலிக ஏற்பாடு மட்டுமே. ஐரோப்பாவில் எங்கெல்லாம் ஜெர்மனியின் ஆதிக்கம் நிலவியதோ அங்கெல்லாம் கெட்டோக்கள் உருவாக்கப் பட்டன. போலந்தில் மட்டும் இரண்டு மில்லியன் யூதர்கள் கெட்டோக்களில் அடைக்கப்பட்டனர். ஆனால் ஒரு பக்கம் போரில் கவனம் செலுத்திக்கொண்டு இன்னொரு பக்கம் யூதர்களையும் இவ்வளவு பெரிய எண்ணிக்கையில் நிர்வகிப்பது கடினமாக இருந்தது. எஸ்எஸ் அமைப்புக்குள் ரீச் செக்யூரிட்டி மெயின் ஆபிஸ் (ஆர்எஸ்ஹச்ஏ) என்னும் பிரிவு இந்தப் போக்குவரத்துப் பணியை மேற்கொண்டுவந்தது. ரீன்ஹார்ட் ஹெய்ட்ரிச், ஹென்ரிச் ஹிம்லர் இருவருடைய தலைமையில் இந்த அமைப்பு அச்சமூட்டும் பயங்கர இயக்கமாக வளர்ச்சிபெற்றது.

ஜூன் 1941ல் சோவியத் யூனியன் மீதான போரை ஜெர்மனி தீவிரப்படுத்தியது. யூதர்கள்மீதான நடவடிக்கையை அதேபோல் தீவிரப்படுத்தவேண்டும் என்று ஹெய்ட்ரிச், ஹிம்லர் இருவரும் முடிவுசெய்தனர். கெட்டோவைப் பெருக்கிக்கொண்டே போவது அல்ல, யூதர்களைக் குறைத்துக்கொண்டே வருவதுதான் எதிர் காலத்துக்கு நல்லது என்பது புரிந்தது. உடனே செயல்படுத்தத் தொடங்கினார்கள். கைப்பற்றப்பட்ட சோவியத் நிலப்பரப்பான உக்ரேனில் முதல்கட்ட கொலைகள் அரங்கேறின. நடமாடும் கொலைப் படைகள் (Einsatzgruppe) உருவாக்கப்பட்டு கும்பல் கும்பலாக யூதர்கள் சுட்டுக்கொல்லப்பட்டனர். 1941, 1942 இரண்டு ஆண்டுகளில் மட்டும் 1.5 மில்லியன் யூதர்கள் சுட்டுக்கொல்லப்பட்டனர். இது எளிதாக இருந்தது என்னவோ உண்மைதான் என்றாலும், எதிர்பாராத இடத்திலிருந்து சிக்கல் எழுந்தது. யூதர்களைச் சுட்டுக் கொன்ற பணியில் ஈடுபட்ட ஜெர்மானிய வீரர்கள் உடைந்து போனார்கள். வரிசையாக மனிதர்களை நிற்கவைத்துச் சுட்டு வீழ்த்தியது அவர்களைப் பாதித்தது. கொடூரமான செயல்களைச் செய்துவிட்டோம் என்னும் குற்றவுணர்வு அவர்களுக்குள் வளரத் தொடங்கியது. இதனால் அவர்களுடைய இயல்பு வாழ்க்கை பாதிக்கப்பட்டது. வேலையில் சுணக்கம் ஏற்பட்டது.

இது மறுமுனையில் இருந்த ஹிம்லரைப் பாதித்தது. முக்கியமான போர்த் தருணத்தில் நாஜி வீரர்கள் மன உறுதியை இழப்பது ஜெர்மனிக்கே தீங்கானது என்பதை அவர் உடனடியாகக் கண்டு கொண்டார். உண்மையில் அவருக்கு வருத்தத்தைவிடக் கோபமே மிகுந்திருந்தது. கொல்லச் சொன்னால் இவர்களும் சேர்ந்து ஏன் தங்களை மாய்த்துக்கொள்கிறார்கள் என்று, வெளிப்படையாகவே அவர் தன் சக ஊழியர்களிடம் தன் எரிச்சலைப் பகிர்ந்துகொண்டார். இப்படிப்பட்ட துணிச்சலற்ற ஆள்களையா நாம் தயார் செய்ய வேண்டும் என்றும் சீறினார். அதே சமயம் இப்படிப்பட்டவர்களை நம்பியே செயல்படவேண்டியிருக்கிறது என்பதும் அவருக்குப் புரிந்தது. அவர்களை நொந்துகொள்வதைவிட வேறு வழிகளைக் கண்டறிவதே முன்னோக்கிச் செல்ல உதவும் என்று தீர்மானித்துக் கொண்டார். வேறு சுலபமான வழிமுறைகளைக் கையாண்டு யூதர்களைக் கொல்வது சாத்தியமா என்று ஆராயத் தொடங்கினார்.

1941ல் ஒரு வழி கிடைத்தது. கெட்டோ, துப்பாக்கிச்சூடு இரண்டையும் விட்டுவிட்டு வதைமுகாம்களில் அடைத்து அதிக எண்ணிக்கையில் அதே சமயம் நூதன முறைகளைக் கையாண்டு கொல்லலாம் என்று முடிவெடுத்தார்கள். ஜெர்மனியின் ஆளுகையில் உள்ள பிரதேசங் களைச் சேர்ந்த யூதர்கள், போலந்தில் தொகுக்கப்பட ஆரம்பித்தனர்.

போலந்தில் இறுதித் தீர்வு எட்டப்படவேண்டும் என்று முடிவானது. ஆனால் இதற்கு போலந்தில் இருந்தே எதிர்ப்பும் வந்தது. எதிர்த்தவர், ஹான்ஸ் பிராங்க் என்னும் நாஜி அதிகாரி. போலந்தில் அமைக்கப் பட்டிருந்த பொது அரசாங்கத்தை நிர்வகித்து வந்தவர் இந்த பிராங்க். ஏற்கெனவே போலந்தில் உள்ள கெட்டோக்கள் நிரம்பிவழிந்து கொண்டிருக்கும் நிலையில் மேலும்மேலும் யூதர்களைக் கொண்டு வந்து இங்கு குவித்தால் அது நிலைமையை இன்னும் சிக்கலாக்கும் என்பது பிராங்கின் கவலை. முதலில் போலந்தில் குவிந்துகிடக்கும் யூதர்களுக்கு ஒரு 'தீர்வு' கண்டுபிடித்துவிட்டுப் பிறகு மற்ற கெட்டோக்களில் உள்ள யூதர்களைக் கொண்டுவந்து குவிக்கலாம் என்றார் பிராங்க். மொத்தமாக யூதர்களைக் கொல்வதில் நாஜி அதிகாரி கள் பலருக்கும் தயக்கம் இருப்பதைக் கண்டு ஹிம்லரைப் போலவே பிராங்க் எரிச்சலடைந்தார். பிராங்க் ஆற்றிய உரையொன்று இப்படி அமைந்திருந்தது. 'கனவான்களே, தயவு செய்து இரக்கப்படுவதை நிறுத்தி வையுங்கள். யூதர்களை நாம் கொன்றொழிக்க வேண்டியது அவசியம் என்பதை உணருங்கள். இங்கு மட்டும் 25 லட்சம் யூதர்கள் இருக்கிறார்கள். இவர்களை நாம் ஒழித்தாகவேண்டும்.'

ஹிம்லர், ஹெய்ட்ரிச் இருவருக்கும் இந்தத் திட்டம் பிடித்துப்போனது. இதற்கிடையில் எஸ்எஸ் அதிகாரி அடால்ஃப் ஈச்மென் ஒரு வழியைக் கண்டுபிடித்திருந்தார். யூதர்களைக் கொத்துக் கொத்தாக நகரும் வண்டிகளில் அடைத்துவைத்து விஷ வாயுவை நிரப்பிவிட வேண்டியது. சில நிமிடங்கள் கழித்து திறந்து பார்த்தால் உடல்கள் மட்டுமே இருக்கும். கெட்டோவும் உடனுக்குடன் காலியாகிவிடும். செம்னோ என்னும் பகுதியில் அமைக்கப்பட்ட வதைமுகாமில், பெரிதும் இந்த வழிமுறையைப் பயன்படுத்தி 1,52,000 யூதர்கள் கொல்லப்பட்டனர். இந்தப் பரிசோதனைகள் நாஜிகளுக்கு நம்பிக்கை அளித்தன. யூதர்களை அதிக எண்ணிக்கையில் திறம்படக் கொல்ல வதைமுகாமே சிறந்த வழி என்று அவர்களுக்குப் புரிந்தது. விரைவில் ஐரோப்பா எங்கும் வதைமுகாம்கள் உருவாகத் தொடங்கின. அந்த முகாம்களுக்கு கெட்டோக்களில் இருந்து யூதர்களைக் கொண்டு செல்ல ஆரம்பித்தார்கள்.

ஹான்ஸ் மைக்கேல் பிராங்க் ஒரு வழக்கறிஞர். கத்தோலிக்கர். கடைசி காலத்தில் ரோமன் கத்தோலிக்கராக மாறினார். 1920களில் இவர் நாஜி கட்சியில் இணைந்துகொண்டார். பின்னாளில் ஹிட்லரின் பிரத்தியேக சட்ட ஆலோசகராக மாறினார். நாஜி கட்சி சார்பில் கிட்டத்தட்ட 2,400 வழக்குகளில் ஆஜராகி வாதாடியிருக்கிறார். 1933ம் ஆண்டு பவாரியா மாகாணத்தின் நீதித்துறை அமைச்சராக நியமிக்கப்பட்டார். செப்டெம்பர் 1939ம் ஆண்டு போலந்தை ஜெர்மனி ஆக்கிரமித்ததைத்

தொடர்ந்து போலந்தில் கவர்னர் ஜெனரலாக பிராங்க் நியமிக்கப் பட்டார். பிற்காலத்தில் யூதர்களைத் தனியே பிரித்தெடுத்து கெட்டோக் களில் அடைக்கப்படும் பணி இவருடைய மேற்பார்வையின்கீழ் நடைபெற்றது. வார்ஸா கெட்டோ இவருடைய நிர்வாகத்தின் கீழ்தான் செயல்பட்டது.

யூதர்களை அகற்றுவது சட்டபூர்வமானது என்பது இவருடைய கருத்து. இரும்பு இதயத்துடன் அவர்களை அணுகவேண்டும் என்று இவர் நாஜிகளுக்கு அறிவுறுத்தியிருக்கிறார். 'எங்கே காண்கிறோமோ அங்கேயே யூதர்களை நாம் அழித்தாகவேண்டும். நம்மைப் பொருத்தவரை யூதர்களை ஆபத்தான, நோய் பரப்பும் வெட்டுக்கிளி கூட்டங்களாகவே காணவேண்டும். மில்லியன் கணக்கான யூதர்களை யும் சுட்டுக்கொல்வது சாத்தியமில்லை. நஞ்சூட்டுவதும் முடியாது. அப்படியானால் எப்படிதான் அவர்களை அழிப்பது? யோசிக்க வேண்டும். வெற்றிகரமான முறையில் அந்தக் கூட்டத்தை அழிப்பதற்கு வாகான ஒரு வழிமுறையை நாம் கண்டுபிடித்தாக வேண்டும்.'

2

பயணம்

அவர்களில் சிலர் தாய்மார்கள். தங்கள் குழந்தைகளோடு வந்திருந்தார்கள். தளர்ந்த முதியவர்களும் இருந்தனர். ஒரு எஸ்எஸ் காவலரை காரில் அனுப்பி ஊரிலுள்ள குழந்தைகளைக் கொண்டுவருமாறு உத்தரவிட்டார்கள். ஆனால் அவர் வெறும் கையோடு திரும்பிவிட்டார். எனக்கு மனம் வரவில்லை என்று அவர் சொல்லி விட்டதால் வேறொருவரை அனுப்பினார்கள். இந்த முறை பேருந்து அனுப்பப்பட்டது. அந்தப் பேருந்து மீண்டும் மீண்டும் சென்று பல குழந்தைகளைக் கொண்டுவந்து சேர்த்தது. மொத்தம் 350 அநாதைக் குழந்தைகள் இப்போது வெளியேற்றப்படத் தயாராக இருந்தனர். குழந்தைகளுக்கான வண்டியில் பாலும், தண்ணீர் புட்டிகளும் கொடுக்கப்பட்டன. இருந்தும் பெரும்பாலான குழந்தைகள் வந்துசேரும்போது இறந்துவிட்டிருந்தன.

ஜீன் படேர், வியாபாரி

ஒரே சமயத்தில் ஆயிரக்கணக்கானவர்களைக் கொண்டுசெல்ல ரயிலைவிடச் சிறந்த வாகனம் வேறில்லை என்பதைத் தொடக்கத்திலேயே நாஜிகள் புரிந்துகொண்டுவிட்டனர். ஆனால் அவர் களுடைய சிக்கல் கைதிகளை ஒருங்கிணைப்பது தான். கெட்டோவில் இருந்தும் நேரடியாகவும் யூதர்களை அவர்கள் திரட்டவேண்டியிருந்தது. ஜெர்மனியில் மட்டுமல்லாமல் அயர்லாந்து, ஸ்வீடன், துருக்கி, பிரிட்டன் என்று பல நாடுகளிலும் இந்த ஒருங்கிணைப்பை அவர்கள்

சிக்கலின்றிச் செய்யவேண்டியிருந்தது. அதற்காகப் பல்வேறு அரசாங்கப் பிரிவுகளோடு அவர்கள் இணைந்து பணியாற்ற ஆரம்பித்தனர். போக்குவரத்துத் துறை, வருவாய்த் துறை, பாதுகாப்புத் துறை, அயலுறவுத் துறை ஆகியவை அவற்றுள் சில. ஹென்ரிச் ஹிம்லர், அடால்ஃப் ஈச்மென் ஆகியோர் இந்த முயற்சிகளை ஒருங்கிணைத்தனர். போலந்து கைப்பற்றப்பட்டபிறகு போலந்து தேசிய ரயில்வே முழுக்கவும் நாஜிகளின் கட்டுப்பாட்டுக்கு வந்துசேர்ந்தது.

வேலைகள் ஆரம்பமாயின. குறிப்பிட்ட முகாமுக்கு குறிப்பிட்ட தேதிக்குள் இத்தனை பேரை அனுப்பிவைக்கவேண்டும் என்று இலக்குகள் இருந்ததால் நாஜி அதிகாரிகள் விழிப்புடன் செயல்பட்டனர். கைது செய்கிறோம் என்றோ வதைமுகாமுக்குக் கொண்டுசெல்கிறோம் என்றோ கூறுவதற்குப் பதில் 'உங்களை வேறு இடத்தில் குடியேற்றத் திட்டமிட்டிருக்கிறோம்' என்றோ 'கிழக்கில் பணியாற்றுவதற்கு அழைத்துச் செல்கிறோம்' என்றோ சொல்லி வண்டிகளில் ஏற்றத் தொடங்கினார்கள். ஆனால் இந்த ரகசியம் நீண்டகாலம் நீடிக்கவில்லை. வண்டி வந்து நின்றாலே முகாமுக்குத் தான் என்பது மெல்ல மெல்ல அனைவருக்கும் புரிந்துபோனது.

வதைமுகாமில் இருந்து உயிர் பிழைத்தவர்களின் நினைவுக்குறிப்பு களும் அனுபவங்களும் விரிவாகப் பதிவு செய்யப்பட்டுள்ளன. அவர்கள் எழுதியவை போக, அவர்களைப் பேட்டி கண்ட ஆய்வாளர்கள், வரலாற்றாசிரியர்கள், எழுத்தாளர்கள், இதழியலாளர் கள் ஆகியோரின் பதிவுகளும் கணிசமாக வளர்ந்து நிற்கின்றன. வலி, வேதனை, குரூரம், மிருகத்தனம், வார்த்தைகளில் விவரிக்கமுடியாத பாதிப்புகள் ஆகியவற்றைக் கொண்டிருக்கின்றன இந்தப் பதிவுகள். முதல்முதலாக சுற்றிவளைக்கப்பட்டு முகாமுக்குக் கொண்டுசெல்லப் படும் அந்த முதல் பயணத்தை எல்லோரும் மறக்காமல் நினைவு கூர்கின்றனர்.

அச்சுறுத்தும் ஓர் அடையாளமாக ரயில் வண்டி மாறும் என்று ஒருவரும் எதிர்பார்த்திருக்க மாட்டார்கள். 1942 தொடங்கி போர் முடிவடையும் வரை ஐரோப்பா முழுவதிலும் பரவியிருந்த வதைமுகாம்களை நோக்கி ரயில்கள் பரபரப்பாக விரைந்துகொண்டேயிருந்தன. பலரும் தங்களுடைய முகாம் வாழ்வை ரயிலில் இருந்துதான் தொடங்கினார் கள். ரயிலே ஒரு வகையான முகாமாகத்தான் அவர்களுக்குக் காட்சியளித்தது. சரக்கு ரயில்களிலும், கால்நடைகளை ஏற்றிச் செல்லும் பெட்டிகளிலும் வழிய வழிய கைதிகளை அடைத்து முகாமுக்கு அனுப்பிவைத்தார்கள் எஸ்எஸ் அதிகாரிகள். ஓரிடத்தில்

இருந்து இன்னோரிடத்துக்கு அல்ல, பரிச்சயமான ஓர் உலகில் இருந்து பயங்கரமான ஒரு பாதாள உலகுக்குச் செல்லும் உணர்வுடன் கைதிகள் ரயில் பெட்டிகளில் ஏறினார்கள்.

பெஸ்ஸி கே கால்நடைகளை ஏற்றிச்செல்லும் பெட்டியில் ஏற்றிவிடப் பட்டார். வண்டியில் ஏறும்முன் அவர் தனது கைகளில் ஏந்தியிருந்த குழந்தை பிடுங்கிக்கொள்ளப்பட்டது. 'அந்த ரயில் பயணம் எவ்வளவு மணி நேரம் நீடித்தது என்பது எனக்குத் தெரியவில்லை. வாழ்நாள் முழுக்க அந்தப் பெட்டியில் இருந்ததைப் போன்ற உணர்வுதான் ஏற்பட்டது. நான் இந்த ரயிலில்தான் பிறந்தேன் என்று நினைத்துக்கொண்டேன். இதுவே என் உலகம். நான் இங்கேதான் இறப்பேன் என்று நம்பினேன். நான் உயிருடன் இருந்ததாகவே அப்போது கருதவில்லை. இல்லை, அந்த ரயிலில் அன்று ஏறியது நானில்லை. நான் அங்கே இல்லவே இல்லை.'

பயமும் கூட்ட நெரிசலும் போட்டு அழுத்துவதால் வியர்வை பொங்கி வழியும். அமர்வதற்கான வாய்ப்பு அபூர்வமாகச் சிலருக்கு அமையலாம். பெரும்பாலும் நின்றபடியே முழு பயணத்தையும் நிறைவுசெய்யவேண்டும். போலந்தைச் சேர்ந்த 13 வயது டேவிட் நினைவு கூர்கிறார். 'அமர்வதற்கு இடமில்லை. நிற்பதற்கும்கூட போதுமான இடமில்லை என்பதால் எங்கள் இரண்டு கைகளையும் மேலே தூக்கிக்கொண்டோம்.' மனிதர்களுக்காக வடிவமைக்கப்படாத பெட்டிகள் என்பதால் நாற்றமடிக்கும். வாந்தி வருவது போலிருக்கும். எங்கே போகிறோம், என்னவாகப் போகிறோம் என்னும் கேள்விகள் துளைத்தெடுக்கும். அம்மா என்னானார், அப்பாவுக்கு என்ன ஆனது, சகோதர சகோதரிகள் எங்கே போனார்கள் என்று மனம் கிடந்து அலையும். இனி வீட்டைப் பார்க்கமுடியாது, ஊரைப் பார்க்க முடியாது என்னும் உணர்வு உள்ளுக்குள் இருந்து ஒரு பக்கம் கீறிக் கொண்டே இருக்கும். வாழ்க்கை முடிந்துவிட்டது என்று உள்ளுணர்வு எச்சரிக்கும். ஏன் வாழ்க்கை முடிவடைய மறுக்கிறது என்று எரிச்சல் பிறக்கும்.

சில சமயம் ரொட்டி கொடுப்பார்கள். பெரும்பாலும் எதுவும் கிடைக்காது. கதவுகள் இறுக்கமாக மூடப்பட்டிருப்பதால் நல்ல காற்றுகூட கிடைக்காது. மழைக்காலம், வெயில், குளிர் என்று வானிலை எப்படி இருந்தாலும் ரயில் பயணம் கொடூரமாகத்தான் இருக்கும். பெட்டிக்கு ஒரு காலியான வாளி வைக்கப்பட்டிருக்கும். சிறுநீர், மலம் கழிக்க இதைப் பயன்படுத்திக்கொள்ளவேண்டும். ஒருவர் உபயோகித்தபிறகு அப்படியே அதை இன்னொருவருக்கு அளிக்கவேண்டும். அந்த வாளி தளும்பத் தளும்ப நிறையும்வரை அது பெட்டிக்குள்தான் இருக்கும். நாற்றத்தைச் சகித்துக்கொள்ள

வேண்டும். இன்னொரு வாளியில் நீர் இருக்கும். அதை அனைவரும் பகிர்ந்துகொள்ளவேண்டும்.

நெருக்கியடித்து நிற்கும் நிலையில் அந்த இரண்டு வாளிகளையும் பயன்படுத்த பலர் விரும்பவில்லை. சிலர் நிரம்பி வழியும் வாளியை மூக்கைப் பிடித்தபடி சுமந்து, கதவிடுக்குகள் வழியே சிறிது சிறிதாக வெளியில் கொட்ட முயன்றனர். இந்த முயற்சி பலனளிக்கவில்லை. வேறு சிலர் இரு கைகளையும் குவித்துப் பிடித்துக்கொண்டு அதில் மலம் கழித்தனர். சில ரயில் பெட்டிகளில் வாளி வைக்கப்படாததால் அவர்கள் நின்ற இடத்திலேயே மலம், சிறுநீர் கழிக்கவேண்டி யிருந்தது. 'ஒருநாள் முழுக்க இயற்கை உபாதைகளைக் கட்டுப்படுத்தி வைத்திருந்தேன். மறுநாள் என்னையும்மீறி வெடித்துவிட்டேன்' என்கிறார் ஒரு முதியவர்.

பலர் முன்னிலையில் இவற்றையெல்லாம் செய்யவேண்டியிருந்தது யூதர்களுக்கு அவமானத்தையும் கோபத்தையும் ஏற்படுத்தியது. அதே சமயம் இதைத்தவிர வேறு வழியில்லை என்பதும் புரிந்தது. பெண்களுக்குத் தேவை ஏற்படும்போது, ஆண்கள் தங்கள் முகத்தைத் திருப்பிக்கொண்டனர் அல்லது வெறுமனே கண்களை மூடிக் கொண்டனர். ஓரளவுக்கு இடம் இருக்கும் பெட்டிகளில் ஆண்கள் வரிசையாக முதுகைத் திருப்பி நின்று சுவர் ஒன்றை உருவாக்கினார் கள். மறு பக்கம் பெண்கள் கூச்சமின்றித் தங்கள் உபாதைகளைத் தீர்த்துக்கொள்ளமுடிந்தது. முடிந்தபிறகு அதேபோல் பெண்கள் முகத்தைத் திருப்பிக்கொண்டு ஆண்களின் மானத்தைக் காப்பாற்றினர். 'ஒரு விலங்கைப்போல் உணர்ந்தேன். எல்லோருக்கும் முன்பு மலம் கழிக்கவேண்டியிருந்ததை என் வாழ்வில் ஏற்பட்ட மிகப் பெரிய அவமானம் என்று நினைத்துக்கொண்டேன்' என்கிறார் ஒரு பெண். 'அவமானத்துக்குரிய எதையாவது செய்யவேண்டியிருக்கும்போது கண்களை மூடிக்கொண்டுவிடுவேன். இருள் என்னைக் காப்பாற்றும் என்று நினைத்துக்கொள்வேன்' என்கிறார் வேறொருவர்.

இது போக, பல நாள்கள் குளிக்காத மனித உடல் வெளிப்படுத்திய வியர்வையும் நாற்றமும் மூச்சு முட்டச் செய்தது. ஷாரி வீஸால் அந்த நாற்றத்தை பல ஆண்டுகள் கழித்தும் மறக்கமுடியவில்லை. 'நாற்றத்திலிருந்து தப்பமுடியுமா என்று துடித்தபடி ஒரு எலியைப் போல் அங்கும் இங்கும் ஓடிக்கொண்டிருந்தேன். பெட்டிக்குள் எங்காவது ஒரு சிறு ஓட்டை அகப்பட்டுவிடாதா, அதிலிருந்து ஒரு துளி நல்ல காற்று கிடைத்துவிடாதா என்று ஏங்கினேன். அதிர்ஷ்டவசத்தில் அப்படியொரு சிறு விரிசல் தென்பட்டுவிட்டால் மகிழ்ச்சியுடன் என் முகத்தை அதற்கருகே வைத்துக்கொள்வேன்.' ஒருவர் மாற்றி ஒருவர்

முறை வைத்துக்கொண்டு இத்தகைய துவாரங்களை அவர்கள் பயன்படுத்திக்கொண்டார்கள்.

வெக்கை தாங்கமுடியாதபடி துன்புறுத்தியது. பல மணி நேரங்கள் அடைந்துகிடந்ததால் சுவாசிக்கவும் முடியவில்லை. பலர் தங்கள் ஆடைகளைப் பெருமளவில் களைந்துவிட்டனர். சட்டையை மட்டும் சிலர் கழற்றிவைத்தனர். சிலர் கீழாடைகளையும் களைந்துவிட்டனர். அரை நிர்வாணமாகவும் முழு நிர்வாணமாகவும் அவர்கள் முண்டியடித்து நின்றுகொண்டிருந்தனர். பெண்கள் தங்கள் உள்ளாடைகள் தவிர்த்து அனைத்தையும் துறந்துவிட்டனர்.

சில யூதர்கள் தங்களுடன் கொஞ்சம் உணவைக் கொண்டுவந்திருந்தார்கள். ஆனால் சூழல் அவர்களைச் சாப்பிட அனுமதிக்கவில்லை. உரசிக்கொண்டு நிற்கும் சகமனிதர்களும் நாற்றமும் குமட்டலை ஏற்படுத்தியதே தவிர பசியை உண்டாக்கவில்லை. நாற்றத்தைப் புறக்கணித்துவிட்டு ரொட்டித் துண்டுகளை மென்று தின்றவர்கள் பாதியிலேயே வாந்தி எடுக்கவேண்டியிருந்தது. 'ஒரு துளி நீர் கூட அடுத்த சில தினங்களுக்குக் கிடைக்காது என்பது தெரிந்ததும் என் தாகம் பேய் போல் தீவிரமடைந்துவிட்டது' என்கிறார் ஒருவர். 'பசியிலும் தாகத்திலும் கத்திக் கூச்சலிட்டுக்கொண்டிருந்த குழந்தைகளை என்னால் மறக்கவேமுடியாது' என்கிறார் புடாபெஸ்டில் இருந்து போலந்துக்கு ரயிலில் சென்ற மார்டின் ஷ்லாங்கர். இண்டு இடுக்குகள் வழியாக மழை நீர் உள்ளே வரும்போது கீழே படுத்து நக்கிக் குடித்து உயிர் பிழைத்த பலரும் இருந்தனர். 'இரும்பு வாசத்தோடு அந்த நீர் இருந்தது. இரும்பை நாக்கால் நக்கி சில துளி நீர் அருந்தினேன். நான் அதிர்ஷ்டசாலி' என்கிறார் ஒருவர்.

நோய் அல்லது பயம் காரணமாகப் பலர் ரயிலிலேயே சுருண்டு விழுந்து இறந்துபோனார்கள். அப்படி ஏதேனும் நடந்தால் அடுத்த நிறுத்தத்தில் சடலங்கள் இறக்கப்படும். ஒவ்வொரு பெட்டிக்குக்கும் காவலர்கள் நியமிக்கப்பட்டிருப்பார்கள். யார் தப்பியோட நினைத்தாலும் அவர் உடனடியாகச் சுட்டுக்கொல்லப்பட்டுவிடுவார். எங்கே போகப்போகிறோம் என்பது மட்டுமல்ல, எப்போதுபோய்ச் சேர்வோம் என்பதும் அவர்களுக்குத் தெரியாது. 'மற்ற ரயில்களைவிட எங்கள் ரயில் மெதுவாக ஊர்ந்து சென்றது. அடிக்கடி பல இடங்களில் பல மணி நேரங்கள் நிறுத்தப்பட்டது. என்ன காரணம் என்றெல்லாம் எங்களுக்குத் தெரியாது' என்கிறார் சைமன் கிக்ளியோட்டி.

சில சமயம் ஓரிடத்தின் பெயரைக் குறிப்பிட்டு இங்குதான் நாம் செல்கிறோம் என்று சிலரிடம் சொல்லிவைப்பார்கள். வேறு சிலரிடம் வேறொரு பெயரைச் சொல்வார்கள். இது கும்பலில் குழப்பத்தை

ஏற்படுத்தியது. சிலர் தங்களுக்குள் சண்டையிடவும் தொடங்கி விட்டார்கள். வேலை செய்வதற்காக நம்மை ஒரு தொழிற்சாலைக்கு அழைத்துச் செல்லப்போகிறார்கள் என்று நம்பியவர்கள் பலர் இருந்தனர். 'நாஜி அதிகாரி என்னிடம் அப்படித்தான் சொன்னார். ரஷ்யர்களுக்கு ஜெர்மானியர்களைக் கண்டால் பிடிக்காது. ஒருவேளை அவர்கள் கையில் நீ சிக்கிக்கொண்டால் உன்னைக் கொன்றுவிடுவார் கள். ஆனால் கவலைப்படாதே, நாங்கள் உன்னை அவர்களிடம் ஒப்படைக்கமாட்டோம்' என்று அந்த வீரர் என்னிடம் சொன்னார். நான் அவரை நம்பி பாதுகாப்பாக உணர்ந்தேன்' என்கிறார் ஒருவர். நாம் வெளிநாடு சென்றுகொண்டிருக்கிறோம், ஒருவேளை அங்கு வைத்து விடுதலை கிடைத்தாலும் கிடைக்கும் என்று நம்பியவர்களும் இருந்தனர். இந்த ரயில் பயணத்தை எப்படியாவது முடித்துக்கொண்டு விட்டால் அடுத்து எதையும் தாங்கமுடியும் என்று தங்களுக்குள் சமாதானம் செய்தபடி அமைதியாக பலர் ரயில் பயணத்தைக் கழித்தனர்.

ஹங்கேரியைச் சேர்ந்த 17 வயது மோஷே சொல்கிறார். 'கதவு மூடப் பட்டதும் நாங்கள் இருளில் தள்ளப்பட்டோம். ஆங்காங்கே இருந்த சில விரிசல்கள் வழியாக மட்டுமே காற்று உள்ளே புகுந்தது. தண்ணீர், ஆகாரம் எதுவுமின்றி 24 மணி நேரம் நாங்கள் பயணம் செய்தோம். பசியும் தாகமும் எங்களை வாட்டி வதைத்தது. இது முடிவுக்கு வரும், எப்படியும் எங்கள் குடும்பத்தை மீண்டும் பார்ப்போம் என்று நினைத்துக்கொண்டோம். அந்தக் கனவு எங்கள் துன்பங்கள் எல்லா வற்றையும் மறக்கடிக்கச் செய்தது.'

போக்குவரத்தை நிர்வகிக்கும் பொறுப்பு அடால்ஃப் ஈச்மெனுக்கு அளிக்கப்பட்டிருந்தது. திறமையாகக் கணக்கிட்டு கைதிகளைப் பெட்டிகளில் திணிப்பதில் இவர் வல்லவர் என்று அறியப்பட்டிருந் தார். ஒரு ரயில் எந்தெந்த நிலையங்களில் நிற்கவேண்டும், எப்போது, எவ்வளவு பேரை பெட்டிகளுக்குள் ஏற்றிக்கொள்ளவேண்டும், எங்கெல்லாம் இறக்கிவிடவேண்டும் என்பதையெல்லாம் இவரே கணக்கிட்டார். ஒரு பெட்டிக்குள் 80 பேருக்கு மேல் இடமிருக்காது என்று கருதப்பட்ட நிலையில் மேலும் பலரைத் திணித்து, போக்கு வரத்துச் செலவைக் குறைக்க இவர் உதவினார். அதேபோல் ஏற்கெனவே நிரம்பி வழியும் பெட்டிகளுக்குள் குழந்தைகளையும் ஏற்றி கதவுகளை மூடிவிடுவார். இடமில்லை என்று குழந்தைகளை யூதர்கள் வெளியில் எறிந்துவிடவாமுடியும்? அப்படியே வீசியெறிந் தாலும் சிக்கல் எதுவும்இல்லை அல்லவா? வரலாற்றில் மிகப் பெரிய இனப்படுகொலைக்கான போக்குவரத்தைச் சிக்கலின்றி நடத்தி முடித்தவர் என்று ஈச்மென் அறியப்படுகிறார்.

செப்டெம்பர் 1943ல் கிரேக்க தீவான கொர்ஃபு நாஜிகளின் கட்டுப் பாட்டில் வந்துசேர்ந்தபோது, அங்கிருந்த யூதர்கள் முதலில் தாற்காலிகமாக ஒரு முகாமில் அடைத்துவைக்கப்பட்டனர். ஜூன் மாத வாக்கில் அவர்கள் ரயில் வண்டிகள்மூலம் ஆஷ்விட்ஸுக்கு அனுப்பிவைக்கப்பட்டனர். ஆனால் இந்தப் பயணம் நாஜிகளுக்குப் பெருத்த ஏமாற்றத்தை அளித்துவிட்டது. வழக்கம்போல் ஆயிரக் கணக்கில் யூதர்களைப் பிடித்து பெட்டிகளுக்குள் அடக்கி கதவுகளை யும் மூடி அனுப்பிவிட்டார்கள். இருப்பதிலேயே நீண்ட பயணம் இதுதான். மொத்தம் 18 நாள்கள். கைதிகளுக்கு உணவு, நீர் தரத் தேவையில்லை என்னும் பொதுவிதி இங்கும் பின்பற்றப்பட்டது. பாதுகாப்பு வீரர்கள் தங்களுக்கான உணவை மட்டும் கொண்டு சென்றிருந்தனர். திட்டமிட்டபடியே ஆஷ்விட்ஸ் வந்துசேர்ந்தாகி விட்டது. கதவுகள் திறக்கப்பட்டன. குப்பென்று பெரும் நாற்றம். வழக்கத்தைவிடவும் இந்தமுறை துர்நாற்றம் அதிகம் இருக்கவே சில வீரர்கள் உள்ளே சென்று பார்வையிட்டனர். கும்பல் கும்பலாக உடல்கள் குவிந்துகிடந்தன. சில பெட்டிகளைத் திறக்கும்போதே உடல்கள் சரிந்து கீழே விழுந்துவிட்டன.

கிரீஸில் இருந்து ரயிலில் ஏற்றிவிடப்பட்ட 15 வயது ஜாக் நினைவு கூர்கிறார். 'இருபது ரயில் பெட்டிகள் எங்களுக்காக ஏற்பாடு செய்யப் பட்டிருந்தன. ஒவ்வொன்றிலும் 70 அல்லது 80 பேர் இருந்தனர். உள்ளே சென்றதும் கதவு தாளிடப்படும் சத்தம் கேட்டது. விசில் அடிக்கப்பட்டது. ரயில் மெல்ல நகரத் தொடங்கியது. 7 ஏப்ரல் 1943. நெருக்கியடித்து நாங்கள் நின்றுகொண்டிருந்தோம். எங்கள் தாய் நாட்டைவிட்டு நாங்கள் நகர்ந்துகொண்டிருந்தோம். இறுதியாக ஒருமுறை எங்கள் நாட்டைப் பார்க்க விரும்பினோம், முடியவில்லை.'

சிக்கல்கள்

யூதர்களின் பிரச்னைகள் இவை என்றால் நாஜிகளின் பிரச்னைகள் வேறு. ஜெர்மானிய ரயில்வே (Reichsbahn) போலந்து ரயில்வே (Ostbahn) இரண்டையும் நிர்வகித்தவர்கள் சுமூகமாகச் செயல்பட வில்லை. சிறியதும் பெரியதுமாகப் பல முரண்பாடுகள் தோன்றிக் கொண்டே இருந்தன. கிட்டத்தட்ட போர் நடைபெற்ற காலம் முழுக்க இவர்களுக்கிடையே மோதல்களும் நிலவின. ஹான்ஸ் பிராங்க் போலந்து ரயில்வேயைத் தன் விருப்பப்படி நடத்தவேண்டும் என்று விரும்பினார். ஜெர்மன் ரயில்வே, போலந்து ரயில்வேயைத் தன் கட்டுப்பாட்டின்கீழ்க் கொண்டுவரத் துடித்தது. இது போக, ஏராளமான அழுத்தங்கள் பிராங்க்குக்கு இருந்தன. வெவ்வேறு நாடுகளில் இருந்து ரயில்கள் போலந்துக்கு வந்தவண்ணம் இருந்தன. ஒவ்வொன்றுக்கும்

கணக்குப் பார்த்து போக்குவரத்துக் கட்டணம் செலுத்தவேண்டும். ஒரு பெட்டியில் எத்தனை யூதர்கள், அவர்கள் எந்தெந்த பகுதிகளில் இருந்து திரட்டப்பட்டவர்கள் என்பன போன்ற கணக்குகளைச் சரிபார்க்க வேண்டும். ஆவணங்கள் பெற்றுக்கொள்ளவேண்டும், ஆவணங்கள் தயாரிக்கவேண்டும். இதிலும் பல குளறுபடிகள் நிலவின. ஜெர்மானிய அரசின் சிவப்பு நாடா நடைமுறை, எளிய அலுவலகப் பணியையும் கடினமாக்கியது.

இது ஒரு முக்கிய உண்மையை வெளிப்படுத்தியது. நாஜிகளின் நிர்வாக அமைப்பு மெச்சத்தகுந்ததாக இல்லை. நாஜிகளின் தலைவரான ஹிட்லரை ஒரு சிறந்த நிர்வாகி என்று அழைக்கமுடியாது. ஹிட்லரின் தனித்துவமான தலைமைப் பண்புகள்... அப்படி ஏதேனும் இருந்திருந்தால்... அவை இங்கே வெளிப்படவில்லை. அழிவுச் செயல்தான் என்றாலும் அதையும்கூடத் தவறின்றி நாஜிகளால் செயல் படுத்தமுடியவில்லை. மற்ற தலைவர்களுக்கு மத்தியிலும் ஒன்று பட்ட சிந்தனை நிலவவில்லை. யூத இனப்படுகொலைத் திட்டம் இறுதிவரை ஒழுங்குபடுத்தப்படவேயில்லை என்பதற்குப் பல ஆதாரங் கள் இருக்கின்றன. தொடர்ச்சியாகத் திட்டங்கள் மாற்றியமைக்கப் பட்டன. புதிய யோசனைகள் புகுத்தப்பட்டு அவை வேறு சிலரால் நிராகரிக்கப்பட்டன. ஒழுங்கீனங்கள் வெளிப்படையாகவே தெரிந்தன. திறமையின்மை ஒவ்வொரு செயலிலும் பளிச்சிட்டது.

ஜெர்மானிய ரயில்வே யூதர்களை மூன்றாம் வகுப்புப் பயணிகள் என்று அவர்களுடைய ஆவணத்தில் குறிப்பிட்டிருந்தது. அவர்களுடைய பயணச் செலவை எஸ்எஸ் ஏற்கவேண்டும் என்றும் அது கோரியிருந்தது. ஆனால் எஸ்எஸ் சரியாகக் கணக்கிட்டு பணப் பட்டுவாடா செய்ததாகத் தெரியவில்லை. குறிப்பிட்ட எண்ணிக்கை யில், குறிப்பிட்ட வழித்தடத்தில் செல்வதற்கான ரயில்கள் வேண்டி விண்ணப்பிக்கும் பொறுப்பு எஸ்எஸ் அமைப்பிடம் இருந்தது. அவர்கள் பெரும்பாலும் சரக்கு ரயில்களையே ஜெர்மானிய ரயில்வேயிடமிருந்து கோரிப் பெற்றார்கள். யூதர்களைப் பயணிகள் என்றில்லாமல் சரக்குகள் என்றே அவர்கள் தங்கள் ஆவணங்களில் குறிப்பிட்டார்கள். தேவையற்ற சரக்குகளை அழிப்பதற்காக வேறிடத்துக்குக் கொண்டுசெல்கிறோம் என்று குறிப்பு எழுதினார்கள்.

இது சிக்கலை ஏற்படுத்தியது. மனிதர்களுக்கான கட்டணத்தைச் செலுத்தவேண்டுமா அல்லது விலங்குகள், சரக்குகளுக்கான கட்டணத்தைச் செலுத்தவேண்டுமா என்பதில் கருத்து வேறுபாடுகள் தோன்றின. எப்படியும் எஸ்எஸ் பணம் செலுத்தத் தவறியது. சில சமயம் யூதர்களிடமிருந்து கொள்ளையடிக்கப்பட்டதில் இருந்து சிறு

பகுதியைச் செலுத்தினார்கள். ஆனால் அதுவும் தொடர்ச்சியாக நடைபெறவில்லை. ‘தங்களைப் படுகொலை செய்வதற்கான கட்டணத்தை யூதர்களே தரவேண்டியிருந்தது’ என்கிறார் ஓர் ஆய்வாளர். ‘போக்குவரத்துப் பொறுப்பை ஒருவேளை யூதர்களிடம் அளித்திருந்தால் அவர்கள் திறமையுடன் அதனைச் செய்திருப்பார்கள்’ என்று வேதனையும் வேடிக்கையும் கலந்து குறிப்பிடுகிறார் இன்னொருவர்.

இதற்கிடையில், ஆயிரக்கணக்கான ரயில்கள்மூலம் கிட்டத்தட்ட 30 லட்சம் யூதர்கள் வதைமுகாம்களுக்கு அனுப்பிவைக்கப்பட்டனர். ஹிட்லரின் ஆணைக்குப்பிறகு யூதர்களின் வெளியேற்றம் 1941ம் ஆண்டு தொடங்கியது. அந்த ஆண்டு அக்டோபர் முதல் டிசம்பர் வரை மட்டும் ஜெர்மனி, ஆஸ்திரியா, செக் தீவுகள் ஆகிய பகுதிகளில் இருந்து 42,000 யூதர்கள் வெளியேற்றப்பட்டனர். லோட்ஸ், மின்ஸ்க், கோவ்னோ, ரிகா ஆகிய பகுதிகளில் உள்ள கெட்டோக்களில் அவர்கள் அடைக்கப்பட்டனர். பால்டிக் பகுதிகள், இன்றைய பெலாரஸ் பகுதி ஆகியவற்றிலிருந்து நவம்பர் 1941 முதல் அக்டோபர் 1942 வரை 50,000க்கும் அதிகமான யூதர்கள் வெளியேற்றப்பட்டனர்.

எல்லா யூதர்களையும் வெளியேற்றவேண்டியதில்லை. சிலரை வைத்திருக்கலாம் என்றுதான் தொடக்கத்தில் நினைத்தார்கள். போரில் பதக்கம் பெற்ற ஜெர்மானிய யூத ராணுவ வீரர்கள், முதியோர் ஆகியோரை விட்டுவிட்டு மற்றவர்களை மட்டும் பிடித்துச் சென்றார்கள். ஆனால் ஒரு கட்டத்தில் மீண்டும் திரும்பிவந்து அவர்களையும் அள்ளிக்கொண்டு சென்றுவிட்டார்கள். பின்னணி, வயது முக்கியமில்லை; யூதர் என்றாலே ஆபத்தானவர்தான் என்பதாக விதி திருத்தப்பட்டது.

மே 1943 வாக்கில் சாதித்து முடித்த களைப்புடன் ஜெர்மனி ஓர் அறிவிப்பை வெளியிட்டது. ‘யூதர்கள் இல்லாத நாட்டை உருவாக்கிவிட்டோம்!’ இப்போது கிட்டத்தட்ட 20,000 யூதர்கள் மட்டுமே ஜெர்மனியில் எஞ்சியிருந்தார்கள். இரண்டு காரணங்களுக்காக அவர்கள் தப்பித்தார்கள். முதலாவதாக, ஆரியர்களை அவர்கள் திருமணம் செய்துகொண்டிருந்ததால் அவர்களைக் கைது செய்ய முடியவில்லை. இரண்டாவதாக, அவர்களுடைய இன அடையாளம், ‘கலப்பு’ என்று குறிப்பிடப்பட்டிருந்தது. தனித்துப் பிரிக்கமுடியாத படிக்கு அவர்களுடைய சந்ததியில் பல்வேறு இனங்கள் ஒன்று கலந்திருந்ததால் அவர்களைக் கைவிடவேண்டியிருந்தது.

எர்னா ரூபின்ஸ்டின் போலந்தைச் சேர்ந்த ஒரு பெண். ஜெர்மானியர்கள் நெருங்கிவருகிறார்கள் என்னும் செய்தியைக் கேள்விப்பட்டதும்

தேவாலயத்துக்குத்தான் ஓடிச்சென்றார் எர்னா. 'அப்போது மழை பெய்துகொண்டிருந்தது. நான் பிரார்த்திக்கொண்டிருந்தேன். வாய்விட்டு என் பிரார்த்தனைகளைச் சொல்லிக்கொண்டிருந்தேன். மனம் லேசாகிவிட்டதைப்போல் உணர்ந்தேன். கடவுள் நினைத்தால் எதையும் செய்யலாம். அவர் எல்லாவிடங்களிலும் நிறைந்திருக்கிறார். அவரால் எதையும் மாற்றமுடியும். மனநிம்மதியுடன் நான் தேவாலயத்தைவிட்டு வெளியில் வந்தேன்.'

எர்னா விரைவில் கைது செய்யப்பட்டார். போலந்து கெட்டோவில் சில ஆண்டுகளைக் கழித்தபிறகு அவருடைய ஆஷ்விட்ஸ் பயணம் தொடங்கியது. ரயில் பெட்டியில் எர்னா ஒரு பெருங்கூட்டத்துடன் ஏற்றப்பட்டார். அதிர்ச்சி விலகி, நாற்றம் நாசிக்குப் பழகிய பிறகு எர்னா மீண்டும் பிரார்த்திக்கத் தொடங்கினார். அவரைப் பார்த்து உடனிருந்தவர்களும் பிரார்த்தனையில் கலந்துகொண்டனர். ரயில் பெட்டியை உடைத்துப் பிளக்கும் அளவுக்கு வலிமையாக அவர்களுடைய கூட்டுக்குரல் ஒலிக்கத் தொடங்கியது.

3

வருகை

பெண்கள், குழந்தைகள், முதியோர் என்று அனைவரையும் தனித்தனியே பிரித்துவிட்டார்கள். அவர்களை யெல்லாம் நாங்கள் கடைசியாகப் பார்த்தது அப்போது தான். அதற்குப் பிறகு அவர்களைப் பற்றி எந்தவொரு செய்தியும் இறுதிவரை எங்களுக்குக் கிடைக்கவில்லை. பெண்களின் குழுவோடு சேர்ந்து சென்றுவிட்ட என் மனைவி அநேகமாக காஸ் சாம்பருக்கு அனுப்பப்பட்டிருக்கலாம் என்று நினைக்கிறேன்.

மிஷெல் லியோன் கிண்ட்பெர்க், மருத்துவர்

ரயிலில் இறந்தவர்கள் போக எஞ்சியிருந்தவர்களே முகாமில் இறக்கிவிடப்பட்டனர். தாம் எங்கே வந்திருக்கிறோம் என்பது அநேகமாக ஒருவருக்கும் தெரியவில்லை. கொடுமைகள் அனைத்தும் முடிந்து விட்டன என்று முகாமைப் பார்த்த மாத்திரத்தில் சிலர் எண்ணியது நிஜம். ரயில் பயணத்தைவிடவும் மேலான ஒரு துயரம் இதற்குள் இருக்கமுடியாது என்றும் சிலர் தங்களை ஆறுதல்படுத்திக் கொண்டனர். சிலர் வதைமுகாமை மற்றொரு சிறை என்றோ அதிகபட்சம் இன்னொரு பெரிய கெட்டோ என்றோ நினைத்துக் கொண்டார்கள். அப்படி அவர்கள் நினைத்ததும் ஒரு வகையில் சரிதான். காரணம், வதைமுகாம் அடிப்படையில் கெட்டோவைப் போலத்தான் காட்சியளித்தது.

மரணம் அவர்களைப் பின்தொடர்ந்து வந்து கொண்டிருந்தது. கைதிகளுடன் சேர்ந்து ரயிலில்

இறந்தவர்களின் சடலங்களும் அதே முகாமுக்குத்தான் கொண்டு செல்லப்பட்டன. அவர்களைப் போல் நாம் இறந்துவிடவில்லை என்று மகிழ்வதா அல்லது நம்மைப் போலன்றி அவர்கள் அதிர்ஷ்டக் காரர்கள் என்று பொறாமை கொள்வதா? ஒருவராலும் உறுதியாகச் சொல்லமுடியவில்லை. சிலருக்கு நடக்கும்போதே நாய்கள் குறைக்கும் ஒலியும் கேட்டுக்கொண்டிருந்தது. அச்சுறுத்தும் அந்தச் சூழலில் ஜெர்மன் ஷெப்பர்ட் நாய்களின் ஓசை மேலும் கிலியை ஏற்படுத்துவதாக இருந்தது.

பெல்செக் வதைமுகாமில் இறக்கிவிடப்பட்டவர்களை முதலில் வரவேற்றது ஒரு விநோத வாசம்தான். தலையை உயர்த்திப் பார்த்தபோது, தூரத்தில் உள்ள புகைபோக்கியில் இருந்து புகை புறப்பட்டு வருவதை அவர்களால் பார்க்கமுடிந்தது. பிரான்ஸ் ஸ்டாங்கல் என்னும் நாஜி அதிகாரிக்கு அந்தப் புகைபோக்கியைப் பற்றி நன்றாகத் தெரியும். 'பெல்செக் ரயில் நிலையம் வரும்போதே இந்த வாசத்தை ஒருவர் உணரமுடியும். எப்படிச் சொல்வது? கடவுளே, அந்த வாசம் எல்லா இடங்களிலும் பரவியிருந்தது.' எதற்காக சிம்னி பொருத்தப்பட்டிருக்கிறது என்பதையும் அந்தப் புகையும் வாசமும் எதிலிருந்து வருகின்றன என்பதையும் கைதிகள் போகப்போகத்தான் புரிந்துகொண்டனர்.

ஆஷ்விட்ஸ் வதைமுகாமில் இறக்கிவிடப்பட்ட ஜார்ஜ் வைன், தன் அனுபவத்தைப் பின்னர் நினைவுகூர்ந்தார். 'திடீரென்று பெரும் கதவுகள் உங்களுக்காகத் திறந்துவிடப்பட்டன. உள்ளே நுழைந்ததும் நீங்கள் இருளைத்தான் சந்திப்பீர்கள். எதையும் உங்களால் பார்க்க முடியாது. கூச்சலும் குழப்பமும் எங்கும் நிறைந்திருக்கும். துப்பாக்கியால் சுடப்படும் சத்தம் ஒரு பக்கத்திலிருந்து கேட்கும். யாரோ யாரையோ போட்டு அடித்துக்கொண்டிருக்கும் ஒலி கேட்கும். சிலர் ஓடியபடி எல்லோரையும் கம்பால் அடித்துக்கொண்டிருப் பார்கள். உள்ளே நுழையும்போதே எங்கள் அனைவர்மீதும் அடி விழுந்தது. எங்கிருந்தோ பாய்ந்துவந்து தலையில் அடிப்பார்கள். நான் ஓடத் தொடங்கினேன். எல்லோருமே ஓடிக்கொண்டிருந்ததைப் பார்த்தபடி நானும் ஓடினேன். எனக்கும் தலையில் அடி விழுந்தது. யாரோ என்னைப் பிடித்துத் தள்ளிவிட்டார்கள். நான் ஓடிக்கொண்டே இருந்தேன். திடீரென்று எல்லோரும் வரிசையில் நிற்க ஆரம்பித்தார் கள். நானும் நின்றேன்.'

அகி ரூபின் என்னும் பெண்ணும் முகாமுக்குள் நுழையும்போதே அடிக்கப்பட்டார். 'குழப்பமே அங்கு நிறைந்திருந்தது. உங்களைப் பிடித்துத் தள்ளிக்கொண்டே இருப்பார்கள். நீங்கள் நகர்ந்து கொண்டிருக் கும் அதே சமயம் உங்கள் குடும்பத்தைவிட்டுப்

பிரிந்துவிடக்கூடாது என்பதிலும் கவனமாக இருப்பீர்கள். அவர்களைப் பிடித்தபடியே முன்னால் நடந்துகொண்டிருப்பீர்கள். நீங்கள் யோசிக்கவேண்டிய அவசியமே இருக்காது. அடுத்து என்ன என்பதை எப்படியும் நீங்கள் முடிவு செய்யப்போவதில்லை. உங்களை விடாமல் இழுத்தடித்தபடி தள்ளிக்கொண்டே இருப்பார்கள்.'

அகி ரூபின் மிக விரைவில் அவருடைய குடும்பத்திலிருந்து பிரித் தெடுக்கப்பட்டார். இருளும் குழப்பமும் துப்பாக்கிச் சத்தமும் புரியாத ஜெர்மானிய மொழியும் ஒன்றுசேர்ந்து ஒரு பூதம் போலாகி தன் குடும்பத்தினரை விழுங்கிவிட்டதோ என்று அவர் கலங்கினார். அவரைப்போல் பலரும் முகாமுக்குள் நுழையும்போதே தங்கள் குடும்பத்தைவிட்டுப் பிரிந்துவிட நேர்ந்தது. எப்போது பிரிக்கப் பட்டோம் என்பதே தெரியாதபடிக்கு ஆளுக்கொரு திசையாக அவர்கள் நகர்த்தப்பட்டுவிட்டனர். ரயில் பயணத்தில் ஆயிரம் இன்னல்கள் இருந்தாலும் அனைவரும் குடும்பத்தினரோடும் நண்பர் களோடும் இணைந்திருக்க முடிந்தது. இனி அதுவும் சாத்தியமில்லை. வதைமுகாமுக்குள் நுழையும் ஒவ்வொருவரும் எதிர்கொள்ளும் முதல் இழப்பு, முதல் பெரும் வலி, முதல் பெரும் அடி இதுவே.

வந்து இறங்கும்போதே சடசடவென்று கைதிகளை அடிப்பதற்கு ஒரு காரணம் வைத்திருந்தார்கள் எஸ்எஸ் ஆள்கள். அடுத்து என்ன என்று புரியாமல் குழப்பத்துடன் இருக்கும்போதே திடீரென்று நாலா பக்கத்திலிருந்தும் தாக்குதல் தொடுக்கப்பட்டால், அதை அவர்கள் வாழ்நாள் முழுக்க மறக்கமாட்டார்கள். முகாம் எப்படிப்பட்டது என்பதை அவர்கள் சரியாகப் புரிந்துகொள்வார்கள். அப்போது ஏற்படும் நிரந்தர அதிர்ச்சி அவர்களைக் கேள்வியின்றி அடிபணிய வைக்கும். முகாமின் விதிமுறைகள் அனைத்தையும் ஏற்கச் செய்யும். அவர்களை அந்த அடி நிரந்தரமாகச் சிறுமைப்படுத்திவிடும். அவர் களுடைய தன்மானம் அதற்குப் பிறகு எழுச்சிகொள்ளாது. அடிபணிவதொன்றே தங்களுக்கு விதிக்கப்பட்டுள்ளது என்பதை அவர்கள் அமைதியாக ஏற்றுக்கொண்டுவிடுவார்கள்.

சிலர் தொடக்கத்திலேயே அடிபணிய மறுத்தார்கள். எடித் ராத்தின் தந்தை ரயிலில் இருந்து இறங்கியதும் மற்றவர்களைப்போல் வரிசையில் நிற்பதற்குப் பதில் மீண்டும் ரயிலை நோக்கி ஓடினார். ஒரு நாஜி வீரன் இடைமறித்துத் தடுத்தபோது, 'என் குழந்தைகளுக்குப் பசிக்கும். ரயில் பெட்டியில் ரொட்டியை மறந்துவிட்டுவிட்டேன், அதை மட்டும் எடுத்துவந்துவிடுகிறேன்' என்று இறைஞ்சி கேட்டுக் கொண்டார். வரிசையில் நின்றுகொண்டிருந்த எடித் தன் அப்பாவைக் கலக்கத்துடன் பார்த்துக்கொண்டிருந்தார். எடித் கத்துவதற்குள் அவர் அப்பாவைச் சிலர் சூழ்ந்துகொண்டு அடிக்கத் தொடங்கிவிட்டார்கள்.

'தன் குழந்தைகளுக்கு என்ன செய்யவேண்டுமோ அதைத்தான் அப்பா அன்று செய்தார். அவர் முகத்தை என்னால் மறக்கவேமுடியவில்லை. அதற்குப் பிறகு அவரை நான் பார்க்கவேயில்லை' என்றார் எடித்.

முகாம்கள் பலவிதம்

எல்லா வதைமுகாம்களுக்கும் முன்மாதிரி டச்சாவ். மார்ச் 1933ம் ஆண்டு ஜெர்மனியில் உள்ள மியூனிக் நகரில் இருந்து 16 கிமீ தொலைவில் டச்சாவ் முகாம் தொடங்கப்பட்டது. வடிவமைக்கப் பட்டபோது இது ஒரு வதைமுகாமாக இல்லை, பெரிய சிறைச்சாலை யாகவே இருந்தது. கைதிகள் தங்குவதற்கு 23 நீளமான, செவ்வக வடிவ பராக்குகள் அமைக்கப்பட்டிருந்தன. பங்க் எனப்படும் மூன்றடுக்குப் படுக்கைகள் அவற்றில் போடப்பட்டிருந்தன. வேறு சில கட்டடங்களும் உள்ளேயே இருந்தன. சமையலறை தனி கட்டடத்தில் அமைந்திருந்தது. அதேபோல், குளியலறை, இஸ்திரி செய்யும் இடம், பணியாற்றுவதற்கான இடம் ஆகியவற்றுக்கும் தனித்தனி கட்டடங் கள் இருந்தன. டச்சாவ் முகாமைச் சுற்றி இரும்பு வேலிகள் போடப் பட்டிருக்கும். அதில் மின்சாரமும் பாய்ச்சப்பட்டிருப்பதால் கைதிகள் யாரும் தப்பிப்பது குறித்து கனவுகூடக் காணமுடியாது.

எஸ்எஸ் உறுப்பினர்களுக்கான பயிற்சிக்கூடமாகவும் டச்சாவ் விளங்கியது. கருஞ்சட்டைக்காரர்கள் என்று அழைக்கப்பட்ட இந்த நாஜிகள் இங்கு பயிற்சி எடுத்துக்கொண்ட பிறகு வெவ்வேறு முகாம்களுக்குப் பணியில் அமர்த்தப்பட்டனர். பெரிய முகாம்தான் என்றாலும் வந்து குவிந்துகொண்டிருந்த கைதிகளின் எண்ணிக்கையைப் பார்க்கும்போது இது மிகச் சிறியதாக மாறிவிட்டது. எனவே போலந்தில் மேலும் ஐந்து முகாம்கள் தொடங்கப்பட்டன. 1936ல் சாஷ்சென்ஹாசென் முகாம் உருவாக்கப் பட்டது. புச்சன்வால்ட் 1937ம் ஆண்டு தொடங்கப்பட்டது. அடுத்த ஆண்டு ஃபுளோசன்பெர்க், மாதாசென் இரண்டும் ஆரம்பிக்கப் பட்டன. 1939ம் ஆண்டு ரேவென்ஸ்புரூக் தொடங்கப்பட்டது. இருப்பதிலேயே பெரிது, ஆஷ்விட்ஸ். தெற்மேற்கு போலந்தில் இது அமைந்திருந்தது. மூன்று வதைமுகாம்களை உள்ளடக்கிய கட்டுமானம் அது.

பிரித்தெடுப்பு, உடைமைகள் பறிப்பு

எந்த முகாமாக இருந்தாலும் சரி, முதலில் கைதிகள் பிரித்தெடுக்கப் படவேண்டும். ஒரு கைதியின் முகாம் வாழ்க்கை, எப்படியிருக்கும் என்பது இதை வைத்தே முடிவெடுக்கப்படும். பிரித்தெடுப்பு பல காரணங்களுக்காக நடைபெறுவது வழக்கம். சில சமயம் வெறுமனே

ஆண்கள் என்றும் பெண்கள் என்றும் பிரிக்கப்படுவார்கள். சில சமயம் பலவீனமானவர்கள், ஆரோக்கியமானவர்கள் என்றும் பிரிக்கப்படுவார்கள். வலுவுள்ளவர்கள் பணியிடத்துக்கு அனுப்பப்படுவார்கள். பலவீனமானவர்களைப் பராமரிக்கவேண்டியதில்லை; அவர்கள் கொல்லப்படவேண்டியவர்கள். சில சமயம் நாஜி மருத்துவர்கள் தங்களுக்குத் தேவைப்படும் கைதிகளைத் தனியே பிரித்து எடுத்துச் சென்று விடுவார்கள். அதைப்பற்றி தனியே பின்னர் பார்க்கவிருக்கிறோம்.

யார் உயிர் வாழவேண்டும், யார் வாழவேண்டியதில்லை என்பதே பிரித்தெடுப்பின் பிரதான நோக்கம். உறவுகளை முறிப்பது கைதிகளை நிலைகுலைய வைப்பதற்கும் உளவியல் ரீதியில் அவர்களைத் துன்புறுத்துவதற்காகவும்தான். பார்பரா ஸ்டிம்லர் என்னும் யூதப் பெண் நினைவு கூர்கிறார். 'ஆண்களையும் பெண்களையும் தனியே பிரித்து வைத்தார்கள். எல்லோரும் அழ ஆரம்பித்துவிட்டார்கள். கொடுமை! மனைவிகளிடமிருந்து கணவன்கள் வலுக்கட்டாயமாகக் கத்தரிக்கப் பட்டனர். தாய்மார்களிடமிருந்து குழந்தைகள் பிரிக்கப் பட்டனர். அது ஒரு கொடுங்கனவு. நாங்கள் நடந்துசென்ற பகுதியில் இருள் படர்ந்திருந்தது. கூக்குரல்களைக் கேட்டபடியே நாங்கள் நடைபோட்டோம். அம்மா இடதுபக்கம் நடந்துசெல்வார். மகள் வலதுபக்கம் நடக்கவேண்டும். குழந்தைகள் இடதுபக்கம் போக வேண்டும். அவர்களைப் பெற்றெடுத்த அம்மாக்கள் வலதுபக்கம் நடக்கவேண்டும். எல்லோரும் ஒரே சமயத்தில் வெடித்து அழுததை எப்படி விவரிப்பதென்றே தெரியவில்லை. உங்களால் அதைக் கற்பனை செய்து பார்க்கமுடிகிறதா?'

வாழ்வதற்காகத் தேர்ந்தெடுக்கப்பட்டவர்களின் வரிசை முகாமை நோக்கி முன்னேறும். சிறிது நடந்ததும் நாஜிகள் அவர்களைத் தடுத்து நிறுத்துவார்கள். ஒவ்வொருவரும் தங்களிடம் உள்ள பொருள்களை ஒப்படைக்கவேண்டும். உறவுகளைப் பிரிவது முதல் கொடுமை என்றால் இது இரண்டாவது. பலர் ஆசை ஆசையாகச் சில பொருள்களைத் தங்களுடன் எடுத்து வந்திருப்பார்கள். காதலி, மனைவி, குழந்தைகளின் புகைப்படங்கள்; ஆவணங்கள்; பேனா, கைக்கடிகாரம், எழுதும் தாள். சிலர் ரொட்டித் துண்டுகளை பாக்கெட்டில் பத்திரப்படுத்தியிருப்பார்கள். சிலர் சிறு ஆபரணங்கள் அணிந்து வந்திருந்தனர். சிலரிடம் கொஞ்சம் பணம் இருந்தது. கெட்டோவில் வசித்தபோது இவையனைத்தும் அனுமதிக்கப் பட்டிருந்தன என்பதால் இங்கும் இவற்றைப் பயன்படுத்தமுடியும் என்று நினைத்து எடுத்து வந்திருந்தார்கள். ஆனால் இது இன்னொரு கெட்டோ அல்ல என்பது இடம், வலம் என்று வரிசைகள் பிரிக்கப்பட்டபோதே அவர்கள் உணர்ந்திருக்கவேண்டும்.

உறவுகளே பிரிந்துவிட்டன, இனி உடைமைகள் இருந்தால்தான் என்ன என்று மனம் நொந்து பலர் தங்களிடமுள்ள அனைத்தையும் ஒப்படைத்தனர். வேறு சிலருக்கு இது அத்தனை எளிதாக இருக்க வில்லை. உள்ளுக்குள் துடித்தபடி கையில் இருந்ததை அப்படியே அளித்தார்கள். பலர் வெளிப்படையாகவே வெடித்து அழுது கொண்டிருந்தனர். அப்பாவித்தனமாக நாஜிகளிடம் சிலர் உரையாடிப் பார்த்தார்கள். என் மனைவி அளித்த பரிசு இது; இந்தக் கடிகாரத்தை மட்டும் வைத்துக்கொள்ளலாமா? மூக்குக் கண்ணாடியை எடுத்துச் செல்லலாமா? குளிர் கண்ணாடியால் ஆபத்து எதுவும் வந்துவிடப் போவதில்லையே, அதை அனுமதிப்பீர்களா?

சிலர், சிறிய பொருள்களை ரகசியமாக உடலின் மறைவிடங்களில் பதுக்கிவைத்தனர். ஆனால் அது பலனளிக்கவில்லை. ஒருவரிட மிருந்து ஒரு பொருள் கண்டுபிடிக்கப்பட்டுவிட்டாலும் அவரை அனைவரும் கூட்டாகச் சேர்ந்து அடித்து உதைப்பார்கள். குலைந்து சரிந்துகிடக்கும் கைதியை எட்டி உதைத்தபடி வரிசையில் நிற்பவர் களை எச்சரிப்பார்கள். எப்போதுமே இதற்கு உடனடிப் பலன் கிடைத்தது. பலர் தாமாகவே முன்வந்து நடுங்கும் விரல்களுடன் தாங்கள் பத்திரப்படுத்தி வைத்திருந்த அனைத்தையும் வெளியில் போட்டனர். உண்மையில் இந்த அடியும் உதையும் மிரட்டலும் அநாவசியம்தான். காரணம் வதைமுகாமுக்குள் ஒருவரும் எதையும் மறைத்து வைப்பது சாத்தியமேயில்லை. இங்கே ரகசியங்களுக்கு இடமில்லை.

இப்போது கைதிகளிடம் எதுவும் எஞ்சியிருக்கவில்லை. வன்முறை யும் இருளும் ஒடுக்குமுறையும் அவமானமும் மட்டுமே இங்கே கிடைக்கும் என்பது அனைவருக்கும் தெளிவாகப் புரிந்துபோனது. ஆண்கள், பெண்கள், முதியோர் மட்டுமல்ல குழந்தைகளும்கூட இது ஓர் அசாதாரணமான இடம் என்பதை ஏற்றுக்கொண்டனர். இதற்கு முன் வாழ்ந்த வாழ்க்கை விருட்டென்று ஒரு கனவுபோல் அவர்கள் அனைவரையும்விட்டு விலகிச்சென்றது. தங்கள் வீடுகள் உடைக்கப் பட்டதை அவர்கள் மறந்துபோனார்கள். கெட்டோ வாழ்க்கை மறந்து போனது. நினைத்துப் பார்க்கும்போது ரயில் பயணம் அப்படி யொன்றும் கொடூரமானதாகத் தோன்றவில்லை. இந்த முகாம் இதற்கு முன்பு சந்தித்த அத்தனை கொடூரங்களையும் மிஞ்சப்போகிறது என்பது சிலருக்கு எப்படியோ தெரிந்துவிட்டது.

அதற்குப் பிறகும் அவர்கள் நடந்துகொண்டுதான் இருந்தார்கள். இப்போது எல்லாவற்றையும் அவர்கள் தொலைத்திருந்தார்கள். இதுவரை நடந்ததை எப்படித் தடுக்க இயலவில்லையோ, அப்படியே

அடுத்து வரும் எதையும்கூடத் தடுக்கமுடியாது என்பதை முழு விழிப்புடன் அவர்கள் உணர்ந்திருந்தனர். மீண்டும் ஒரு திருப்பத்தில் தடுத்து நிறுத்தப்பட்டார்கள். ஆனால் இனியும் இழப்பதற்கு நம்மிடம் எதுவுமே இல்லையே? இப்படி நினைத்தது தவறு என்பது அடுத்த விநாடியே தெரிந்துவிட்டது. வரிசை நிறுத்தப்பட்டது. புதிய உத்தரவு ஒன்று இப்போது புறப்பட்டு வந்தது. முதலில் அவர்களுக்குப் புரியவில்லை. புரிந்தவர் சற்றே தயங்கினார். பிறகு, மளமளவென்று ஒவ்வொரு ஆடையாகக் கழற்றினார். உள்ளாடை மட்டுமே எஞ்சியிருந்தது. நிமிர்ந்து பார்த்தார். அடுத்த விநாடி அதையும் கழற்றினார். ஒரு நாஜி அதிகாரி சத்தம் போட்டு கத்தியபடி வரிசையில் இருந்தவர்களை முறைத்துப் பார்த்தார். இது அனைவருக்குமான உத்தரவு என்பது புரிந்தது. ஒருவரும் வாய் திறக்கவில்லை. ஒருவரும் மறுக்கவில்லை. ஒருவரிடமும் திராணியுமில்லை என்பதால் எல்லோரும் தங்கள் உடைகளைக் களைந்தார்கள்.

துடைத்து அழிக்கப்பட்ட பலகைபோல் அவர்கள் இப்போது நின்று கொண்டிருந்தார்கள். அவர்கள் கண்களில் அதிர்ச்சி இல்லை, பயம் இல்லை. அவர்களிடம் நாணம் இல்லை. மானம் பறிபோய்விட்டதே என்னும் கோபத்தையோ ஆற்றாமையையோ அவர்களிடம் காண முடியவில்லை. வெறுமனே நின்றுகொண்டிருந்தார்கள், அவ்வளவு தான். சிலர் தரையை வெறித்துப் பார்த்துக்கொண்டிருந்தனர். சிலர் தங்களுக்கு முன்பு நின்றுகொண்டிருந்த சீருடை அணிந்த வீரர்களின் கண்களை நேரடியாகப் பார்த்தனர். இன்னும் சிலருடைய பார்வை மேல்கூரையில் ஆணியடித்தாற்போல் நிலைத்து நின்றது. ஒருவரும் அசையவில்லை. ஒருவரும் பேசவில்லை. சொல்லி வைத்தாற்போல் எல்லோருமே நத்தையைப்போல் தங்கள் உடலைத் தங்களுக்குள் உள்ளிழுத்துக்கொண்டார்கள். ஒருவரும் மறந்தும் தன் அருகில் நின்றுகொண்டிருப்பவரை ஏறிட்டும் பார்த்துவிடவில்லை.

அவமானத்தைவிடவும் குளிரே அதிகம் துன்புறுத்தியது. பலர் வெளிப்படையாகவே நடுங்க ஆரம்பித்துவிட்டனர். கால்கள் ஆட்டம் காண ஆரம்பித்தன. சிலர் கைகளை மார்புக்கு குறுக்கே கட்டிக் கொண்டார்கள். சிலருடைய கைகள் தொடைகளோடு சேர்த்து ஒட்டிக் கொண்டுவிட்டன. சில முகாம்களில் ஒரு மணி நேரமோ அதற்கும் அதிகமாகவே அவர்கள் நிற்க வைக்கப்பட்டனர். திடீரென்று அமைதி கலைந்தது. குளிர்ந்த நீர் அவர்கள்மீது பாய்ச்சப்பட்டது. நிலை குலைந்து போனவர்கள் பொறுக்கமாட்டாமல் அலறிவிட்டனர். ஒரு கைதி நினைவு கூர்கிறார். 'எங்களை நிர்வாணப்படுத்திவிட்டு குளிக்க வைத்தபோது நாங்கள் அனைவரும் விலங்குகளாக மாற்றப்பட்டதை உணர்ந்தோம். ஜெர்மானியர்கள் எங்களைச் சுற்றிச் சுற்றி வந்து

பார்வையிட்டுக்கொண்டே இருந்தார்கள். ஓர் இளம் பெண் அப்போது எப்படி உணர்ந்திருப்பார் என்று யோசித்துப் பாருங்கள். பல்வேறு ஆடவர்கள் முன்பு திடீரென்று நிர்வாணமாக அவர்கள் நிற்க வேண்டியிருந்தது. தரை பிளந்துகொள்ளவேண்டும், அப்படியே நான் உள்ளே சென்றுவிடவேண்டும் என்று மட்டும்தான் அப்போது நான் விரும்பினேன்.'

குளியல் முடிவடைந்தது. நடுங்கும் உடலுடன், வெளிறிப்போன விழிகளுடன் ஆண்களும் பெண்களும் அடுத்து என்ன என்பதுபோல் காத்துக்கொண்டிருந்தார்கள். அடுத்த சடங்கு, தலைமுடி, புருவம் என்று தொடங்கி உடலில் இருந்து அத்தனை ரோமங்களையும் மழித்து எடுப்பது.

ஹானா மியூலெர் புருமெல் என்னும் செக்கோஸ்லொவாக்கியப் பெண்ணின் அனுபவம் இது. 'உடைகளைக் களைந்தபிறகு நாங்கள் கட்டடத்தின் இன்னொரு பகுதிக்கு நடந்து சென்றோம். காலணிகள் மட்டுமே இப்போது எஞ்சியிருந்தன. அவர்கள் எங்களைச் சுற்றிவந்து எங்கள் மார்புகளையும் வயிறுகளையும் பார்த்துக்கொண்டு நின்றனர். பிறகு இன்னொரு அறைக்கு அழைத்துச் சென்று எங்களை மழிக்கத் தொடங்கினார்கள். என் முறைக்காகக் காத்திருந்தபோது ஒரு பெண்ணைப் பார்த்தேன். அந்தப் பெண்ணை எனக்கு முன்பே தெரியும். அவளுடைய கேசம் நீளமானது. நான் பார்த்துக்கொண்டிருந்த போது ஒரு பகுதி முழுக்க மழிக்கப்பட்டிருந்தது. இன்னொரு பக்கம் நீளமான முடி பாக்கியிருந்தது. அந்தக் காட்சியை என்னால் மறக்க முடியவில்லை. பிறகு எங்கள் முறையும் வந்தது. அந்தரங்க இடங்களில் இருந்தும்கூட ரோமங்களை அவர்கள் அகற்றினார்கள். நூற்றுக்கணக்கானோருக்கு ஒரே ஒரு கத்திதான்.'

இன்னொரு பெண் நினைவு கூர்கிறார். 'அவர்கள் அழகிய பெண்கள். ஆனால் மொட்டையடிக்கப்பட்ட பிறகு அவர்களைக் காண நேர்ந்த போது அவர்கள் அழகு தொலைந்துபோய்விட்டதைப் போலிருந்தது. நீங்கள் இனியும் மனிதர்கள் கிடையாது என்று அவர்கள் சொன்னது போலிருந்தது. எங்களை அவமானப்படுத்தவும் எங்களுடைய சுயமரியாதையைக் குலைக்கவும்தான் அவர்கள் எங்களை மொட்டை யடித்தார்கள் என்று நினைக்கிறேன்.' பிறகு என்ன நடந்தது என்பதை அவரே விவரிக்கிறார். 'அதற்குப் பிறகு மாற்று ஆடைகள் வழங்கப் பட்டன. ஆடை என்பதைவிடக் கந்தல் என்று அழைப்பது சரியாக இருக்கும். அதைத்தான் நாங்கள் அணிந்துகொண்டோம். உள்ளாடை கள் அளிக்கப்படவில்லை. மேலும், இதை வழங்கக்கூட அதிக கால அவகாசம் எடுத்துக்கொண்டார்கள். கழிப்பறையைப் பயன்படுத்த முடியவில்லை. ஒரு நாளைக்கு இரு முறைதான் கழிப்பறையைப்

பயன்படுத்தமுடியும் என்பதைப் பிறகு தெரிந்து கொண்டேன். அதுவும் அவர்கள் குறிப்பிடும் நேரத்தில்தான். கழிப்பறை என்பது பெரிதாக ஒன்றுமில்லை. குழிகளுக்கு மேலே குத்துக்காலிட்டு அமர்ந்துகொள்ளவேண்டும், அவ்வளவுதான். எல்லாப் பெண்களும் வரிசையாக இப்படி அமரவைக்கப்படுவோம்.'

பெயரல்ல, எண்

அதற்குப் பிறகும் அவர்களிடம் ஒன்று எஞ்சியிருந்தது. அடுத்த வேட்டை அதற்குத்தான். ஒவ்வொருவருக்கும் ஒரு எண் அளிக்கப் பட்டது. அதன்மூலம் அவர்களுடைய அடையாளம் முழுமுற்றாகச் சிதைக்கப்பட்டது. 'இனி உன் பெயரைச் சொல்லி யாராவது அழைத்தால் நீ பதிலளிக்கக்கூடாது. உன் பெயர் என்பது இனி இந்த எண்தான் என்று ஒரு நாஜி காவலாளி என்னிடம் கூறினான்' என்கிறார் ஆண்ட்வெர்ப்பில் இருந்து வந்திருந்த லில்லி ஆப்பெல்பாம். 'அதைக் கேட்டதும் நான் இன்னமும் இடிந்துபோனேன். இனியும் நான் என்னை மனிதன் என்று அழைத்துக்கொள்ளமுடியாது என்பதை உணர்ந்தேன்.' அந்த எண்ணும்கூட அவர்களுக்கு அளிக்கப்பட வில்லை. மை, ஊசி கொண்டு பச்சை குத்திவிடப்பட்டது. அலட்சியமாக இப்பணி மேற்கொள்ளப்பட்டதால் வலியால் பலர் அலறத் தொடங்கி விட்டனர். ஒரே ஊசி அனைவருக்கும் பயன்படுத்தப்பட்டதால் கணிசமானவர்கள் பின்னர் தொற்றுநோய் கண்டு இறந்து போயினர்.

எண்களைப் பெற்றுக்கொண்டபிறகு மீண்டும் ஒரு வரிசை உருவானது. அவர்கள் மேலும் நடக்கத் தொடங்கினார்கள். இப்போது அவர்கள் புதிய உயிரினங்கள். கண்ணாடியில் பார்த்துக்கொள்ள நேரிட்டால் அவர்களால் தங்களை அடையாளம் காண முடிந்திருக் காது. பலர் தங்களைக் கண்டே அஞ்சியிருப்பார்கள். இதுவா நான் என்று அருவருப்படைந்திருக்கவும்கூடும். பெரும்பாலானோர் அதிர்ச்சி யடையும் நிலையைக் கடந்துவிட்டிருந்தனர். ஒருசிலர் தங்களை முற்றிலுமாக இழந்து துடித்துக்கொண்டிருந்தனர். அபே குமேக் என்பவர் பொறுமையிழந்து கத்தத் தொடங்கிவிட்டார். அதற்குப் பிறகு நடந்ததை இன்னொருவர் விவரிக்கிறார். 'அபே கத்துவதைப் பார்த்த ஒரு நாஜி காவலன் விரைந்து வந்து அவரைத் தாக்கினான். முகத்தில் ஓங்கிக் குத்தினான். அபேவின் கூச்சல் அதிகரித்தது. உடனே அவன் தனது துப்பாக்கியை உருவி அபேவைச் சுட்டுக்கொன்றான்.' வதைமுகாமின் முதல் நாள் இப்படியாகப் பலருக்கும் நிறை வடைந்தது.

4

வாழ்க்கைமுறை

ஒரு பிரெஞ்சு மனிதனைப் பார்த்தேன். அவன் நண்பர்கள்தான் அவனைச் சுமந்துகொண்டுவந்தனர். குளியலைறைக்கும் அவனைச் சுமந்துதான் சென்றார் கள். அங்கே இரண்டு நாஜிகள் அவனை அடிக்கத் தொடங்கினார்கள். பிறகு ஒருவன் தோளைப் பற்றிக் கொண்டான். இன்னொருவன் பாதத்தைப் பிடித்துக் கொண்டான். இருவரும் அந்த பிரெஞ்சுக்காரனை அப்படியே தூக்கி குளிக்கும் பாத்திரத்தில் வீசினார்கள். அவன் இறந்துபோனான். அதேபோல் எடுத்து மூலையில் தூக்கிப்போட்டார்கள்.

மார்டின் சாஃபியர், மருத்துவத்துறை மாணவன்

வதைமுகாம் அனைவரையும் உடனடியாக உள்ளிழுத்துக்கொண்டது. ஒரு கண்ணாடியை நீட்டியிருந்தால் பலரால் தங்களை அடையாளம் காணவே முடிந்திருக்காது. உடல் முழுக்க சிறியதும் பெரியதுமாகக் காயங்கள் தோன்றி யிருந்தன. சிலருடைய உடலில் கீறல்களும் இருந்தன. ஏதேனும் தவறிழைத்திருந்தவர்கள் நடக்கமுடியாதபடி உடல் வீங்கித் தள்ளாடிக் கொண்டிருந்தார்கள். பூச்சிக்கடியால் பலருக்கு உடல் முழுக்க ஆங்காங்கே துவாரங்கள் ஏற்பட்டிருந்தன. அவர்களுடைய காலணிகள் கைப்பற்றப்பட்டு மரக்காலணிகள் அளிக்கப் பட்டிருந்தால் நடப்பதற்கு அல்ல, நிற்பதற்கேகூட மிகக் கடினமாக இருந்தது. சிலருக்குக் கால்களில் புண்கள் புரையோடியிருந்தன. சாதாரண உடல்

காயங்கள் பராமரிக்கப்படாத காரணத்தால், ஆபத்தான நிலைக்குக் கொண்டுசென்றன. அவர்களுக்காகக் கவலைப்படவோ பரிதாபப் படவோ அங்கு யாருமில்லை என்பதால் தங்களைத் தாங்களே புறக்கணித்துக் கொள்ளவேண்டிய நிலைக்கு யூதர்கள் தள்ளப் பட்டனர். உடலளவிலும் மனதளவிலும் என்ன காயம் ஏற்பட்டாலும் அதைக் கண்டுகொள்ளாமல் இருக்க அவர்கள் தங்களைப் பழக்கப் படுத்திக்கொண்டனர்.

இந்த நிலைக்கு கைதிகளைக் கொண்டுசெல்லவேண்டும் என்பதுதான் நாஜிகளின் விருப்பமும். ஒரு சில வாரங்களிலேயே முகாம், யூதர்களை வெற்றிகரமாக அடிமைப்படுத்திவிட்டது. நிஜமாகவே எலும்புக்கூடு களாக பலர் அதற்குள் மாறிவிட்டிருந்தனர். நிற்கக்கூட முடியாதபடிக்குப் பலர் தரையோடு தரையாகத் தேய்ந்துகிடந்தனர். நோய் வசப்பட்டு சிலர் இறந்தபோது அவர்களுடைய உடல்கள் அப்படியே விடப்பட்டன. ஒரு விலங்கின் சடலம்போல் மனிதனின் சடலம் தரையை ஆக்கிரமித்துக்கொண்டு கிடந்தது. கைதிகள் அந்தச் சடலத்தைத் தாண்டிச் சென்றுதான் உணவு உட்கொள்ளவேண்டும். அந்தச் சடலத்தின் வாசத்தை சுவாசித்தபடியேதான் படுத்துறங்க வேண்டும். சடலங்கள் மென்மேலும் பெருகவேண்டும் என்றுதான் முகாம் விரும்பியது. பசி, குளிர், காயம், நோய் என்று எதன்மூலம் மரணம் நிகழ்ந்தாலும் அது வரவேற்கப்படவேண்டியதே. நாஜிகள் எந்தவிதக் குறுக்கீடும் செய்யாமலேயே இயற்கையாகவே உயிர் பிரிந்துவிடும் என்றால் அது உண்மையில் அவர்களுக்கு லாபகர மானதுதான் இல்லையா? மரணத்துக்கு ஏற்ற சூழலை உருவாக்கிக் கொடுப்பது தானே ஒரு முகாமின் அடிப்படை நோக்கமும்கூட?

இருப்பிடம்

முதலில் கொடுக்கப்பட்ட கந்தல் ஆடையைத்தான் இறுதிவரை அவர்கள் உடுத்திக்கொண்டாகவேண்டும். கிழிந்துவிட்டால் தைத்துக் கொள்ளவேண்டும். விதிவிலக்காக சில முகாம்களில் ஆண்டுக்கொரு முறை வேறு ஆடைகள் தருவார்கள். அதுவும் கந்தல்தான். பலர் இறக்கும்வரை முதல் கந்தலாடையை அணிந்திருந்தனர். சிலருக்கு ரத்தக்கறை படிந்த கந்தல் கிடைக்கும். இறந்துபோன சோவியத் படை வீரர்களின் ஆடைகளையோ ஜெர்மானிய சிறைச்சாலையில் உள்ள கிரிமினல்களின் ஆடைகளையோ அளிப்பார்கள். மறுவார்த்தை பேசாமல் பத்திரமாக வாங்கி அணிந்துகொள்ளவேண்டும். யாருக்கு எது சரியாக இருக்கும், அளவு என்ன என்பதைப் பற்றியெல்லாம் கொடுப்பவரும் சரி, வாங்கிக்கொள்பவரும் சரி, யோசிக்கமுடியாது. ‘எங்களுக்குத் தேவைப்படும் அளவு கிடைக்காதபோது நாங்கள்

எங்களுக்குள் ஆடைகளை மாற்றிக்கொள்வோம். அதுவும் சரிவர வில்லையென்றால் அப்படியே அணிந்துகொள்ள வேண்டியதுதான்' என்கிறார் ஸ்டெம். கிட்டத்தட்ட வாழ்நாள் முழுக்க ஒருமுறைகூட துவைக்காமல் இந்த ஆடைகளைப் பலர் அணிந்திருந்ததாகவும் அவர் குறிப்பிடுகிறார்.

காலணிகள் பற்றி சற்று முன்பு பார்த்தோம். ஆனால் அந்த மரக்கட்டை காலணிகளைக்கூடப் பலர் விலைமதிக்கமுடியாத சொத்துபோல் பாதுகாத்து வைத்திருந்தனர். காலில் கொப்புளங்களும் புண்களும் வெடிப்புகளும் இருந்தாலும் விடாமல் இந்தக் கட்டைகளை அவர்கள் அணிந்துகொண்டதற்குக் காரணம் குளிர். காலணியின் முனையோ கீழ்ப்பாகமோ உடைந்துபோனால் அதை மாபெரும் துயரமாகக் கருதி உயிரைக் கொடுத்து பழுது பார்த்துக்கொண்டார்கள். காலணி தொலைந்துவிட்டால் மரணம் நெருங்கி வருகிறது என்று பொருள். ஒரு பெண் நினைவு கூர்கிறார். 'நான் நீண்டகாலமாகக் காலணிகள் இல்லாமல் இருந்தேன். பிறகு ஒன்றைப் பார்த்தேன். அதை நான் பாய்ந்து எடுத்துவிட்டேன். ஆனால் அதற்குள் மற்றவர்களும் வந்து என்னுடன் சண்டையிடத் தொடங்கிவிட்டார்கள். அவர்கள் என்னைத் தாக்கவும் ஆரம்பித்துவிட்டார்கள். நான் விட்டுக்கொடுக்காமல் போராடி வென்றெடுத்துவிட்டேன்.'

எவ்வளவு பெரியதாகக் காட்சியளித்தாலும் எந்தவொரு முகாமும் யூதர்களுக்குப் போதுமானதாக இருக்கவில்லை. போர் நடைபெற்ற காலம் முழுக்க நாஜிகள் பல இடங்களில் தொடர்ந்து முகாம்களை உருவாக்கிக்கொண்டுதான் இருந்தார்கள் என்றாலும் ஒரு கட்டத்தில் எல்லாமே நிரம்பி வழியத் தொடங்கிவிட்டன. புதிதாக நூறு பேருக்கு தங்குமிடம் கொடுத்துவிட்டுத் திரும்பிப் பார்க்கும்போது ஒரு ரயில் வந்து நின்று ஆயிரம் பேரை உதிர்த்துவிட்டுச் செல்லும். நாளடைவில் எல்லா முகாம்களும் ரயில் பெட்டிகளாக மாற்றமடைந்தன. இரவில் படுத்து உறங்குவதற்குப் போர் வீரர்கள் பயன்படுத்தும் கட்டடங்கள் (பராக்ஸ்) ஒதுக்கப்பட்டிருந்தன. சில முகாம்களில் இரண்டு அல்லது மூன்று அல்லது அதற்கும் அதிகமான அடுக்குகளைக் கொண்ட மரப்படுக்கைகள் அமைக்கப்பட்டிருந்தன. சிலவற்றில் தரையில் படுக்கையை விரித்துக்கொள்ளவேண்டும். 'நான் தங்கியிருந்தது மூன்று அடுக்குகளைக் கொண்டிருக்கும் பங்க்குகளில். ஒவ்வொன்றி லும் ஒருவர்தான் படுத்துக்கொள்ளமுடியும். ஆனால் நாங்கள் இருவர் அதில் உறங்கிக்கொண்டிருந்தோம்' என்கிறார் ஆஷ்விட்ஸில் இருந்த பிங்கஸ்.

இவர் பரவாயில்லை, சில சமயம் ஒரு படுக்கையில் மூவர் படுத்துறங்க வேண்டும். இதுவும்கூடப் பரவாயில்லை என்று சொல்லும்படி பல

முகாம்களில் சில அடி அகலங்களில் இருக்கும் படுக்கையில் ஏழு பேர் வரை நெருக்கியடித்து உறங்கவேண்டும். ஒருவர் தலை வைத்துப் படுத்துக்கொள்ளும் இடங்களில் பலர் கால்களை நீட்டிக் கொண்டிருப்பார்கள். துர்நாற்றம் வயிற்றைக் கலக்கும். ஆனால், வேறு வழியில்லை. குளிரில் கால்களைச் சுத்தப்படுத்துவது இயலாத காரியம். தவிரவும் அங்கே குளிக்கும் வழக்கம் கொண்டவர்கள் அதிகம் பேர் இல்லை. இதுபோக, காலணிகளைப் பாதுகாத்துக் கொள்ளவேண்டிய பொறுப்பும் ஒவ்வொருவருக்கும் இருந்ததால் பலர் காலணிகளை அணிந்தபடியே உறங்கவேண்டியிருந்தது. சிலர் காலணிகளை அகற்றினாலும் அவற்றைத் தலையிலோ அல்லது உடலுக்கு நெருக்கமாகவோ வைத்துக்கொண்டு உறங்குவார்கள். ஒரே ஒரு கந்தலாடைதான் இருக்கும் என்பதால் வெயில் காலங்களில் கிட்டத்தட்ட அனைவரும் உடையை அகற்றிவிட்டு நிர்வாணமாகவே படுத்துக்கொள்வார்கள். போர்த்திக்கொள்ள ஒரு அழுக்குப் போர்வை உதவிக்கு வந்தது. அதை இரண்டு, மூன்று பேருடன் நீங்கள் பகிர்ந்துகொள்ளவேண்டும்.

குளிர் காலங்களில் கந்தலாடையோடு உறங்கவேண்டும். போர்வைக்கு அப்போது கடும் இழுபறி இருக்கும். முகத்தில் அருகில் கொண்டுசெல்லமுடியாதபடிக்கு அந்தப் போர்வையில் துர்நாற்றம் வீசிக்கொண்டிருக்கும். சிறுநீர், ரத்தம், வியர்வை, மலம் அனைத்தையும் அந்தப் போர்வையில் காணமுடியும் அல்லது நுகரமுடியும். ஆனால் குளிருக்கு அதைவிட்டால் வேறு நாதியில்லை. மேலும், படுக்கையில் போட்டிப் போட்டுக்கொண்டு வசிக்கும் வண்டுகள், எலிகள், கரப்பான் பூச்சிகள், ஈக்கள் ஆகியவற்றிடம் இருந்து தப்பிக்க போர்வை தேவைப்படும்.

ஒரே ஒரு வாளி நீரில் ஒரு கும்பலே குளித்துக்கொள்ளவேண்டும். கை, கால், முகம் போன்றவற்றைக் கழுவ ஆரம்பித்தால் நீர் போதாது என்பதால் பெரும்பாலானோர் தேய்ந்துபோன கைகளில் ஒருமுறை நீரை அள்ளியெடுத்து தங்கள் பாலுறுப்புகளை மட்டும் சுத்தப்படுத்திக் கொள்வார்கள். அதையும்கூட காவலர் முன்புதான் செய்யவேண்டும். ஸோஃபியா என்பவர் சொல்கிறார். 'விலங்குளைப் போல் நாங்கள் எங்களைச் சுத்தப்படுத்திக்கொள்வதை அந்தக் காவலர் பெரிதாக எடுத்துக்கொள்ளமாட்டார். அதேபோல் நாங்களும் அவர் இருப்பதைப் பொருட்படுத்த மாட்டோம்.'

பெர்கென் பெல்சென் முகாமில் அடைபட்டிருந்த ஒரு யூதரின் வார்த்தைகள் இவை. 'எலும்புக்கூடுபோல் மெலிந்திருப்பவர்களும் எல்லாவிதமான நோய்களையும் கொண்டிருப்பவர்களையும் நீங்கள்

முகாமில் பார்க்கலாம். அவர்களுடன்தான் நீங்கள் நெருக்கியடித்து உறங்கவேண்டும். எந்தவொரு பங்கிலும் கால்களை நீட்டி உறங்கப் போதுமான இடம் இருக்காது. நூறு பேர் இருக்கவேண்டிய இடத்தில் 600 முதல் 1000 பேர் வரை இருப்பார்கள்.' ஜெர்மனியில் வடமேற்கில் அமைந்திருந்தது வதைமுகாம் பெர்கென் பெல்சென். ஹங்கேரியைச் சேர்ந்த ஆலிஸ் லோக் கஹானா என்னும் பெண் நினைவு கூர்கிறார். 'அதை நரகம் என்றுதான் அழைக்கமுடியும். இறந்துபோனவர்களை அப்புறப்படுத்த மாட்டார்கள். உடல்களைத் தாண்டிக் கடந்து நீங்கள் நடந்துசென்றாகவேண்டும். அல்லது தவறி அவர்கள்மீதே விழ வேண்டும். கைதிகள் தண்ணீர் கேட்டுத் தத்தளித்துக்கொண்டிருப் பார்கள். அழுதுகொண்டிருப்பார்கள். பிச்சையெடுப்பார்கள். உடலில் வலு இல்லாததால் அடிக்கடி தவறிக் கீழே விழுவார்கள். அது நரகம். பிரார்த்தனைகளிலிருந்தும் அழுகைகளிலிருந்தும் நீங்கள் விடுபடவே முடியாது. உங்கள் காதுகளில் இந்தச் சத்தங்கள் கேட்டுக்கொண்டே இருக்கும். மரணத்தின் ஒலி. நரகத்தின் ஒலி.'

உணவு

தனக்கு வழங்கப்பட்ட உணவை ஒரு யூதர் நினைவு கூர்கிறார். 'காலை உணவில் ரொட்டித் துண்டு வழங்கப்படும். மாவு, மரத்தூள் ஆகியவற்றைக்கொண்டு ரொட்டி உருவாக்கப்பட்டிருக்கும். நாற்ற மடிக்கும் சூடான பானம், காபி என்னும் பெயரில் கொடுக்கப்படும். மதிய நேரம் சூப். தண்ணீர் போல் நீர்க்க இருக்கும். உருளைக்கிழங்கு தோல், டர்னிப், நெட்டில்ஸ், கோஸ் ஆகியவற்றைக் கொண்டு தயாரிக்கப்பட்ட சூப் அது. மரத்துகள்களும் அதில் காணப்படும். பல முறை இந்த சூப் கெட்டுப்போயிருக்கும். இரவு உணவுக்கு மீண்டும் ரொட்டித் துண்டு. சிறிதளவு வெண்ணெய் அல்லது சாசேஜ் கிடைக்கக் கூடும்.'

எப்போதும் உணவுக்குத் தட்டுப்பாடு இருக்கும். எப்போதும் எல்லோருக்கும் பசி இருந்துகொண்டே இருக்கும். தட்டு, ஸ்பூன் இரண்டையும் பத்திரமாக வைத்திருக்கவேண்டியது கைதிகளின் கடமை. ஏதாவது தொலைந்துபோனால் மாற்று கிடைக்காது. ஸ்பூன் இரண்டு வகைகளில் பயன்படுத்தப்படும். சூப் சாப்பிடுவதற்கு; ரொட்டியை வெட்டுவதற்கு. எனவே உயிரைக் காப்பதைப் போல் ஸ்பூனைப் பத்திரப்படுத்தி வைத்திருப்பார்கள். போலந்தில் உள்ள சில முகாம்களில் ஸ்பூன் அனுமதிக்கப்படவில்லை. 'கிண்ணத்தில் நிரப்பப்பட்ட சூப்பை நாங்கள் அப்படியே கலக்கிக் குடித்துவிடுவோம். அல்லது சற்று ஆறிய பிறகு நாக்கைவிட்டு நாய்போல் நக்கிக் குடிப்போம்' என்கிறார் மாஜ்டெனக் முகாமைச் சேர்ந்த ஒரு கைதி.

உணவு நேரம் நெருங்கிவிட்டால் எல்லோரும் முண்டியத்து ஓடோடிச் சென்று வரிசையில் நிற்க ஆரம்பிப்பார்கள். பல சமயங்களில் கையில் சூப் வருவதற்கு ஒரு மணி நேரத்துக்கு மேல் காத்திருக்கவேண்டியிருக்கும். இரண்டு மணி நேரம் காத்திருந்து எதுவும் கிடைக்காமல் போவதும் உண்டு. ஏமாற்றத்தால் முன்பைவிடப் பசி பல மடங்கு அதிகரித்திருக்கும். பசியோடு படுக்கச் சென்றால் உறக்கமும் வராது.

பென் ஸ்டெம் நினைவு கூர்கிறார். 'உடல்நிலை சரியில்லாதபோது சூப் சாப்பிடப் பிடிக்காது. ஆனால் சூப்பை விட்டுக்கொடுக்கவும் மனம் வராது. வாங்கி வந்து பங்கரில் ஒளித்துவைத்துக்கொள்வேன். ஒருநாள் பரிசோதனை நடத்தும்போது என் சூப்பைக் கண்டுபிடித்து விட்டார்கள். உணவுப்பொருள்களை உள்ளே எடுத்து வருவதற்கு தடை இருந்ததால் என்னைப்போட்டு அடித்தார்கள். மூன்று அடி அடித்ததும் நான் மயங்கிச் சரிந்துவிட்டேன். ஏற்கெனவே உடல்நிலை சரியில்லாததால் நான் பாதிப்படைந்தேன். ஒரு நண்பன், அருந்துவதற்கு காபி கொண்டுவந்து கொடுத்தான். எப்படியோ பிழைத்துக் கொண்டுவிட்டேன்.'

பசியால் கைதிகள் ஒருவரையொருவர் அடித்துக்கொள்வதுண்டு. நான் முன்னால், நீ பின்னால் என்று வரிசையில் சண்டை போட்டுக் கொள்வதுண்டு. என் ரொட்டித் துண்டை எனக்குக் கொடு என்று கேட்டு வாக்குவாதம் நடத்துவதுண்டு. நெருங்கிய நண்பர் ஸ்பூனை எடுத்துக்கொண்டு போய்விடுவார். முன்பின் அறிமுகம் இல்லாதவர் தன் ஸ்பூனை இரவல் கொடுப்பார். பசி அனைவரையும் உலுக்கிப் போட்டது. இன்று நான் திருப்தியாக உண்டேன் என்று ஒருவரும் அங்கே கூறியது கிடையாது. எப்போதும் ஏதேனும் ஒன்று குறைவாகக் கிடைக்கும். அல்லது உணவு ருசி குறைந்தோ கெட்டு போயோ வந்துசேரும். உணவுக்கு எப்போதும் தட்டுப்பாடு இருந்துவந்தது. எல்லோரும் எப்போதும் பசியோடே இருந்தார்கள். அது வயிற்றுப் பசி மட்டுமேயல்ல.

'நாய்களைப்போல் பலமுறை நாங்கள் உணவுக்காகச் சண்டை போட்டுக்கொண்டிருக்கிறோம். உருளைக்கிழங்குத் தோலுக்காக ஒருவரையொருவர் அடித்துக்கொண்டிருக்கிறோம். இப்போது நினைத்துப் பார்த்தால் அவமானமாக இருக்கிறது' என்கிறார் ஒரு யூதர். எப்போதும் உணவு குறித்தே பலர் சிந்தித்துக்கொண்டிருந் தார்கள். இன்று கிடைத்ததைப் போல் நாளை சூப் கிடைக்குமா? ஒருவேளை ஆறிப் போயிருந்தால் என்ன செய்வது? முட்டி, மோதி வரிசையில் முதலிடத்தைப் பிடித்துவிட்டால் சூப் நிறைய கிடைக்கும், காய்கறித் துண்டுகளும்கூட அதிகம் கிடைக்கும் என்று சொல்கிறார்கள், உண்மையா? சமையலறையில் பணியாற்றுபவர்

களுடன் நெருக்கமாக உறவை வளர்த்துக்கொள்ள முடிந்தால் அதிக இறைச்சித் துண்டுகள் கிடைப்பதற்கு வழி இருக்கிறதா?

கிட்டத்தட்ட எல்லோருமே பழைய நினைவுகளில் மூழ்கிப்போய் வருந்தினார்கள். 'இப்போதுகூட அந்தப் பிறந்தநாள் விழா நன்றாக நினைவில் இருக்கிறது. பெரிய வெள்ளை நிற கேக் வைத்திருந்தார்கள். அதில் எனக்கு இரண்டு பெரிய துண்டுகள் கிடைத்தன. நான் ஒன்றை மட்டுமே சாப்பிட்டேன். இன்னொன்றை அப்படியே கொறித்துவிட்டுத் தூக்கியெறிந்துவிட்டேன். என்னைப் போன்ற முட்டாள் இருக்கவே முடியாது. நான் எறிந்ததில் இருந்து ஒரு துளி இப்போது கிடைத்தாலும் போதும்' என்பார் ஒருவர். இன்னொருவர் தன் கதையை விவரிப்பார். 'என் வீட்டில் எப்போதும் விதவிதமான உணவு வகைகள் இருக்கும். நாங்கள் நன்றாகச் சாப்பிட்டு வளர்ந்தோம். தேவைக்கும் அதிகமாகவே நிறைய தின்பண்டங்களை வாங்கிக் குவித்து வைப்போம். நிறையவே வீணடித்திருக்கிறோம் என்று இப்போது தோன்றுகிறது. ஒவ்வொரு நாளும் அதை நினைத்து வருந்திக்கொண்டிருக்கிறேன்.'

வீணடித்த உணவை நினைத்து வருந்தாதவர்கள் அநேகமாக யாருமே இல்லை என்று சொல்லிவிடலாம். உரையாடல்களில் உணவு பெரும் பகுதியை எடுத்துக்கொண்டது. சிலர் பல்வேறு சமையல் குறிப்புகளை நினைவுபடுத்தி நண்பர்களிடம் பகிர்ந்துகொண்டார்கள். அந்தக் குறிப்புகளை மீண்டும் மீண்டும் சொல்லக் கேட்டு அவர்களும் உற்சாகப்படுத்தினார்கள். குறிப்பாக, சூப் அருந்தும்போதோ உலர்ந்த ரொட்டியை மென்று விழுங்கும்போதோ இந்தக் கதைகளை அவர்கள் ஆர்வத்துடன் விவாதித்தார்கள். ஏற்கெனவே சாப்பிட்ட உணவு வகைகளின் சுவையைப் பேசிப்பேசி மீண்டும் நாவில் கொண்டுவந்து விடமுடியும் என்று அவர்கள் நம்பியதுபோல் இருந்தது. அல்லது கையில் உள்ள உணவைச் சகித்துக்கொள்வதற்காகவும் இத்தகைய உரையாடல்களில் அவர்கள் இறங்கியிருக்கக்கூடும்.

பசி அவர்களை நிரந்தர மயக்கத்தில் ஆழ்த்தி வைத்திருந்தது. என்ன செய்கிறோம் என்றே தெரியாமல் விசித்திரமான காரியங்களைப் பலர் செய்தார்கள். சாலி இர்விங்கின் வயது 14. புச்சன்வால்ட் முகாமில் அடைக்கப்பட்டிருந்த சாலி ஒருமுறை தன் கண்முன்னால் பெரிய பாத்திரத்தில் சூப் சென்றுகொண்டிருப்பதைப் பார்த்தான். இரண்டு கைதிகள் அதைச் சுமந்து சென்றுகொண்டிருந்தார்கள். அவர்களுக்குப் பின்னால் சீருடை அணிந்த ஒரு காவலரும் வந்துகொண்டிருந்தார். அதற்குப் பிறகு நடந்ததை அங்கிருந்த ஒருவர் விவரிக்கிறார். 'சாலி யோசிக்கவேயில்லை. பாய்ந்து சென்று சூப்புக்குள் கையை விட்டான். பெரிய காய்கறித் துண்டு ஏதேனும் கையில் சிக்குகிறதா

என்று பார்ப்பதற்காக அவன் துழாவத் தொடங்கினான். அந்த சூப் கொதிக்கும் சூட்டில் இருந்ததை அவன் பொருட்படுத்தியதாகவே தெரியவில்லை. சில விநாடிகளில் கை எரிய ஆரம்பித்துவிட்டது. அவன் ஓடத் தொடங்கினான். அங்கும் இங்கும் ஓடினான். என்ன நடந்தது என்பது காவலருக்குத் தெரிந்துவிட்டது. அவர் தயங்கவே யில்லை. தன் துப்பாக்கியால் சாலியைச் சுட்டுக் கொன்றுவிட்டார்.'

ஊட்டச்சத்து குறைபாடு காரணமாகப் பலர் இறந்துபோனார்கள். பசியால் துடித்து அரற்றியபடியே பலர் உயிரை விட்டனர். நிரந்தரப் பசி சிலரை மனநோயாளியாக மாற்றியிருந்தது. ஆஷ்விட்ஸ் முகாமில் இருந்த ரூடி இதுபற்றி எழுதியுள்ளார். 'இறந்துபோனவர்கள் தூக்கி எறியப்பட்டனர். அல்லது, கண்காணிப்பு கோபுரத்துக்குக் கீழே அவர் களுடைய உடல்கள் ஒன்றன்மீது ஒன்றாக அடுக்கி வைக்கப்பட்டன. நிர்வாணமாக, உடல்கள் நான்கு அடி உயரத்துக்கு எழும்பி நின்றன. இருபத்து நான்கு மணி நேரத்துக்கு ஒருமுறை வண்டி ஒன்று வந்து நிற்கும். அப்படியே அள்ளியெடுத்து உள்ளே வீசுவார்கள். கிரிம டோரியத்தில் எரிக்கப்படுவதற்காக அவை கொண்டுசெல்லப்படும்.'

குப்பை அள்ளும் பணியே பெரும்பாலும் முகாம் குழந்தைகளுக்கு அளிக்கப்பட்டது. ஒருநாள் தாமஸ் தன் இரு நண்பர்களுடன் இணைந்து முகாமில் உள்ள சமையலறைக்கு வெளியில் உள்ள கழிவுகளைச் சுத்தப்படுத்திக்கொண்டிருந்தார். தற்செயலாக உள்ளே பார்த்தபோது ஒரு பாத்திரத்தில் பால் வைக்கப்பட்டிருந்தது தெரிந்தது. சுற்றிலும் நோட்டம் விட்டார்கள், யாருமில்லை. ஜன்னல் வழியாக உள்ளே நுழைந்த முதல் சிறுவன் சிறிது பால் அருந்திவிட்டு ஜன்னல் வழியாகப் பாத்திரத்தை நீட்டினான். வெளியில் இருந்த தாமஸும் இன்னொருவனும் அந்தப் பாலை சிறிதளவு அருந்தினார்கள். சத்தம் போடாமல் பாத்திரத்தை உள்ளே வைத்துவிட்டு மூவரும் அங்கிருந்த நகர்ந்தார்கள். அறுபதாண்டுகள் கழிந்த பிறகும் அந்தப் பாலின் சுவை என் நாவில் அப்படியே இருக்கிறது என்கிறார் தாமஸ். 'என் குழந்தைகள் பால் சாப்பிட முரண்டுபிடிக்கும்போது எனக்கு அந்தச் சம்பவம் நினைவுக்கு வரும். உயிரைப் பணயம் வைத்து பால் அருந்தவேண்டிய அவசியம் அவர்களுக்கு இல்லை என்று நினைத்துக் கொள்வேன். சில சமயம் கோபமும் வரும். அவர்கள் ஏன் இந்தப் பாலை அருந்த மறுக்கவேண்டும்? அதன் அருமையை அவர்கள் உணர்ந்திருக்கவில்லையா?'

காமம்

நிர்வாணமாக நிற்கும்போதும்கூட யார் ஆண், யார் பெண் என்பதைக் கண்டறிவது சிரமமானதாக இருந்தது என்கிறார்கள் கைதிகள்.

'நிர்வாணமான ஆண்களையும் பெண்களையும் பார்த்துப் பார்த்து எங்கள் உணர்வுகள் செத்துவிட்டன. காதல், காமம் எதுவும் எங்களைத் தீண்டுவதில்லை. வெறுப்பும் அவநம்பிக்கையும் மிருகத்தனமும் மட்டும்தான் கிளர்ந்தெழுந்தன' என்கிறார் ஒரு கைதி. சில சமயம் பெண்கள்மீது பரிதாபம்கொண்டு சில ஆண்கள் அவர்கள் இருக்கும் இடங்களில் ரொட்டித் துண்டை வீசுவார்கள். ஒருமுறை குளியலுக்காக அழைத்துச்செல்லப்படும்போது தொலைவில் இருந்து ஓர் ஆண் கைதி ரொட்டியை வீசியெறிந்தார். ஆனால் அதை எடுக்க பெண்களில் சிலர் போட்டிப்போட்டபோது காவலர்கள் எரிச்சலடைந்து அவர்களை மொத்தமாக அடிக்க ஆரம்பித்துவிட்டனர். 'இந்த முகாமில் உதவி செய்ய நினைப்பதுகூட ஆபத்தானது என்பதைத் தெரிந்து கொண்டேன். அதற்குப் பிறகு ரொட்டி வீசுவதை நிறுத்திக் கொண்டேன்' என்றார் அந்தக் கைதி.

பெண் முகாம்களில் ஆண் கைதிகள் அனுமதிக்கப்படுவதில்லை. சந்திப்புகள் ரகசியமாகவே நடைபெறும். காதலிப்பதற்கு உகந்த இடம் கழிப்பறையே. ஆண்கள் ரகசியமாகக் கொண்டுவந்து கொடுக்கும் உணவுக்காகத் தங்கள் உடலைப் பகிர்ந்துகொண்ட பெண் கைதிகள் இருந்தனர். ரகசிய உணவு என்பதால் அதையும் கழிப்பறையில்தான் உண்ணவேண்டும். காபோக்கள் கைதிகளைப் பாலியல் பலாத்காரம் செய்வது இயல்பானதொன்றாக இருந்தது. ஓர் ஆண் காபோ தன் விருப்பத்துக்கேற்ப ஆண், பெண் இருவரையும் பாலியல் பலாத்காரம் செய்வதுண்டு. இளம் பெண் கைதிகளைத் தேர்ந்தெடுத்து முகாமுக்குள் 'கேளிக்கை மையங்களை' ஏற்படுத்தினர் சில எஸ்எஸ் காவலர்கள். ஆஷ்விட்ஸில் முதல் மாடியில் பிளாக் 24 பகுதியில் அப்படியொரு இடம் இருந்தது. காபோக்களும் மருத்துவர்களும் இதற்கு உடந்தையாக இருந்தனர். எஸ்எஸ் உயரதிகாரிகள் திடீர் பரிசோதனைகளை மேற்கொள்ளும்போது இத்தகைய திரைமறைவு விஷயங்கள் பல முறை கண்டறியப்பட்டிருக்கின்றன. பண ஊழலுக்கு அடுத்தபடியாக பாலியல் ஊழலும் வலுவாக முகாமில் காலூன்றியிருந்ததால் இரண்டையுமே இறுதிவரை அகற்றமுடியவில்லை. தவிரவும் எஸ்எஸ் உயரதிகாரிகளுக்கு இதெல்லாம் பொருட்படுத்தத்தக்க விஷயமாகவே இருக்கவில்லை.

முக்கோணமும் நட்சத்திரமும்

வெவ்வேறு வண்ணங்களையும் வடிவங்களையும் கொண்ட நட்சத்திர அடையாளங்கள் கைதிகளுக்கு வழங்கப்பட்டன. அரசியல் கைதிகள், சோஷியல் டெமாக்ரடிக் கட்சியினர், சோஷலிஸ்டுகள், தொழிற்சங்கவாதிகள், கம்யூனிஸ்டுகள், அராஜகவாதிகள் ஆகியோருக்கு சிவப்பு

முக்கோணம் அளிக்கப்பட்டது. வேறு நாடுகளிலிருந்து குடி பெயர்ந்தவர்களுக்கும் வெளிநாட்டுத் தொழிலாளர்களுக்கும் நீல முக்கோணம். பச்சை, தொழில்முறை கிரிமினல்களுக்கானது. ஜெஹோவா விட்னஸஸ் நம்பிக்கையாளர்களுக்கும், பிற சிறு மதக் குழுக்களைப் பின்பற்றுவோருக்கும் ஊதா முக்கோணம். ஒருபால் ஈர்ப்பாளர்களுக்கும் பாலியல் குற்றவாளிகளுக்கும் (பாலியல் பலாத்காரம் செய்தவர்கள், குழந்தைகளைப் பலாத்காரம் செய்தவர்கள், விலங்குகளுடன் உறவு கொள்பவர்கள்) இளஞ்சிவப்பு. ரோமா ஜிப்ஸிகள், பாலியல் தொழிலாளர்கள், ஆள் கடத்தல் புரிந்தவர்கள், குடிகாரர்கள், போதை மருந்துக்கு அடிமையானவர்கள், மனநிலை சரியில்லாதவர்கள், லெஸ்பியன்கள் ஆகியோருக்கு கறுப்பு முக்கோணம். பணியாற்ற விரும்பாதவர்களுக்கும் சமூகத்திலிருந்து ஒதுங்கியிருப்பவர்களுக்கும்கூட இதே வண்ணம்தான். ரோமா ஆண்களுக்கு பழுப்பு. எதிரி நாட்டு போர்க் கைதிகளுக்கு பிரமிட் வடிவ சிவப்பு அளிக்கப்பட்டது.

ஒரு முக்கோணத்தின்மீது இன்னொன்றைப் பொருத்தி சிலருக்கு வழங்கினார்கள். யூதர்களுக்கு மஞ்சள் நட்சத்திரம் அளிக்கப்பட்டது. சில சமயம் நட்சத்திரத்தின் உள்ளே யூதர் என்றும் எழுதப்பட்டிருக்கும். யூத அரசியல் கைதிகளுக்கு சிவப்பும் மஞ்சளும் கலந்த நட்சத்திரம். பச்சையும் மஞ்சளும் கொண்ட இணைப்பு தொடர் குற்றச்செயல்களில் ஈடுபட்ட யூதர்களுக்கு வழங்கப்பட்டது. ஊதாவும் மஞ்சளும் இருந்தால் மத நம்பிக்கை கொண்ட யூதர்கள். இளஞ்சிவப்பும் மஞ்சளும் யூத பாலியல் குற்றவாளிகளுக்கு. கறுப்பு, மஞ்சள் நட்சத்திரம் சமூகத்திலிருந்து ஒதுங்கியிருக்கும் யூதர்களுக்கு. கறுப்பு, மஞ்சள் நட்சத்திரம் இனத்தூய்மையை மீறிய ஆரியப் பெண்களுக்கு ஒதுக்கப்பட்டது.

ஒரு கைதி எந்த நாட்டைச் சேர்ந்தவர் என்பதை உணர்த்தும் வகையில் அந்நாட்டின் பெயர் கொண்ட எழுத்தை முக்கோணத்திலும் நட்சத்திரத்திலும் பொருத்துவதுண்டு. உதாரணத்துக்கு, பெல்ஜியத்தைச் சேர்ந்தவர்களுக்கு பி, ஆங்கிலேயர்களுக்கு ஈ, ஹாலந்தில் இருந்து வருபவர்களுக்கு ஹெச். சோவியத் யூனியன் கைதிகள் எஸ்யூ என்னும் எழுத்துகளைத் தாங்கியிருப்பார்கள். தொடர்ச்சியாகக் குற்றமிழைப்பவர்களுக்கு நட்சத்திரத்தின் மேலே ஒரு கோடு போடப்படுவதுண்டு. எந்த வகைக் குற்றம் என்பதை வெவ்வேறு வண்ணங்களைக் கொண்டு குறித்தார்கள். மொத்தத்தில் ஒவ்வொரு கைதியும் தன்னுடைய நாடு, மதம், மொழி, குற்றப் பின்னணி, இனம் போன்ற அனைத்து அடையாளங்களையும் தன்னுடனே எப்போதும் சுமந்துசெல்கிறார். சில சமயம் ஆறு விதமான அடையாளங்களை ஒருவர் தன் உடையில்

தைத்துக்கொண்டிருப்பார். குறைந்தபட்சம் இரண்டு. தப்பிச்செல்ல முயன்று மாட்டிக்கொண்டவர்களைக் கூடுதல் கவனத்துடன் கண்காணிப்பதற்கு வாகாக தனியொரு அடையாளம் அளிக்கப் பட்டது.

சட்டம்

சில சட்டங்கள் எந்த நோக்கத்துக்காக வடிவமைக்கப்பட்டன என்பதையே இறுதிவரை கண்டறியமுடியாது. உதாரணத்துக்கு, எல்லோரும் தினமும் நெருக்கமாகச் சவரம் செய்துகொள்ள வேண்டும், மீறுபவர்கள் தண்டிக்கப்படுவார்கள். அதே சமயம், எக்காரணம் கொண்டும் சவரக்கத்தியை நீங்கள் வைத்திருக்கக்கூடாது. துண்டு பிளேடுகூட தடை செய்யப்பட்டிருந்தது. உங்கள் சட்டையில் உள்ள ஒரு பித்தான் அறுந்து விழுந்தாலும் அதற்காக நீங்கள் தண்டிக்கப் படலாம். அல்லது ஜிப் அறுந்தாலும் தண்டனை உறுதி. வேலை செய்யும்போது சில சமயம் சட்டை முழுக்கவே கிழிந்து அறுபட்டுப் போவதற்கு வாய்ப்பு இருக்கிறது என்னும்போது ஜிப்பையும் பட்டனையும் எப்படி ஒருவர் பாதுகாக்கமுடியும்? ஆனாலும் வேறு வழியில்லை, செய்துதான் தீரவேண்டும்.

கந்தலாடையின் ஒரு பகுதி கிழிந்துவிட்டாலும் கைதிகள் பரபரப்புடன் மற்றவர்களிடம் உதவி கேட்டு கெஞ்சுவதைப் பார்க்கலாம். தாராள மனம் கொண்டிருப்பவர்கள் தங்கள் ஆடையில் இருந்து தேவைப்படாத சிறு பகுதி எதையாவது கண்டறிந்து வெட்டி அளித்தால்தான் நிலைமையைச் சமாளிக்கமுடியும். முகாமில் எங்காவது சிறு துண்டு கந்தலோ ஒரு பட்டனோ கிடைத்தாலும் விழிகளை விரித்தபடி ஓடிச்சென்று எடுத்து பொன்போல் பத்திரப்படுத்திக்கொள்வார்கள். சில முகாம்களில் காலணிகள் அழுக்கின்றி பாலிஷ் செய்யப்பட்டு இருக்கவேண்டும் என்று எதிர்பார்க்கப்படும். கந்தாலாடையைதான் இதற்கும் பயன்படுத்திக் கொள்ளவேண்டும். சில முகாம்களில் கைக்குட்டை வைத்திருப்பது தண்டனைக்குரிய குற்றம். குற்றங்களின் பட்டியல் முகாமுக்கு முகாம் மாறுபடும்.

குளியலறைக்கு முடிந்தவரை முதல் ஆளாகச் சென்றுவிடவேண்டும் என்பதில் பலர் ஆர்வத்துடன் இருப்பார்கள். முதலில் செல்பவருக்கு நீர் சற்றே அதிகம் கிடைக்க வாய்ப்பிருக்கிறது. அதேபோல் சூப், ரொட்டி கொடுக்கும் வரிசையிலும் ஓடிச்சென்று முதலிடத்தைச் சிலர் பிடித்துக்கொள்வார்கள். நேரம் ஆக ஆக சூப் தண்ணீராக மாறிவிடும், சூடும் குறைந்துவிடும். மேலும், முதல் சில இடங்களைப் பிடித்து விட்டால் வேகமாக சாப்பிட்டு முடித்துவிட்டு இரண்டாவது முறை

வரிசையில் நிற்பதற்கு வாய்ப்பிருக்கிறது. காவலர்கள் கண்டுபிடித்து தள்ளாதவரை இது சாத்தியமே என்பதால் முதல் சில இடங்களுக்கு கடும் போட்டி நிலவியது. இதற்காகவே பலர் வழக்கத்தைவிட முன்கூட்டியே எழுந்திருந்து காத்திருப்பார்கள்.

தொப்பி காணாமல் போனாலும் அடி, உதை கிடைக்கலாம். அப்படி ஏதேனும் நடந்துவிட்டால் வேறு கைதிகளிடமிருந்து திருடுவதுதான் ஒரே வழி. எமில் பெட்னாரெக் என்னும் கைதி விவரிக்கிறார். 'இரவு நேரங்களில் கைதிகள் மற்றவர்களிடமிருந்து காலணி, தொப்பி ஆகியவற்றைத் திருடிச்செல்வது வழக்கம். பட்டனையும் கத்தரித்து எடுத்துச்செல்வார்கள். ரத்தம் சிந்தி சண்டையும் போடுவார்கள்.' ரொட்டி திருடிவிட்டான், ஒரு கைப்பிடி காய் கூடுதலாக அள்ளி விட்டான் என்று சொல்லி ரத்தம் வரும்படி கைதிகளைக் காவலர்கள் அடித்திருக்கிறார்கள். ஒரே ஒரு உருளைக்கிழங்குத் தோலுக்கு ஆசைப் பட்டு உயிரை விட்டவர்களும் இருந்தனர்.

காலை கண்விழித்துப் பார்க்கும்போது தன் காலணி திருடுபோய் விட்டதை உணரும் கைதியின் நிலை பரிதாபகரமானது. ருடால்ஃப் விப்ரா என்னும் கைதி விவரிக்கிறார். 'ஓநாய்களுக்கு மத்தியில்தான் நாங்கள் வாழ்ந்துவந்தோம். இரவு நேரம். திடீரென்று ஒரு கைதி உறக்கத்திலிருந்து எழுந்து, 'என் பிரெட் திருடுபோய்விட்டது' என்று கத்துவார். சிலர் அவசரமாக ஓடுவது கேட்கும். கோபமாக ஏதோ பேசிக்கொள்வார்கள். யாரோ யாரையோ அடிக்கும் சத்தமும், அலறும் சத்தமும் கேட்கும். பிறகு சத்தங்கள் அடங்கிவிடும். மறுநாள் காலை எழுந்து விசாரித்துத் தெரிந்துகொள்வேன். ஒரு பலவீனமான நபரிடமிருந்து யாரோ ஒரு திருடன் பிரெட்டை எடுத்துக்கொண்டு ஓடிவிட்டான். அவர் எழுந்து நின்று சத்தம்போடுவதற்குள் திருடன் ஓடியேவிட்டான். பிறகு மற்ற கைதிகள் ஓடிச்சென்று அவனைப் பிடித்து அடித்துக் கொன்றேவிட்டார்கள். அவனுக்கு இது தேவைதான் என்று நினைத்துக்கொள்வேன்.'

மதிக்கத்தக்க குடும்பத்தைச் சேர்ந்த, அமைதி தவழும் முகங்களைக் கொண்டிருந்த தாய்மார்கள் ரொட்டித் துண்டுகளைத் திருடிச் சென்றனர். செல்வந்தர்கள் பலர் யாருடைய ஸ்பூனை அபரிக்கலாம் என்று நோட்டமிட்டுக்கொண்டிருந்தனர். ஒரு பட்டனுக்காக இளம் பெண்கள் வெறித்து பார்த்தபடி முகாம் முழுக்க சல்லடை போட்டுத் தேடிக்கொண்டிருந்தனர். குப்பைக்கூளங்களில் அரிதாக ஏதேனும் தின்னும் பொருள் கிடைக்குமா என்று முதியவர்கள் கீழே அமர்ந்து நிதானமாகத் தேடிக்கொண்டிருந்தனர். 'குளிர் காலத்தில் கைக்குட்டை இல்லாமல், வயிற்றுப்போக்குச் சமயத்தில் ஒரு துண்டுக் காகிதம் இல்லாமல் நாங்கள் சிரமப்பட்டோம்' என்கிறார் ஒரு கைதி.

5
பணிகள்

எங்களுடன் ஒரு பாதிரியார் இருந்தார். மிக மோசமாக அவர் நடத்தப்பட்டார். இரண்டு கைகளிலும் கற்களைச் சுமந்துகொண்டு முட்டிக்கால் போட்டு அமர்ந்து, இயேசு நாதர் என்றொருவர் இல்லவே இல்லை என்று சொல்லும்படி அவர் கட்டாயப்படுத்தப்படுவது வழக்கம். ஹிட்லரே கடவுள் என்றும் அவர் சொல்லியாக வேண்டும். ஆனால் அவர் சொல்லமறுத்தார். காலை, மதியம், மாலை என்று தொடர்ந்து அவரைப் போட்டு அடித்துக்கொண்டே இருந்தார்கள். அவர் மசிய வில்லை. பிறகொருநாள் அவரைச் சுட்டுக்கொன்று விட்டார்கள்.

எஃப். லெகுரான்

மாஜ்டெனெக் முகாமில் ஒரு குளியலறை இருந்தது. அதைப் பயன்படுத்திய ஒரு கைதியின் குறிப்பு இது. 'கைதிகள் எல்லோரும் அந்த அறையில்தான் குளிப்போம். மிகக் குறைவான குழாய்கள்தான் இருக்கும். நாங்கள் 4,500 பேர் இருந்தோம். அனைவரும் குளித்தாக வேண்டும். சோப் இருக்காது. துடைத்துக்கொள்ள டவல் கிடையாது. ஒரு கைக்குட்டைகூட இருக்காது. ஆனாலும் குளித்தோம்.' கழிப்பறை என்பது தோண்டப்பட்ட குழிகள்தாம். முழுக்க நிரம்பி மலம் நிரம்பி வழியத் தொடங்கியபிறகும் மேலும் சில நூறு பேர் பயன்படுத்திக் கொள்ளவேண்டும். சுத்தப்படுத்திக்கொள்ள அழுக்கடைந்த சாக்கடை நீரே இருக்கும். வேலையின் ஒரு பகுதியாக

மலக்குழிகளைச் சுத்தப்படுத்தும் பணிகளைக் கைதிகளே செய்தாக வேண்டும். இரண்டு பெரிய தகரப்பெட்டிளில் கழிவுகளை வழிய வழிய நிரப்பிக்கொண்டபிறகு ஒரு கழியை எடுத்து இரு ஓரங்களிலும் அந்தத் தகரப்பெட்டிகளைத் தொங்கவிட்டுக்கொண்டு தோளில் சுமந்து நடக்கவேண்டும். சில கிலோ மீட்டர் இப்படி நடக்கவேண்டும். கவனமாக இருப்பது சுமப்பவருக்கு நல்லது; இல்லாவிட்டால் தகரப்பெட்டிகளில் இருப்பது உங்கள் கால்களிலும் தொடைகளிலும் சிந்தி வழியும்.

சுகாதாரமற்ற சூழல் பலவிதமான வியாதிகளை உற்பத்தி செய்தது. தொற்று நோய் மிக எளிதில் உடல் விட்டு உடல் தாவிப் படர்ந்தது. உடல் வியாதி சிலருக்கு மனவியாதியாகவும் மாறியது. பெர்கென் பெல்சென் முகாமைச் சேர்ந்த புளூமா கோல்ட்பெர்க் சொல்கிறார். 'எங்கள் முகாமில் வியாதிகள் மிக வேகமாகப் பரவின. டைஃபாய்ட் காய்ச்சல் பலருக்கும் வந்தது. சிலர் தங்களுக்குள் பேசிக்கொள்ளத் தொடங்கினர். திரும்பத் திரும்ப நடந்துகொண்டே இருந்தனர். பசியாலும் வியாதியாலும் நாங்கள் சாகவேண்டும் என்பதுதான் நாஜிகளின் விருப்பமும்.' நீர், காற்று, உணவு அனைத்தும் மாசடைந்து கிடந்ததால் எல்லாவிதமான கிருமிகளும் போட்டிப்போட்டுக் கொண்டு கைதிகளோடு முகாமைப் பகிர்ந்துகொண்டன. நிலைமையை மாற்ற எந்தவித முயற்சியையும் முகாம் அதிகாரிகள் எடுக்கவில்லை. இதனால் எளிதில் மறைந்துவிடக்கூடிய வியாதியும் கூட பயங்கர உயிர்கொல்லியாக வளர்ச்சிபெற்றது.

அதிகபட்ச காய்ச்சல் இருந்தாலும் கைதிகள் வேலை செய்தே தீரவேண்டும். ஒரு கூடுதல் கம்பளிகூடக் கிடைக்காது. ஒரு ஜோடி மரக்காலணி இருந்திருந்தால் குளிரிலிருந்து தப்பிப் பிழைத்திருக்க லாம். கொடுக்கமாட்டார்கள். வயிற்றுப் போக்கைத் தடுத்து நிறுத்த சில எளிய மாத்திரைகள் போதுமானதாக இருந்திருக்கும். அளிக்க மாட்டார்கள். அது வளர்ந்து வளர்ந்து அவரைக் கொல்லும்வரை காத்திருப்பார்கள். மலச்சிக்கல், பல் வலி, தலைவலி, உடல் வலி எதற்கும் சிகிச்சை கிடையாது. வலியிலும் காய்ச்சலிலும் செயலிழந்து புத்தி பேதலித்து தனக்குள் அரற்றிக்கொண்டிருக்கும் நிலை ஏற்பட்டாலும் சீந்த ஒருவரும் இருக்கமாட்டார்கள். கிருமிகளால் பரவும் டைஃபஸ் எனப்படும் காய்ச்சல் பலரைக் கொன்றொழித்தது. நுரையீரல் நோய், காசநோய், தோல் வியாதி என்று எண்ணற்ற தொந்தரவுகள் கைதிகளைக் குவியல் குவியலாகக் கொன்றன.

இத்தனைக்கும் ஒவ்வொரு முகாமிலும் சிகிச்சை அறை இருந்தது. Krankenbau என்பது அதன் பெயர். சுருக்கமாக காபெ. தனி

கட்டடத்திலோ அல்லது முகாமின் ஒரு பகுதியிலோ காபெ அமைந்திருக்கும். நாஜிகள் நினைத்திருந்தால் இதைக் கைதிகளுக்குப் பயனளிக்கும் விதத்தில் பயன்படுத்தியிருக்கமுடியும். ஆனால் அவர்களுடைய நோக்கம் அதுவல்ல. ரெட் கிராஸ் போன்ற சர்வதேச அமைப்பினர் யாரேனும் முகாமைப் பார்வையிட வந்தால் இப்படியொரு வசதி இருப்பதைக் காட்டுவது பலனளிக்கும். நாஜிகள் மனிதத்தன்மையுடன் தங்கள் கைதிகளை நடத்துகிறார்கள் என்று அவர்கள் நம்பவும் செய்யலாம்.

பொதுவாக ரெட் கிராஸ் போன்ற அமைப்புகளை ஹிட்லர் தடை செய்திருந்தார் என்றாலும் தெரெசின்ஸ்டாட் முகாமை ஜூன் 1944ல் ரெட் கிராஸுக்காக ஹிட்லர் திறந்துவைத்தார். முன்கூட்டியே அந்த முகாம் சுத்தப்படுத்தப்பட்டிருந்தது. கழிப்பறை, உணவு அறை போக சுத்தமான காபெவும் அங்கே இருந்ததைக் கண்டு அதிகாரிகள் திருப்தியடைந்தனர். தங்கள் கண்டுபிடிப்பை அவர்கள் ஊடகத்திடம் பகிர்ந்துகொள்ளவும் தவறவில்லை. ஹிட்லர் யூதர்களைத் துன்புறுத்துகிறார், மோசமான சூழலில் அவர்கள் சிக்கித் தவிக்கிறார்கள் என்றெல்லாம் சொல்லப்படும் கதைகளை நம்பவேண்டாம் என்றும் அவர்கள் நற்சான்றிதழ் வழங்கினார்கள்.

பணிகள்

எல்லா வதைமுகாம்களிலும் யூதர்கள் கட்டாயப் பணியில் ஈடுபடுத்தப்பட்டனர். ஆண், பெண், முதியோர் போன்ற பேதமெல்லாம் இல்லை. பலவீனமானவர்களை ஏற்கெனவே அகற்றிவிட்டதால் எஞ்சியிருக்கும் அனைவரும் வேலை செய்தே தீரவேண்டும். வேலை செய்யும்வரை மட்டுமே உயிர் வாழமுடியும் என்பது அவர்களுக்குத் தெரிந்திருந்தது. காய்ச்சல், உடல் வலி, காயம் எது வந்தாலும் பல்லைக் கடித்துக் கொண்டு வேலைக்குக் கிளம்பிச் சென்றார்கள். குச்சிபோல் மாறிவிட்ட போதும் வலுக்கட்டாயமாக வரவழைத்துக் கொண்ட தெம்புடன் அவர்கள் வேலையைத் தொடர்ந்தார்கள். சிறிய காயம்தான் ஆறிவிடும் என்று ஓய்வை மறுத்தார்கள். ஓய்வு என்பது அங்கே அபாயகரமானது. நோயாளிகள் மட்டுமல்ல, குழந்தைகளுக்கும்கூட வேலைகள் ஒதுக்கப்பட்டன.

கிட்டத்தட்ட எல்லா முகாம்களும் தொழிற்சாலைகளுக்கு அருகிலோ சுரங்கங்களுக்கு அருகிலோதான் அமைக்கப்பட்டிருந்தன. போர்த் தேவைகள் பூர்த்தியடைவதேயில்லை என்பதால் யூதர்கள் எவ்வளவு உழைத்தாலும் அது போதுமானதாக இல்லை. எனவே 1942 முதல் 1945 வரை பல்வேறு சிறு சிறு வதைமுகாம்களை நாஜிகள் உருவாக்கினார்கள். உணவுப் பொருள் உற்பத்தி, அத்தியாவசிய போர்க்கருவிகள்

உற்பத்தி தொடங்கி சுரங்கம் தோண்டுவது, கரி வெட்டியெடுப்பது, பாதாள சாலை அமைப்பது என்று தொடங்கி அப்போதைய தேவைகளுக்கு ஏற்ப பலவிதமான பணிகள் யூதர்களுக்கு அளிக்கப் பட்டன. இரு பெரும் நோக்கங்கள் நாஜிகளிடம் இருந்தன. இறக்கும் வரை ஒரு யூதரை வேலை செய்ய வைக்கவேண்டும். இறப்பதற் காகவே வேலையில் ஈடுபடுத்தவேண்டும். மாத்தாசென் வதைமுகாம் ஓர் எடுத்துக்காட்டு மட்டுமே. இங்குள்ள கைதிகள் 186 அடிகள் ஏறி இறங்கி சுரங்கத்திலிருந்து கல் சுமந்துசெல்லவேண்டும். இந்தக் கடும்பணிக்கு அவர்களுக்குக் கிடைத்த பரிசு, வழக்கத்தைவிடவும் குறைவான அளவு உணவு.

நோயில் இறந்தவர்களின் எண்ணிக்கைக்குச் சற்றும் குறைவில்லாதது கடும் வேலைகளால் உயிரிழந்தவர்களின் எண்ணிக்கை. இரண்டு விதமான வேலைகள் கொடுக்கப்பட்டன. வதைமுகாமுக்குள் இருந்தபடி செய்யும் வேலைகள். சுரங்கம் போன்ற வெளியிடங்களில் செய்யும் வேலைகள். எந்த வேலையாக இருந்தாலும் சரி, விடியற்காலை மூன்று அல்லது நான்கு மணிக்கு எழுந்துகொள்ளவேண்டும். உடல் அசதியால் அதிக நேரம் தூங்குபவர்களை வெளியில் இழுத்துவந்து போட்டுத் தாக்குவார்கள். இதற்குப் பயந்தே பலர் முன்கூட்டியே எழுந்து காத்திருப்பார்கள். எழுந்தவுடன் அனைவரும் வரிசையில் நிற்கவேண்டும். அன்று என்ன செய்யவேண்டும் என்பதை விவரிப்பதற்காக நியமிக்கப்பட்டிருக்கும் எஸ்எஸ் அதிகாரி வந்து பார்க்கும்வரை நிற்கவேண்டும்.

பல சமயங்களில் இரண்டு மணி நேரம் வரையில்கூட அப்படியே நின்றுகொண்டிருக்கவேண்டும். ஒருவர் வரவில்லையென்றாலும் மீண்டும் மீண்டும் கணக்கெடுப்பு நடத்தி, பங்கர் முழுக்க தேடுதல் வேட்டை நடத்தி நேரத்தை மேலும் கடத்துவார்கள். இவர்களில் சிலர் முந்தைய சில தினங்களாக அல்லது வாரங்களாகக் காய்ச்சலில் அவதிப்பட்டுக்கொண்டிருப்பார்கள். முந்தைய இரவு உண்பதற்கு எதுவும் கிடைக்காததால் பசியில் தவித்துக்கொண்டிருப்பார்கள். அல்லது இயற்கை உபாதைக்குக்கூடச் செல்லமுடியாதபடிக்கு வயிற்றைப் பிடித்தபடி துடித்துக்கொண்டிருப்பார். அப்படியே துடித்துக் கொண்டு வரிசையில் நிற்கும்வரை பிரச்னை இல்லை. ஒரு வேளை நகர்ந்துவிட்டால், யாரும் கவனிக்காத சமயம் பார்த்து தரையில் அமர்ந்துவிட்டால் அவர்கள் உடனடியாகக் கண்டுபிடிக்கப்பட்டு இடைவிடாமல் தாக்கப்படுவார்கள்.

ஒரு வழியாக அதிகாரி வந்து சேர்வார். வரிசையைச் சரிபார்த்து, மீண்டும் மீண்டும் எண்ணிக்கையைப் பரிசோதித்த பிறகு வரிசை

முன்நகர்வதற்கு அனுமதியளிக்கப்படும். விரைவாக சூப்பும் ரொட்டியும் சாப்பிட்டு முடித்து மீண்டும் வரிசையில் வந்து நிற்க வேண்டும். தயாரித்த உணவு போதாமல் போய்விடும் அபாயம் அடிக்கடி நிகழும். ஆனால் அதைப் பற்றியெல்லாம் கவலைப்பட்டு நேரத்தைக் கடத்தாமல் மீண்டும் வரிசையில் சென்று நின்றுவிட வேண்டும். பிறகு வரிசை உடைக்கப்பட்டு கொமாண்டோ எனப்படும் சிறு சிறு குழுக்களாகக் கைதிகள் பிரிக்கப்படுவார்கள். இந்தக் குழுவில் சில சமயம் 10 அல்லது 20 பேர் இருப்பார்கள். சில சமயம் 100, 150 பேர்கூட இடம்பெறுவார்கள். ஒவ்வொரு கொமாண்டாவுக்கும் ஒரு காபோ (kapo) பொறுப்பாளராக இருப்பார். இந்த காபோவும் கைதிதான். தன் குழுவில் உள்ள கைதிகளை ஒழுங்காக நடத்திச் சென்று, வேலை செய்ய வைத்து, மீண்டும் அறையில் கொண்டுவந்து தள்ளும் வரை காபோவின் பொறுப்புதான்.

கைதிகளுக்குப் பொதுவாக காபோவைக் கண்டால் பிடிக்காது. நம்மில் ஒருவர் நமக்கு எதிராகத் திரும்புகிறாரே என்னும் கோபம் ஒரு காரணம். இன்னொரு காரணம், நாஜிகளுடன் இணைந்து பணியாற்றுவதாலோ என்னவோ, அவர்கள் தங்களையும் அடிக்கடி நாஜிகளாகக் கருதிக்கொண்டுவிடுவார்கள். சுணக்கம் காட்டும் கைதிகளை அடித்துத் தாக்கவும் காபோக்கள் தயங்குவதில்லை. நான் உன்னைப் போன்றவன்தான், அதே சமயம் உன்னைவிட உயர்ந்தவன் என்பதை மற்ற கைதிகளுக்கு அழுத்தமாகப் புரியவைப்பதன்மூலம் தங்களை மேலான அதிகாரிகளாக அவர்கள் பாவித்துக்கொள்வார்கள். யூதர்களைக் கொண்டே யூதர்களை அடக்கியாளும் கலையில் நாஜிகள் விற்பன்னர்களாக இருந்ததால் இது சாத்தியமானது. வழக்கமான கைதிகளுக்கு அளிக்கப்படும் உணவைவிட சற்றே மேலான அல்லது சற்றே அதிக அளவில் ஒவ்வொரு காபோவுக்கும் உணவு வழங்கப் பட்டது. ஒரு காபோவை வழிக்குக் கொண்டுவர இந்தச் சிறு சலுகையே போதுமானதாக இருந்தது.

காபோவைப் பின்தொடர்ந்து கைதிகள் தங்கள் பணியிடங்களுக்குச் செல்லவேண்டும். பனி பொழிந்துகொண்டிருக்கும். கந்தலாடையில் உள்ள அத்தனை துவாரங்களிலும் குளிர் ஊடுருவித் தாக்கும். எதையும் பொருட்படுத்தாமல் டக் டக்கென்று மரக்காலணிகள் சத்தமிட நடந்துகொண்டே இருக்கவேண்டும். இடையில் எங்கும் ஓய்வெடுக்க அனுமதியில்லை. ஆனால் உடன்வரும் நாஜிகளும் காபோக்களும் தேவைப்படும் சமயங்களில் வரிசையை நிறுத்திவிட்டு ஓய்வெடுத்துக் கொள்வார்கள். தீ மூட்டி தங்களுக்குள் மட்டும் குளிர் காய்ந்து கொள்வார்கள். நிர்ணயிக்கப்பட்ட இடம் வந்ததும் குழுக்கள் தங்களுக்குள் பிரிந்து அன்றைக்கு என்ன இலக்கோ அதை

முடிக்கவேண்டும். கட்டுமானப் பணி, சுரங்கப் பணி என்று அனைத்துக்கும் தினப்படி இலக்குகள் இருக்கும். பல சமயங்களில் காட்டுப் பகுதிகளிலும் பனிபொழியும் இடங்களிலும் கட்டுமானப் பணிகளை மேற்கொள்ளவேண்டியிருக்கும். அந்த இடங்களுக்குப் பலவிதமான இயந்திரங்களைக் கொண்டுசெல்லமுடியாது என்பதால் அந்தப் பணிகளையும் கைதிகளே மேற்கொண்டாகவேண்டும். பெரிய இரும்புக் குழாய்கள், வளைந்து நீண்ட கம்பிகள், கற்கள் என்று பலவற்றை முறை வைத்துக்கொண்டு தோளில் சுமந்துசெல்ல வேண்டும். வளைவான பகுதிகள், சரிவான பகுதிகள், மலைப் பாங்கான இடம் என்று சூழல் எப்படியிருந்தாலும் நொடிப்பொழுதும் சோர்ந்து விடாமல் கடமையைச் செய்துகொண்டே இருக்க வேண்டும்.

ரயில்வே பாதை அமைக்கவேண்டும். உடைந்த பாலங்களைச் சீராக்கவேண்டும். நிலத்தைச் சமப்படுத்தவேண்டும். முகாமுக்கு வந்துசேரும் வண்டிகளில் இருந்து சரக்குகளை இறக்கவேண்டும், சரக்குகள் ஏற்றவேண்டும். சிலசமயம் சின்தெடிக் ரப்பர், ஒயர், ஏன் விமான பாகங்களைக்கூட கைதிகளை வைத்து உற்பத்தி செய்தார்கள். ஆயுத, ராணுவத் தளவாட உற்பத்தியில் 10 முதல் 20 சதவிகித கைதிகள் ஈடுபடுத்தப்பட்டனர். அவர்களில் ஒருவர் தன் அனுபவத்தை இவ்வாறு பகிர்ந்துகொள்கிறார்.

‘காலை 6 மணி முதல் மாலை 7 வரை நாங்கள் வேலை செய்வோம். நாங்கள் உடைந்துபோனோம். பலர் தற்கொலை செய்துகொண்டனர். இரண்டு வாரங்களில் 500 பேர் இறந்து போனார்கள். குடிக்க நீர் கூட இல்லை. இரண்டு தினங்கள் முழுக்கவும் கடும் வெப்பத்தில் பணியாற்றினோம். குளியல் இல்லை. உள்ளாடைகள் இல்லை. உருளைக்கிழங்குத் தோல் திருடியதற்காக இருபத்தைந்து சாட்டையடி கள் கொடுக்கப்பட்டன. கிரிமினல், போல்ஷ்விக், கம்யூனிஸ்ட் என்றெல்லாம் எங்களை வசை பாடினார்கள். போரில் நிலைமை சரியில்லை என்பதால் அவர்கள் கோபம் எங்கள்மீது திரும்பியது. சீக்கிரம், சீக்கிரம் என்று எங்களை அவசரப்படுத்திக்கொண்ட இருந்தார்கள். சில ஆயுதங்களைத் தயாரிக்க ஆபத்தான அமிலங்களை நாங்கள் கையாளவேண்டியிருந்தது. எங்களுக்கு பாதுகாப்புக் கவசம் கூடக் கொடுக்கப்படவில்லை. நுரையீரலும் பாதங்களும் பெயர்ந்து வந்துவிடுமோ என்று அஞ்சினோம். இளைஞர்களையே எஸ்எஸ் பயன்படுத்திக் கொண்டார்கள். வேலை முடிந்ததும் பலர் கொல்லப் பட்டுவிட்டனர்.’

முகாமுக்குள் வேறு வகையான பணிகள் செய்யவேண்டியிருக்கும். சமையலறை, கழிப்பறை, அலுவலகம், குளியலறை என்று எங்கு

வேண்டுமானாலும் நியமிக்கப்படலாம். அங்குள்ள அதிகாரியோ காபோவோ என்ன உத்தரவிடுகிறாரோ அதைச் செய்துமுடிக்க வேண்டும். சீருடைகளைத் துவைத்துக் காயவைக்கும் வேலை கொடுக்கப்படும். சமையல், பாத்திரங்களைக் கழுவுவது, சூப் உள்ளிட்ட உணவு வகைகளைச் சுமந்துசெல்வது உள்ளிட்ட வேலை கள் கொடுக்கப்படும். கழிப்பறை வேலை பற்றி முன்பே பார்த்தோம். துணி தைக்கும் வேலையும் செய்யவேண்டும். கந்தலாடைகளில் தைக்க எதுவும் இருக்காது என்பதால் ஜெர்மானியர்களின் சீருடை களை அவர்கள் தைக்கவேண்டியிருக்கும். பிறகு ராணுவச் சீருடை கள். இதற்கான தேவை பெருகிக்கொண்டே இருக்கும் என்பதால் வெவ்வேறு அளவுகளில் துணிகளைத் தைத்துக்கொண்டே இருக்க வேண்டியதுதான்.

இவை போக, கைதிகளின் பின்னணியைத் தெரிந்துவைத்துக்கொண்டு அதற்கேற்ற வேலைகள் கொடுக்கப்படுவதும் உண்டு. உதாரணத்துக்கு, தொழில்நுட்ப அறிவு கொண்ட ஒரு யூதருக்கு கார் பழுது பார்க்கும் வேலை கொடுக்கப்படும். மின்சார இணைப்புகளைச் சரிசெய்யும் வேலை, அலுவலகத்தில் கோப்புகளைப் பிரிக்கும் வேலை, மர வேலை, இரும்பு வேலை, காகிதம் தயாரிக்கும் பணி என்று கைதிகளின் திறமைக்கு ஏற்ற வேலைகளும் கொடுக்கப்படும். காலையில் கல் உடைக்கும் ஒரு யூதர், மதியம் சமையல் பாத்திரங்களைக் கழுவுவார்; நள்ளிரவில் எஸ்எஸ் அதிகாரிகளுக்குச் செல்லும் ரகசியச் செய்திகளை அச்சிடுவதற்கான காகிதங்களைத் தயாரித்துக்கொடுப்பார். ரகசியப் பணிகளில் ஈடுபடுத்தப்படும் இத்தகைய யூதர்களை, அவர்களுடைய வேலை முடிந்தவுடன் கொன்றுவிடுவதும் வழக்கம்.

புதிதாக வரும் கைதிகளின் உடைமைகளைப் பிரித்தெடுக்கவும் கைதிகளே பயன்படுத்தப்பட்டனர். மலைபோல் குவிந்திருக்கும் கைக்கடிகாரங்கள், காலணிகள், ஆடைகள், புத்தகங்கள், காசுகள் அனைத்தையும் தனித்தனியே கைதிகள் பிரித்து வைத்தார்கள். முக்கியமான பொருள்களோடு பணியாற்றும் அனைவரும் தீவிரமாகப் பரிசோதிக்கப்பட்ட பிறகே பணியிடத்திலிருந்து வெளியேற அனுமதிக்கப்படுவார்கள். சமையலறையில் இருந்தும்கூட திருடுவது சாத்தியம் என்பதால் அங்கும் கண்காணிப்பும் பரிசோதனையும் நீடிக்கும். அதையும் தாண்டி ஒரு சிறு உருளைக்கிழங்கை ரகசியமாகச் சிலர் வாயில் போட்டுக்கொண்டுவிடுவார்கள். இந்தக் கலை அனைவருக்கும் கை வராது. அவசரப்பட்டு எதையாவது அள்ளி வாய் முழுக்கத் திணித்துக்கொண்டு கண்டபடி அடிபடுவார்கள்.

சில முகாம்களில் அவ்வப்போது இசைக் கச்சேரிகளைக் கேட்க முடியும். யூதர்களோடு பணியாற்றும்படிச் சபிக்கப்பட்ட நாஜிகளுக்காக நடத்தப்படும் பொழுதுபோக்கு நிகழ்ச்சிகள் இவை. கிடைக்கும் வாத்தியங்களை வைத்துக்கொண்டு சிக்கனமாக கலைஞர்கள் இசைப்பார்கள். சில நாஜிகள் தங்கள் செல்வாக்கைப் பயன்படுத்தி வேறு இடங்களிலிருந்து கருவிகளைத் தருவித்து கலைஞர்களுக்கு அளிப்பதும் உண்டு.

நாஜிகளுக்காக என்றாலும் கைதிகளாலும் இசையைக் கேட்க முடிந்தது பெரிய ஆறுதல். மகிழ்ச்சியூட்டும் எளிய பாடல்கள், திரைப்படப் பாடல்கள், ஆபரா மெல்லிசை, பிரமாண்டமான பீத்தோவன் ஐந்தாவது சிம்பனி என்று பலவிதமான இசை வடிவங்களை ஒருவர் கேட்டு ரசிக்கமுடியும். ஆஷ்விட்ஸ் போன்ற பெரிய முகாம்களில் 50 அல்லது 60 பேர் கொண்ட பிரமாண்டமான சிம்பனிகள் அரங்கேற்றப் படுவதுண்டு. 120 இசைக்கலைஞர்களைக் கொண்ட பாண்டு வாத்தியக்குழு ஒன்றும் அங்கே இருந்தது. இவ்வளவு இசைக் கலைஞர்களை எப்படி வரவைழைப்பார்கள்? இந்தக் கேள்விக்கான விடை எளிமையானது. கலைஞர்கள் அனைவரும் கைதிகள்தாம்.

சொண்டெர்கொமாண்டோ என்றொரு பிரிவினர் இருந்தனர். இவர்களுடைய வேலை இறந்துபோன சடலங்களை அப்புறப்படுத்துவது. முகாமில் மரணம் அடிக்கடி நிகழும் ஒன்று என்பதால் இந்தப் பணியைச் செய்வோரும் கடினமாக உழைக்கவேண்டியிருந்தது. ஆஷ்விட்ஸ் போன்ற முகாம்களில் கேஸ் சாம்பர் (இவற்றைப் பின்னால் பார்ப்போம்) இருந்ததால் சடலங்களின் மலை வளர்ந்து கொண்டே போகும். அவற்றை வண்டிகளில் நிரப்பி மின்தகனம் செய்யும் இடத்துக்குக் கொண்டுசென்று, இறக்கி, சாம்பலாக்கும்வரை பொறுப்பேற்றுக்கொள்ளவேண்டும்.

உடலுழைப்பு மட்டுமல்ல பிரச்னை. இறந்த மனிதர்களின் உடல்களை அவ்வளவு எண்ணிக்கையில் பார்ப்பதும், தொட்டுத் தூக்குவதும், சுமப்பதும் ஏராளமான மனவலியை, வேதனையை ஏற்படுத்தும். தவிரவும், நாற்றமடிக்கும் குவியல்களில் தெரிந்தவர்கள், நண்பர்களின் உடல்களும் இருக்கக்கூடும் என்னும் நினைப்பு வயிற்றைப் பிசைந்தெடுக்கும். வெறித்த விழிகளோடு, எந்தவித உணர்வுகளும் அற்று கற்களையோ கரியையோ கையாள்வதைப் போல் சடலங்களைக் கையாள்வதற்கு ஆழ்ந்த அனுபவம் தேவைப்படும். பழகாத புதியவர்கள் முதல் காட்சியிலேயே செயலற்றுப்போய்விடுவார்கள். அனுபவம் பெற்றவர்களுமேகூட பல சமயங்களில் மனச்சிதைவு நோய்க்குத் தள்ளப்பட்டுவிடுவார்கள்.

எஃகு கொண்டு உருவாக்கப்பட்ட கனமான பெட்டிகளை, நகரும் கேஸ் சாம்பராக உபயோகித்தார்கள். உள்ளே ஆள்களை அடைத்து வைத்துக் கதவை மூடிவிட்டால் உள்ளிருக்கும் குழாய் வழியாக நச்சு வாயு கசியத் தொடங்கும். சிறிய ஓட்டை வழியாக முன்பக்கம் அமர்ந்திருக்கும் ஓட்டுநர் உள்ளே நடப்பதைப் பார்க்கலாம். எல்லோரும் இறந்து விட்டார்கள் என்பதை உறுதிசெய்துகொண்ட பிறகு வண்டியின் கதவுகள் திறக்கப்படும். செம்னோ முகாமில் உள்ள கைதிகளை இத்தகைய வண்டிகளில் ஏற்றி, அவர்கள் மூச்சுத் திணறி இறந்ததும் உடல்களை முகாமுக்கு வெளியில் உள்ள பகுதிகளுக்கு எடுத்துச் சென்று புதைக்கும் வேலைகளைக் கைதிகள்தாம் செய்யவேண்டியிருந்தது. யூதர்களின் உடல்களோடு சேர்த்து ஜிப்ஸிக்கள், சோவியத் வீரர்கள் ஆகியோரின் உடல்களையும் அவர்கள் புதைத்தனர்.

இந்தப் பணிகளில் ஈடுபட்ட ஸ்லாமெக் பஜ்லர் என்னும் போலந்து யூதர் பின்னர் நினைவுகூர்ந்தார். 'எல்லாம் முடிந்து கதவைத் திறக்கும்போது பலவீனமான நச்சு வாயு சற்று வெளியில் கசிந்து வரும். அது ஆபத்தற்றது என்றாலும் அதுவே எங்களை மூர்ச்சையடைய வைக்கப் போதுமானதாக இருந்தது. பெரிய குழிகளை உருவாக்கி வைத்திருப்போம். ஒன்றன்மீது ஒன்றாகச் சடலங்களை வண்டிகளில் இருந்து இறக்கிக் கீழே வைப்போம். பாதம் அல்லது தலையைப் பிடித்துச் சடலத்தைத் தூக்குவோம். குழிகளுக்கு அருகில் கொண்டுவந்து சேர்த்தபிறகு அவற்றைக் கீழே வீசுவதற்கு இரண்டு பேர் காத்திருப்பார்கள். கீழே குழிக்குள் இரண்டு பேர் இறங்கிக் காத்திருப்பார்கள். வீசப்படும் சடலங்களை வாங்கி தலை பூமியில் படுமாறு படுக்கவைக்கவேண்டியது அவர்கள் வேலை. அடுக்கும் போது ஏதேனும் காலியிடம் இருந்தால் அதற்குத் தகுந்தாற்போல் ஒரு குழந்தையின் சடலத்தை வைத்து இடத்தை நிரப்புவார்கள். ஒவ்வொரு குழுவினரும் கிட்டத்தட்ட 200 சடலங்களை முறைப்படி இப்படிப் புதைப்போம்.'

6

பரிசோதனைகள்

ஒருநாள் ஜெர்மானிய செவிலியர் ஒருவர் எங்கள் அறைக்கு வந்தார். இங்கு யாருக்கெல்லாம் தூக்கம் வருவதில்லை என்று கேட்டார். பல இளம்பெண்கள் கை தூக்கினார்கள். அவர்களில் பதினெட்டு பேர் அழைத்துச் செல்லப்பட்டு வெள்ளை நிறப் பொடியைக் கொடுத்தார் கள். அந்த பதினெட்டு பேரில் பத்து பேர் மறுநாள் இறந்துவிட்டார்கள். அது ஒரு பரிசோதனை என்பது பிறகு தெரிந்தது.

லியோன் கிரீல், மருத்துவர்

முகாமுக்கு வந்து சேரும் புதிய கைதிகளை பணியாற்றத் தகுதியானவர்கள், இறக்க வேண்டியவர்கள் என்று இரு பெரும் பிரிவுகளில் பிரிக்கும்போதே தேர்ந்தெடுக்கப்பட்ட சிலரை இந்த இரண்டிலும் சேர்க்காமல் தனியே தொகுத்து வைப்பார்கள். அவர்கள் மருத்துவப் பரிசோதனை களுக்காகத் தேர்ந்தெடுக்கப்பட்டவர்கள். மனித வடிவில் உள்ள அந்தப் பரிசோதனை எலிகளை மருத்துவர்கள் எந்த நோக்கத்துக்காக வேண்டுமானா லும் பயன்படுத்திக்கொள்ளலாம். ஜெர்மானிய ஆரிய இனத்தின் முன்னேற்றத்துக்கு அவர்களைப் பயன்படுத்திக்கொள்ள முடிந்தால் கூடுதல் மகிழ்ச்சி. சில சமயம் குறிப்பிட்ட இலக்குகள் முன்கூட்டியே வகுக்கப்பட்டிருக்கும். உதாரணத்துக்கு, யூதர்களின் இனப்பெருக்கத்தைத் தடுத்து நிறுத்துவதற்கான சிறந்த வழியை ஆராயவேண்டிய அவசியம் நாஜி மருத்துவர்களுக்கு இருந்தது.

ஏற்கெனவே பிறந்துவிட்ட யூதர்களைக் கொல்ல வதைமுகாம் இருக்கிறது. இனியும் யூதர்கள் பிறக்காமல் இருப்பதை உறுதிசெய்ய அதே வதைமுகாமை அறிவியல்பூர்வமாகப் பயன்படுத்தினால் அது ஆரியர்களின் எதிர்காலத்துக்கு நல்லது அல்லவா?

ஆஷ்விட்ஸ் முகாமைச் சேர்ந்த நாஜி மருத்துவர்கள் இந்தச் சவாலை ஏற்றுக்கொண்டனர். தங்களுடைய முதல் பரிசோதனையை அவர்கள் தொடங்கினார்கள். முதல் முயற்சியாக ஆண், பெண் யூதர்களை நிர்வாணப்படுத்தி அவர்களுடைய பிறப்புறுப்புகள்மீது கதிர்வீச்சு தாக்குதலை நிகழ்த்தினார்கள். பிறகு பெண்களின் உடலில் பல பொருள்களை ஊசிமூலம் ஏற்றிப் பார்த்தார்கள். இந்தப் பொருள்கள் நேராக அவருடைய கருப்பைக்குச் சென்று எரியுமாறு பார்த்துக் கொண்டார்கள். கருப்பையை முழுக்க அழித்தொழிக்கும் வகையி லான சக்திவாய்ந்த மருந்துகளையும் ஊசிமூலம் ஏற்றினார்கள். வெவ்வேறு மருந்து மாத்திரைகளை மாற்றி மாற்றி இருவருக்கும் புகட்டினார்கள். எந்த வழியைப் பயன்படுத்தினால் இலக்கை அடைவது சுலபம் என்பதைத் தகுந்த ஆதாரங்களுடன் ஆவணப் படுத்தினார்கள்.

இரண்டாவது பரிசோதனை ஜெர்மானியர்களின் ஆரோக்கியத்துக் கானது. யூதர்களின் சந்ததிகளை அழிப்பது எவ்வளவு முக்கியமோ அவ்வளவு முக்கியம் ஜெர்மானிய சந்ததியினரின் ஆரோக்கியத்தைக் காப்பது. அவர்களுக்கு நோய்கள் வராமல் தடுக்கமுடியுமா? தொற்றுகளில் இருந்து காப்பாற்றமுடியுமா? போரிடும் வீரர்களுக்கு கூடுதல் பலத்தை அளிக்க ஏதேனும் மருந்துகள் உள்ளனவா? தெரிந்து கொள்ள யூதர்களைத்தான் பிடித்துவந்தார்கள். ஆரோக்கியமான ஒரு யூதரைக் கண்டறிந்து அவர் உடலில் நோய் கிருமிகளைச் செலுத்தினார் கள். பிறகு அந்தக் கிருமியைக் கொல்வதற்கான சிகிச்சையைப் படிப் படியாக ஆரம்பித்தார்கள். தடுப்பூசிகளை முன்கூட்டியே போட்டு விட்டு பிறகு நோய்க்கிருமிகளைச் செலுத்திப் பார்த்தார்கள். பிறகு விதவிதமான நஞ்சுகளுக்கான முறிவுகளைக் கண்டுபிடிப்பதற்காக கிடைத்த எல்லா நஞ்சையும் தருவித்து எல்லா யூதர்களுக்கும் செலுத்தினர்.

வெப்பத்தை அதிகரித்துக்கொண்டே போனால் என்னாகும்? எவ்வளவு குளிரை ஒரு மனித உடல் தாங்கும்? ஏற்கெனவே எலும்புக்கூடாகத் தேய்ந்துகிடந்த யூதர்களை அள்ளியெடுத்துவந்து இந்த இரு சோதனைகளையும் செய்து பார்த்தார்கள். அதிகபட்ச வெப்பத்தில் தோல் எப்படிச் சுருங்குகிறது என்று கவனித்தார்கள். சரியாக எந்த வெப்பநிலைவரை ஒரு மனிதனால் தாங்கிக்கொள்ள

முடியும் என்பதைக் குறித்துக் கொண்டார்கள். அதேபோல் நிர்வாணமாக யூதர்களைப் பனியில் தள்ளி இதயத்துடிப்பை ஆராய்ந்தார்கள். பனி எப்படி ஒரு மனிதனின் செயல்பாட்டைச் சிறிது சிறிதாகக் குறைக்கிறது, எப்போது கொல்கிறது என்று குறித்துக் கொண்டார்கள். ஜெர்மானிய வீரர்களின் உடல்நிலையைப் பாதுகாக்க இந்தத் தகவல்கள் பயன்பட்டன. இந்தப் பரிசோதனைகள்மூலம் இரண்டு நன்மைகள் சாத்தியமாகும் என்று நாஜிகள் நம்பினார்கள். ஒன்று, பரிசோதனை தோல்வியடைந்து அதனால் பல யூதர்கள் கொல்லப்பட்டால் அது உண்மையிலேயே உதவிகரமாக இருக்கும். ஏதேனும் ஒரு முயற்சி வெற்றி பெற்றாலும் அதைக்கொண்டு ஜெர்மானியர்களின் வாழ்வில் ஒரு மாற்றத்தைக் கொண்டுவரமுடியும்.

சில சமயம் நோயுற்ற கைதிகளுக்கு எல்லோரும் வியக்கும் அளவுக்கு சிறப்பான சிகிச்சையளிக்கப்பட்டது. நோயைக் கண்டறிந்து, நல்ல ஆகாரம் அளித்து, உடலைத் தேற்றி, தேவைப்பட்டால் அறுவை சிகிச்சையும் அளிக்கப்பட்டது. வேலையில் இருந்து விடுவித்து, நோயிலிருந்து முழுக்க விடுபடும்வரை நிறைய ஓய்வுகொடுத்து கவனித்துக்கொண்டார்கள். நோயாளியின் உடல்நிலையில் தென் பட்ட மாற்றங்களை முகாம் மருத்துவர்கள் உடனுக்குடன் குறிப் பெடுத்துக் கொண்டார்கள். எல்லாம் முடிந்தபிறகு, முழு ஆரோக்கியம் பெற்ற பிறகு அப்படியே அள்ளிச்சென்று காஸ் சாம்பரில் போட்டார்கள். ஒரு நோய் எப்படி வளர்கிறது, அதை எப்படித் தீர்ப்பது என்பதைத் தெரிந்துகொள்வதற்காகத்தான் இந்தப் பரிசோதனை. வெற்றி கிடைத்த பிறகு அந்த உடல் அவர்களுக்குத் தேவைப்பட வில்லை.

ஜோசப் மெங்கெலே

மனிதப் பரிசோதனைகளில் புகழ்பெற்றவர் மருத்துவர் ஜோசப் மெங்கெலே. மே 1943ம் ஆண்டு இவர் ஆஷ்விட்ஸ் வந்துசேர்ந்தார். கைதிகளைப் பிரித்தெடுக்கும் பணியில் விருப்பத்துடன் தன்னை ஈடுபடுத்திக்கொண்ட ஜோசப் மெங்கெலே தன்னுடைய பரிசோதனைக்குத் தேவைப்படும் மாதிரிகளை உடனுக்குடன் தேர்வு செய்வதில் புகழ் பெற்றவராக இருந்தார். எந்தெந்த யூதர்களை எந்தெந்தப் பரிசோதனை களில் ஈடுபடுத்தவேண்டும் என்பதை அவர் நொடிப்பொழுதில் முடிவுசெய்தார். தனக்கென்று ஒரு தனி பரிசோதனைக்கூடத்தை அமைத்துக்கொண்டார். இவர் பேரார்வத்துடன் கவனம் செலுத்தியது, இரட்டையர்கள்மீது. ஒரே மரபணுவைச் சேர்ந்த இரட்டையர்களை ஆய்வுக்கு உட்படுத்தும்போது பரம்பரை நோய்கள் குறித்து அறிந்துகொள்ளமுடியும் என்று அவர் கருதினார். இரட்டையர்களுக்கு

அடுத்தபடியாக வளர்ச்சி குறைபாடு கொண்டவர்கள்மீது அவருக்கு ஆர்வம் இருந்தது. குள்ளமான உருவம் கொண்டிருப்பவர்களையும் ஒரே குடும்பத்தில் பல்வேறு நபர்கள் குள்ளமாக இருந்தால் அவர்கள் அனைவரையும் அவர் ஆய்வு செய்ய விரும்பினார்.

மெங்கெலே, தான் ஆய்வு செய்ய விரும்பிய அனைவரையும் மேஜையில் கிடத்தி, கீறிப் பார்க்க விரும்பினார். அவரை அறிந்த ஓர் ஆய்வாளர் சொல்கிறார். 'இரட்டையர்களை எடுத்துக்கொள்வார். இருவருடைய ரத்த வகைகளும் ஒன்றல்ல என்பதை உறுதி செய்து கொண்டபிறகு ஒருவருடைய ரத்தத்தை எடுத்து இன்னொருவருக்குச் செலுத்துவார். விளைவுகளைப் பரிசோதிப்பார். பல்வேறு இரட்டையர்களை வரவழைத்து அவர்கள் கண்களில் வண்ணமையைச் செலுத்துவார். கண்ணின் நிறம் மரபணுவால் நிர்ணயிக்கப்படுகிறதா என்பதைத் தெரிந்துகொள்வதற்காக இவ்வாறு அவர் செய்தார். இதன் காரணமாக பலர் கண் வலியால் துடித்தனர், பலர் பார்வையைப் பறிகொடுத்தனர். இரட்டையர்களில் ஒருவர் இறந்துபோனால் மெங்கெலே உடனடியாக அந்தச் சடலத்திலிருந்து கண்களை அகற்றி தன் அலுவலகத்தில் உள்ள சுவற்றில் மாட்டி வைப்பார். உயிரியலாளர்கள் பூச்சிகளை இப்படித்தான் காட்சிபடுத்துவார்கள். சின்னஞ்சிறு குழந்தைகளைத் தனிமைப்படுத்தி கூண்டுக்குள் அடைத்து வைப்பார். அந்தக் குழந்தைகளுக்குப் பல்வேறு இடையூறுகளை ஏற்படுத்தி அவர்கள் எப்படி எதிர்வினை புரிகிறார்கள் என்று பார்ப்பார். பல இரட்டையர்களுக்குக் கருத்தடை செய்யப்பட்டது.'

இரட்டையர்களுக்கு ஒரே நோய் ஏற்படுவதை உறுதி செய்து கொள்வார் மெங்கெலே. அவர்களுக்கு ஒரே மாதிரியான சிகிச்சை அளித்து யார் உயிர் பிழைக்கிறார்கள் என்று பார்த்துவிட்டு இருவரையும் கொல்வார். அல்லது அவருக்கு வேலை வைக்காமல் இருவருமே இறந்துவிடுவதும் உண்டு. ஒரே நாள், ஒரே நேரம் இரட்டையர்களின் முக்கியமான உடல் பாகங்கள் அனைத்தும் பழுதடையும். அவர்கள் வெவ்வேறு நேரங்களில் இறக்கிறார்களா அல்லது துல்லியமாக ஒரே நேரத்தில் இறக்கிறார்களா என்பதை ஆராய்வார். எக்ஸ் ரே, ரத்தப் பரிசோதனை என்று தொடங்கி பலவிதமான ரிப்போர்ட்டுகளோடு ஏராளமான இரட்டையர்களின் சடலங்களை அவர் மேஜையில் ஒருவர் பார்க்க முடியும். பிறகு பிரேதப் பரிசோதனைகளையும் நிகழ்த்தச் சொல்லி அவதானித்து இரட்டையர்களின் கோப்புகளை நிறைவுசெய்வார். தன்னால் ஆரோக்கியமான மனிதர்களுக்கு நோயை உருவாக்கமுடியும், முற்ற வைக்கமுடியும், கொல்லமுடியும், பிரேதப் பரிசோதனையையும்

நிகழ்த்தி அவர்கள் வாழ்வைப் பூர்த்திசெய்யமுடியும் என்பதில் அவருக்குப் பெருமிதம் இருந்தது.

அவருடைய பரிசோதனை முடிவடைந்து பிரேதப் பரிசோதனைக்காக வந்துசேரும் சடலங்களைக் காணும் சக மருத்துவர்கள் அதிர்ந்து போவார்கள். இதயம், சிறுநீரகம், விழிகள், தசை, நரம்பு, எலும்பு, பல், நாக்கு, பாலுறுப்புகள், நகம், தொண்டை, குடல் என்று மெங்கெலே பரிசோதிக்காத உடல் பகுதிகளே இல்லை. சில சமயம் இந்தப் பாகங்கள் முழுக்கவே காணாமல் போயிருக்கும் அல்லது முழுக்கச் சிதைந்து போயிருக்கும். அல்லது புரிந்துகொள்ள முடியாத படிக்கு மாற்றப்பட்டிருக்கும். ஒருமுறை ஜிப்ஸி இரட்டையர்களின் மருத்துவப் பரிசோதனைச் சீட்டுகளைத் தூக்கியெறிந்து உதவி மருத்துவர் ஒருவரைச் சத்தம் போட்டார் மெங்கெலே. 'இந்த இரட்டையர்களுக்குப் பிறவி வியாதியே இல்லை என்று நீங்கள் சொன்னது பெரும் பிழை. நேற்றுதான் அவர்களைப் பிரேதப் பரிசோதனை செய்து பார்த்தேன். அவர்களுக்கு நுரையீரல் சம்பந்தப் பட்ட நோய் இருக்கிறது. இதை நீங்கள் ஏன் கண்டுபிடிக்கவில்லை? நீங்களெல்லாம் என்ன படித்திருக்கிறீர்கள்?'

ஆஷ்விட்ஸில் பிறந்த குழந்தைகளில் ஒன்று டாக்மர். குழந்தையின் அம்மா ஓர் ஆஸ்திரியர். சில தினங்களில் அந்தக் குழந்தையின் சடலம் பிரேதப் பரிசோதனைக்கு அனுப்பப்பட்டுவிட்டது. அதைப் பார்த்த துணை மருத்துவர்களுக்கு அதிர்ச்சியைவிட ஆச்சரியமே மிகுந்திருந்தது. எப்படி மெங்கெலே அனுப்பிய ஓர் உடல் இத்தனை சுத்தமாக இருக்கமுடியும்? பிறகுதான் அவர்கள் கண்களைக் கவனித்தார்கள். ஓர் ஆஸ்திரியக் குழந்தையின் கண்கள் மரபணுப்படி நீலமாகத்தான் இருக்கவேண்டும். இந்தக் குழந்தைக்கு ஏன் அப்படி இல்லை என்பதைத் தெரிந்துகொள்ள விரும்பிய மெங்கெலே சில மருந்துகளைக் குழந்தையின் கண்களில் நேரடியாகச் செலுத்திப் பார்த்திருக்கிறார். குழந்தை ஒத்துழைக்க மறுத்துவிட்டிருக்கிறது.

இரட்டையர்களைப் போலவே மெங்கெலேயைக் கண்கள் அதிகம் ஈர்த்திருக்கின்றன. விழி நிறங்களை ஆய்வு செய்கிறேன் என்று முகாமில் பல குழந்தைகளின் பார்வைத் திறனைப் பகுதியளவிலும் முழு அளவிலும் அவர் பறித்தெடுத்திருக்கிறார். மற்றவர்களைவிட ஜிப்ஸி குழந்தைகளை அவருக்கு அதிகம் பிடித்திருந்தது. ஓடித்திரிந்து மகிழ்ச்சியாக விளையாடிக்கொண்டிருக்கும் குழந்தைகளை மெங்கெலே ஏக்கத்துடன் பார்த்தால் அதன் பொருள் என்ன என்பது முகாமில் உள்ளவர்களுக்குத் தெரியும். மெங்கெலேவுக்குத் தெரிந்த மருத்துவப் பேராசிரியர் ஒருவர் பிற்காலத்தில் ஆச்சரியப்பட்டிருக்

கிறார். 'மெங்கெலே எங்கள் பல்கலைக்கழகத்துக்குப் பலவிதமான சாம்பிள்கள் அனுப்பிவைப்பார். குறிப்பாக, கண்கள். விதவிதமான வண்ணங்களில் எத்தனை ஜோடி கண்களை எங்களுக்கு அனுப்பி வைத்தார் தெரியுமா? எப்படித்தான் அவருக்கு மட்டும் இவ்வளவு கிடைத்ததோ!'

பெண்கள் முகாம் சிறிது காலம் ஜோசப் மெங்கெலேவின் கட்டுப் பாட்டில் வந்தது. இவர், இரக்கமற்ற, கடுமையான முடிவுகளை எடுப்பவராக அறியப்பட்டார். ஒருமுறை ஓர் இளம் பெண் அவரிடம் வந்து தன் அம்மாவை காஸ் சாம்பருக்கு அனுப்பவேண்டாம் என்று கெஞ்சி விண்ணப்பித்துக்கொண்டார். அவரை அனுப்பிவைத்த மெங்கெலே, மறுநாள் அம்மாவுடன் சேர்த்து மகளையும் சாம்பருக்கு அனுப்பிவைத்தார். மற்றொருமுறை, பதினைந்து வயதுப் பெண் ஒருவர் முகாமில் கர்ப்பமானார். அந்தப் பெண்ணை மருத்துவப் பரிசோதனை செய்வதை விட்டுவிட்டு, உனக்கு என்ன நடந்தது என்று சொல் என்று கேட்டு பல மணி நேரங்கள் தோண்டித் துருவி எல்லா நுணுக்கமான விஷயங்களையும் சொல்லக் கேட்டு மகிழ்ந்தார் மெங்கெலே. பிறகு அந்தப் பெண்ணும் காஸ் சாம்பருக்கு அனுப்பப்பட்டார்.

ஜோசப் மெங்கெலேவுக்கு முகாமில் இருப்பவர்கள் வைத்த செல்லப்பெயர், மரணதூதன். இந்த மரணதூதனுடன் ஒரு யூதர் இணைந்து பணியாற்றினார். அவர் பெயர் மிக்லொஸ் நிஸ்லி. இவருக்கு மருத்துவப் பின்புலம் இருந்தது தெரியவந்ததால் ஆஷ்விட்ஸ் முகாமில் இருந்த நாஜி மருத்துவர்கள் அவரைத் தங்களுடன் இணைத்துக்கொண்டனர். மிக அடிப்படையான உபகரணங்களும் மருந்துகளும்தான் அவருக்கு வழங்கப்பட்டன என்றாலும் அவற்றைக் கொண்டு சக கைதிகளுக்குத் தன்னால் இயன்ற சிகிச்சையை அவர் அளித்துவந்தார். இவருடைய திறமையைக் கண்டு கொண்ட மெங்கெலே கிரிமடோரியத்தில் பணிபுரிந்த தன் குழுவினரோடு நிஸ்லியையும் சேர்த்துக்கொண்டார். அதனால் மெங்கெலேவையும் அவருடைய அசாதாரணமான பரிசோதனை களையும் நெருக்கத்திலிருந்து கவனிக்கும் வாய்ப்பு நிஸ்லிக்குக் கிடைத்தது.

ஒருநாள் வயிற்றுப்போக்கு குறித்து ஆராயப்போவதாகச் சொல்வார். உடனடியாக 150 சடலங்களைத் தயார் செய்யும்படி உத்தரவு போகும். வந்துசேர்ந்தபிறகு அவற்றுக்கு விரைவில் பிரேதப் பரிசோதனை செய்துமுடிக்கும்படி நிஸ்லியிடம் அவர் உத்தரவிடுவார். 'ஒரு நாளைக்கு ஏழு பிரேதப் பரிசோதனை என்னும் வகையில் மூன்று வாரங்களில் என் இலக்கை நீ தொட்டுவிடலாம்!' தன்னுடைய

கண்டுபிடிப்புகளை விரிவாக ஆவணப்படுத்தும் வேலையும் அவரிடமே ஒப்படைக்கப்படும். வயிற்றுப் பாகங்களையெல்லாம் கீறி முடித்தபிறகு எஞ்சியிருப்பனவற்றை அள்ளிச்சென்று போக தனியே பணியாளர்கள் இருப்பார்கள். ஆஷ்விட்ஸில் இருந்த நான்கு கிரிமடோரியம்களையும் தினமும் நிஸ்லி பார்வையிடவேண்டும். அப்போது மனத்தை உலுக்கும் பல காட்சிகளை அவர் காண வேண்டியிருக்கும்.

கிரேக்கத்தில் இருந்து வந்திருந்த கைதிகள் என்று சிலரைக் கிடத்தி வைத்திருப்பார்கள். அவர்களுடைய உடல் பாதி எரிந்திருக்கும். சிலருடைய உடல்களில் பெரிய பெரிய ஓட்டைகள் போடப் பட்டிருக்கும் அல்லது ஆழமான தீக்காயங்கள் காணப்படும். 27 தினங்கள் தொடர்ச்சியாக உணவு, ஆகாரம் இல்லாததால் இறந்த ஒரு யூதரின் சடலம் இருக்கும். முழுவதுமாக கிழிக்கப்பட்ட உடல்களை யும் கண்கள் பிடுங்கப்பட்ட உடல்களையும் நிஸ்லி அவ்வப்போது எதிர்கொண்டார். இரட்டையர்களின் சடலங்கள் வந்து விழுந்து கொண்டே இருக்கும். மெங்கெலேவின் கொடூரமான பரிசோதனை களுக்குப் பலியானவர்கள் இவர்கள். எதைத் தெரிந்துகொள்ள இந்த அளவுக்கு ஒவ்வொருவரையும் அவர் குதறி வைத்திருக்கிறார் என்பது தெரியாது. நிஸ்லியின் வேலை பிரேதப் பரிசோதனை செய்து, மெங்கெலே தெரிந்துகொள்ள விரும்பிய மருத்துவத் தகவல்களை உடனுக்குடன் சமர்ப்பிப்பது மட்டுமே.

கார்ல் கிளாபெர்க்

மருத்துவர்களில் ஒரு முன்மாதிரி என்று எஸ்எஸ் ஆள்களால் வியந்தோதப்பட்ட கார்ல் கிளாபெர்க் மகப்பேறு மருத்துவத்தில் நிபுணத்துவம் பெற்றவர். பெண் பாலியல் சுரப்பிகள் குறித்து ஆய்வு செய்தவர். பல சர்வதேச கருத்தரங்குகளில் பங்கேற்றவர். துறைசார்ந்த நிபுணர்களால் பாராட்டப்பட்டவர். ஆஷ்விட்ஸில் வந்து அங்குள்ள பெண் கைதிகளை ஆய்வு செய்ய விரும்புகிறேன் என்று ஹிம்லருக்கு இவர் எழுதிய கடிதம் கிடைத்திருக்கிறது. 'அறுவை சிகிச்சையின்றி பெண்களுக்குக் கருத்தடை செய்வது குறித்து தற்சமயம் ஆய்வு செய்துவருகிறேன். அதற்கான பரிசோதனைகள் செய்வதற்கு ஆஷ்விட்ஸ் சிறந்த களமாக இருக்கும் என்று நம்புகிறேன்' என்று கிளாபெர்க் எழுதியபோது, ஹிம்லர் மனமுவந்து அவரை வரவேற்றார்.

ஆஷ்விட்ஸ் முகாமில் உள்ள பிளாக் 10 அவருக்காக ஒதுக்கப்பட்டது. அங்கே யாரெல்லாம் வசிக்கவேண்டும் என்பதை கிளாபெர்க் முடிவு செய்தார். விதவிதமான 'சாம்பிள்களை' தனது பரிசோதனைக்காக

அவர் அங்கே சேகரித்தார். ‘முயல்கள்’ என்று அந்தப் பெண்களை அவர் அழைத்தார்.

ஹோர்ஸ்ட் ஷுமான்

அனுபவம் இல்லாவிட்டாலும் கருத்தடை மருத்துவத்தையே தன் துறையாகத் தேர்ந்துகொண்டார் ஷுமான். பெண்கள் மட்டுமின்றி ஆண்களை வைத்தும் இவர் முகாமில் பரிசோதனை மேற்கொண்டார். கிளாபெர்க் ஊசி போடுவார் என்றால் ஷுமான் பாலுறுப்புகளில் கதிர்வீச்சுகளைப் பாய்ச்சி ஆய்வு செய்வார். அது ஆனபிறகு கருப்பை, விரை இரண்டையும் தனியே கத்தரித்து எடுத்து கவனிப்பார். தன்னுடைய முயல்களுக்கு என்ன நேர்ந்தது என்பதைப்பற்றி அவருக்கு அக்கறை இருந்ததில்லை. ஷுமானின் பரிசோதனை களுக்குப் பிறகு எண்ணற்ற ஆண்களும் பெண்களும் உடல் வலுவற்று பலவீனர்களாக மாறினார்கள். கிளாபெர்க்கால் இறந்தவர்களைவிட ஷுமானால் இறந்தவர்களின் எண்ணிக்கை அதிகம்.

மனநலம் சார்ந்து அவர் படித்ததில்லை. இருந்தாலும், மனநோயாளி கள் என்று முத்திரை குத்தி பல கைதிகளை காஸ் சாம்பரில் தள்ளினார் ஷுமான். பிடிபட்டு நீதிமன்றத்தில் நிறுத்தப்பட்டபோது, கதிர்வீச்சு குறித்தும்கூடத் தனக்கு எதுவும் தெரியாது என்று ஒப்புக்கொண்டார் இவர். கிளாபெர்க்கும்கூடக் கைது செய்யப்பட்டு விசாரிக்கப்பட்டார். ‘ஷுமான் ஒரு கிரிமினல், ஆனால் நான் அப்படியல்ல’ என்று அவர் வாக்குமூலம் கொடுத்தார்.

ஜொஹன் பால் கிரெமர்

1942ம் ஆண்டு ஆஷ்விட்ஸ் அனுப்பப்பட்டபோது கிரெமரின் வயது 59. கிரெமருக்கு டைரி எழுதும் வழக்கம் இருந்ததால் அதன் மூலம் அவருடைய பங்களிப்பு குறித்து நமக்குத் தெளிவாகத் தெரிய வருகிறது. மொத்தம் 14 முறை ‘தேர்ந்தெடுக்கும் பணியிலும்’ அதற்குப் பிறகான காஸ் சாம்பர் வேலையிலும் ஈடுபட்டிருக்கிறார் கிரெமர். ஆஷ்விட்ஸைப் பார்க்கும்போது ‘தாந்தேவின் நரகம்’ மேலானதாக இவருக்குத் தோன்றியிருக்கிறது. கையெடுத்து வணங்கி அழும் மூன்று டச்சுப் பெண்களைப் பார்த்ததாகவும் அவர் பார்த்துக் கொண்டிருக்கும் போதே மூவரும் சுட்டுக் கொல்லப்பட்டதாகவும் ஓரிடத்தில் எழுதியிருக்கிறார். ‘இங்கு கிடைக்கும் எந்தச் சடலத்தையும் நீங்கள் உங்கள் பரிசோதனைகளுக்குப் பயன்படுத்திக் கொள்ளலாம்’ என்று மேலதிகாரிகள் அவரிடம் சொல்லி இருக்கிறார்கள்.

ஆனால் கிரெமருக்குச் சடலங்கள்மீது மட்டும் பரிசோதனைகள் செய்வதில் விருப்பமில்லை. சில கைதிகளைச் சுட்டிக்காட்டி மருத்துவர்களிடம் சொல்லிவைப்பாராம். 'அவர்கள் சடலங்களாக மாறியபிறகு எனக்குச் சொல்லியனுப்புங்கள். நான்தான் முதலில் அவர்களைப் பதிவு செய்திருக்கிறேன் என்பதால் எனக்குதான் அவர்களை அளிக்கவேண்டும்.' கிரெமரின் விண்ணப்பம் ஏற்கப் பட்டது. போலந்தில் பிடிபட்டு விசாரணை மேற்கொள்ளப்பட்ட போது தன்னுடைய பணிநாளை அவர் பின்வருமாறு வர்ணித்தார்.

'என் மேஜைமீது ஓர் உடல் கிடத்தப்பட்டிருக்கும். உயிருள்ள உடல். நான் அவரிடம் பேச்சுக் கொடுத்து குறிப்புகள் எடுத்துக்கொள்வேன். முகாமுக்கு வருவதற்கு முன்பு அவருடைய எடை என்ன? வந்த பிறகு எவ்வளவு குறைந்தது? இதற்கு முன் அவர் என்னென்ன மாத்திரைகள் எடுத்துக்கொண்டிருக்கிறார்? அவருக்கு என்னென்ன மருத்துவப் பிரச்னைகள் ஏற்பட்டிருக்கின்றன? இப்படிப்பட்ட விஷயங்கள். பிறகு நான் அடுத்த அறைக்குச் சென்று என் பரிசோதனைக் கருவிகளையும் உபகரணங்களையும் தயார் செய்வேன். அதற்குள் என் உதவியாளர் மேஜை மீதிருக்கும் ஊசி செலுத்தி அவருடைய இதயத்துடிப்பை நிறுத்தியிருப்பார். ஊசியை ஒருபோதும் நான் போடமாட்டேன். நான் திரவங்களைத் தயார் செய்து முடிப்பதற்குள் உடலில் இருந்து கல்லீரல், கணையம் போன்ற உறுப்புகள் அகற்றப்பட்டிருக்கும். நான் அவற்றைப் பெற்றுக்கொண்டு பதப் படுத்திவைப்பேன். சில சமயம் உயிருள்ளபோதே சம்பந்தப் பட்டவரைப் புகைப்படம் எடுத்துக் கொள்வேன். பிறகு உடலுக்கு அருகில் பதப்படுத்தப்பட்ட உறுப்புகளையும் வைத்து எது, யாருடையது என்பதைத் தெளிவாக உணர்த்தும் வகையில் இன்னொரு படம் எடுத்துக்கொள்வேன். என் அபார்ட்மெண்டுக்கு இந்தப் படங்களை எடுத்துச்செல்வேன்.'

பல தேதிகளைப் போட்டு இப்படிப்பட்ட குறிப்புகளை கிரெமர் டைரியில் எழுதி வைத்திருக்கிறார். 'இன்று ஒரு புதிய இதயம் கிடைத்தது' அல்லது 'ஈரல் ஒன்று என் மேஜைக்கு வந்து சேர்ந்தது' அல்லது 'நான் விண்ணப்பித்த உடலிடம் இருந்து பல முக்கிய உறுப்புகள் இன்று கிடைத்தன.' 'பசியால் துடித்துக்கொண்டிருக்கும் அந்த இரு பெண்களை எனக்குத் தயவுசெய்து அனுப்பிவைக்க முடியுமா?' என்று அவர் கேட்கும்போது, முடியாது என்று ஒருவரும் மறுக்கமாட்டார்கள். உடனே உடல்களை அனுப்பிவிடுவார்கள்.

கிரெமருக்குப் பத்தாண்டு சிறைத் தண்டனை கிடைத்தது. 81 வயதில் கிரெமர் மீண்டும் ஃபிராங்பர்ட் நீதிமன்றத்துக்கு

வரவழைக்கப்பட்டார். இந்த முறை குற்றவாளியாக அல்ல, சாட்சி சொல்ல. கூடுதல் உணவுப் பொருள் கிடைக்கும் என்பதற்காக, எஸ்எஸ் மருத்துவர்கள் கைதிகளை அதிக எண்ணிக்கையில் காஸ் சாம்பருக்கு அனுப்பினார்கள் என்று சொல்லப்படுவது உண்மையா? மெல்லிய புன்னகையுடன் கிரெமர் அளித்த பதில் இது. 'ஆ, அது புரிந்துகொள்ளக்கூடியதுதான். அது போர்க்காலம். சிகரெட் முதல் கொண்டு எல்லாமே குறைவாகத்தான் கிடைத்தன. புகையிலைக்கு ஒருவர் அடிமையாகிவிட்டார் என்று வைத்துக்கொள்ளுங்கள்...' அவர் வேறு என்னதான் செய்வார் என்பதே கிரெமர் கேட்க விரும்பிய, ஆனால், கேட்காத கேள்வி.

மனநிலை சரியில்லாதவர்களை சாம்பரில் அடைத்துக் கொல்லும் பணி தொடங்கியபோது மருத்துவர்கள்தான் நச்சு வாயுவைக் கசியவிட்டார்கள். நாங்கள் அவர்களைக் கொலை செய்யவில்லை, கருணைக் கொலை செய்கிறோம் என்றுதான் மருத்துவர்கள் விளக்கமளித்தார்கள். எஸ்எஸ் மருத்துவர்களில் பலர் தங்கள் மருத்துவப் பணியை அப்போதுதான் தொடங்கியிருந்தார்கள். பலர் இளைஞர்கள். முகாமில் பணியாற்றுவதைத் தங்கள் திறமையை நிரூபிப்பதற்கான வாய்ப்பாக அவர்கள் எடுத்துக்கொண்டார்கள். உயரதிகாரிகளிடம் நல்ல பெயர் பெற்று உயர் பதவிகளை அடைவதற்கு இது ஒரு நல்ல சந்தர்ப்பம் என்றும் அவர்கள் நினைத்தனர்.

எஸ்எஸ் மருத்துவர்களை மூன்று வகைகளாகப் பிரிக்கலாம் என்கிறார் ஹெர்மன் லாங்பீன். முகாமில் நடைபெற்ற அழிவுப்பணிகளில் தயக்கத்துடன் பங்கேற்றவர்கள் முதல் வகை. இரண்டாவது வகையினர், தம் உணர்வுகளை வெளிக்காட்டிக்கொள்ளாமல், உணர்ச்சிகளற்றுப் பணியாற்றியவர்கள். கொடுக்கப்பட்ட வேலை களைவிட அதிகம் செய்து நல்ல பெயர் ஈட்டிக்கொள்ள விரும்பியவர்கள் மூன்றாவது வகையினர். நாஜிகளின் இனவெறி சித்தாந்தத்தைச் செயல்பாட்டுக்குக் கொண்டுவந்ததில் இவர் களுடைய பங்களிப்பு மறுக்கமுடியாதது.

7

வதைகள்

நான் ஒருபோதும் தனிமையில் இல்லை. ஆயிரக் கணக்கானவர்கள் என்னுடன் எப்போதும் இருக்கிறார்கள். என் தலை முழுக்கப் பேய்கள் குடியிருக்கின்றன. எப்போது வேண்டுமானாலும் தலை வெடித்து விடலாம் என்று சில சமயம் நினைத்துக்கொள்வேன். என் காதுகளில் இறந்தவர்களின் ஓலம் ஒலித்துக்கொண்டே இருக்கிறது. என் கனவுகள் கொடுமையானவை. என் நினைவுகளில் இருள் படிந்திருக்கிறது. சாம்பலின் இருள். நான் உயிர் பிழைத்தவன்.

ஜேக் ஐஸ்னர்

யூதர்கள் அவதிப்படுவதை அருகிலிருந்து பார்க்க எஸ்எஸ் ஆள்கள் விரும்பினர். எனவே அவர்களை வதைக்க புதிய வழிமுறைகளைத் தொடர்ச்சியாக அவர்கள் கண்டுபிடித்துக்கொண்டே இருந்தார்கள். நடுங்க வைக்கும் குளிரில் நிர்வாணமாக ஓட விடுவார்கள். குளிர்ந்த நீரை உடலெங்கும் பீய்ச்சியடிப்பார்கள். கால்கள் உடைந்துவிழும் வரை கற்களைத் தோள்மீது அடுக்கிக்கொண்டே போவார்கள். படுக்கச் சொல்வார்கள், உடனே எழுந்திருக்கச் சொல்வார்கள். இரவு முழுக்க இந்த இரண்டையும் அடுத்தடுத்து செய்துகொண்டே இருக்க வேண்டும். குச்சியாக மெலிந்திருக்கும் ஒருவரை நான்கு பேர் முறை வைத்து எட்டி உதைப்பார்கள்.

கைதிகள் பின்வரும் தவறுகளுக்காகத் தண்டிக்கப்பட்டார்கள். கழிப்பறை காகிதமாகக் கொடுக்கப்படும் செய்தித்தாள் நறுக்குகளைப் படிக்க

முயல்வது. உருளைக்கிழங்குத் தோல் திருடுவது. ரகசியமாக மதச் சடங்குகளில் ஈடபட முயல்வது. நாஜி அதிகாரி சொல்லும் வேகத்தில் நடக்காதது. அடிக்கடி உடல்நிலை சரியில்லாமல் போவது. புத்தி பேதலித்து கண்டபடிப் பேசுவது. நிர்ணயிக்கும் இலக்கை அடைய மறுப்பது. சிகரெட் புகைப்பது அல்லது ஆடைகளில் ஒளித்து வைத்துக் கொள்வது. குளிரைச் சமாளிக்க காகிதத்தைச் சுருட்டி காலணிக்குள் வைத்துக்கொள்வது. எஸ்எஸ் அதிகாரி கடந்து செல்வதைக் கண்டபிறகும் நிமிர்ந்து நிற்க மறுப்பது. இந்தத் தவறுகளுக்கு விதவிதமான தண்டனைகள் அளிக்கப்பட்டன. துப்பாக்கி முனை கொண்டு குத்துவது; துப்பாக்கிக் கட்டையால் போட்டு அடிப்பது; இருள் நிறைந்த தனிமைச்சிறையில் அடைத்து வைத்து, தொடர்ந்து பல நாள்கள் ஆகாரம், நீரின்றித் தவிக்கவிட்டுக் கொல்வது; பின்பக்கத்தின் வழியாக துடைப்பக்கட்டையை நுழைத்து சித்திரவதை செய்வது; தலைகீழாகத் தொங்கவிடுவது; சவப்பெட்டி போன்ற ஒரு பெட்டிக்குள் நான்கு பேரைத் திணித்து பூட்டிவிடுவது. இந்தப் பட்டியல் முழுமையானது அல்ல.

தவறு இழைத்தால்தான் ஒரு கைதியைத் தண்டிக்கவேண்டும் என்று எந்தவிதக் கட்டாயமும் இல்லை என்பதால் வெறுமனே உல்லாசத்துக்காகப் பலரைப் பிடித்துவந்து சித்திரவதை செய்தார்கள். காரணமே இல்லாமல் துப்பாக்கியால் சுட்டுக் கொன்றார்கள். ரேவன்புரூக் வதைமுகாமில் சித்திரவதைக்கு ஒரு தனி இருக்கை அமைக்கப்பட்டிருந்தது. அதில் பெண்களைப் பிணைத்துவிட்டு சாட்டையால் விளாசினார்கள். அமோன் லெபோல்ட் கோத் என்னும் அதிகாரி சித்திரவதைக்குப் புகழ்பெற்றவர். யூத உடலின் எல்லாப் பாகங்களையும் அடித்தும் கிழித்தும் உடைத்தும் பார்த்திருக்கிறார் அவர். சோர்வாக இருக்கும்பொழுது மற்றவர்களை அடிக்கவைத்து வேடிக்கை பார்ப்பார்.

ஹென்ரிக் புளோச் கீழ்வரும் சம்பவத்தை விவரிக்கிறார். 'எங்களைப் பின்புறத்தில் இருந்து அடிக்குமாறு கோத் கட்டளையிட்டார். இரண்டு மேஜைகள் கொண்டுவரப்பட்டன. எங்களை அந்த மேஜைகளோடு கட்டிப்போட்டார்கள். ஆடையில்லாத வெற்று உடல்களின்மீது பொத் பொத்தென்று அடி விழுந்தது. ஒவ்வொருவரும் குறைந்தது 100 அடிகள் வாங்கவேண்டும் என்று கோத் சொன்னார். ஆனால் 200, 300 அடிகளுக்கு மேல் நாங்கள் வாங்கிக்கொண்டிருந்தோம். மேஜை களிலிருந்து ரத்தம் வழியத் தொடங்கியபிறகும் நிறுத்திக்கொள்ள வில்லை. 'எங்களுக்குக் கொடுக்கப்பட்ட தண்டனையைச் சிரம் தாழ்ந்து ஏற்றுக்கொள்கிறோம்' என்று நாங்கள் சொல்லிக்கொண்டே இருக்கவேண்டும். ஒருவர் மட்டும் வலி தாங்காமல் சத்தம்போட்டு

கத்த ஆரம்பித்துவிட்டார். கோத் தன் இருக்கையைவிட்டு எழுந்தார். கீழே குனிந்து ஒரு பெரிய கல்லை எடுத்துக்கொண்டு வந்தார். கத்திக்கொண்டிருந்தவரின் முகத்தில் அந்தக் கல்லைக் கொண்டு தாக்கினார். சாட்டையடி அது பாட்டுக்குத் தொடர்ந்து கொண்டிருந்தது.'

மாத்தாசென் முகாமில் 'மரணத்தின் படிக்கட்டுகள்' என்று ஓரிடத்துக்குப் பெயர். சுரங்கத்துக்கு அருகிலுள்ள மலைப்பாங்கான பகுதியில் அமைக்கப்பட்டிருக்கும் கல் படிக்கட்டுகள் அவை. செங்குத்தாக மேலே மேலே நீண்டு சென்றுகொண்டிருக்கும். பாதி தாண்டும்போதே களைப்பாகிவிடும். இதில் மீண்டும் மீண்டும் ஏறி, இறங்கச் சொல்லி கைதிகளைக் காவலர்கள் வற்புறுத்துவார்கள். பசி மயக்கத்திலும் களைப்பிலும் இருக்கும் கைதிகள் தாக்குப்பிடித்து ஏறும்போது, வேகம், வேகம் என்று பின்னாலிருந்து கத்துவார்கள். அவர்கள் வேகவேகமாக ஏற முயற்சிக்கும்போது சுவாசம் சீர்கெட்டு, தடுமாறிக் கீழே விழுவார்கள். பலர் படிக்கட்டுகளிலேயே துவண்டு இறந்துவிடுவார்கள். வெறுமனே ஏறி இறங்கினால் போதாதென்று சுமைகளுடனும் ஏறச் சொல்லி அவசரப்படுத்துவார்கள். சுமைகளை யும் மேலே போட்டுக்கொண்டு உருண்டு கீழே வந்து விழும் பிணங்கள் அகற்றப்படும்.

'டச்சாவ் முகாமில் இருந்தபோதே எஸ்எஸ் பற்றி எனக்குத் தெரியும். அங்கே பல கொடுமைகளை நான் கண்டேன் என்றாலும் எப்படியாவது பிழைத்துவிடுவோம் என்று டச்சாவில் நம்பினேன். ஆனால் ஆஷ்விட்ஸ் முற்றிலும் வேறாக இருந்தது. ஒரு நாளில் பத்து அல்லது அதற்கும் மேலான மரணங்கள் பற்றி டச்சாவில் கேள்விப்படும்போது மோசமான தினம் என்று நினைத்துக்கொள்வோம். ஆஷ்விட்ஸில் மரணமடைந்தவர்களின் பெயர்களைத் தட்டச்சு செய்ய இரவு பகலாக ஏழு தட்டச்சு இயந்திரங்களை ஒரே சமயத்தில் பயன்படுத்த வேண்டியிருந்தன' என்கிறார் ஆஷ்விட்ஸில் அலுவலகப் பணியில் ஈடுபட்ட ஹெர்மன் லாங்பீன்.

பிற முகாம்களில் இருந்தோ கெட்டோக்களில் இருந்தோ ஆஷ்விட்ஸ் வந்தவர்களால் அதிர்ச்சியில் இருந்து இறுதிவரை விடுபடவே முடியவில்லை. அக்டோபர் 1944ல் வேறொரு முகாமில் இருந்து ஆஷ்விட்ஸ் வந்து சேர்ந்த இளம் பெண் ஸ்டென்கா ஃபண்ட்லோவா நினைவு கூர்கிறார். 'மிகப் பெரிய அதிர்ச்சியாக ஆஷ்விட்ஸ் இருந்தது. அங்கே என்ன நடக்கிறது என்பதை என்னால் உள்வாங்கிக்கொள்ளவே முடியவில்லை. புகைமூட்டத்துக்குப் பின்னால் வாழ்வதைப்போல் உணர்ந்தேன். தலையில் யாரோ ஓங்கி அடித்துவிட்டதைப் போலவே

எப்போதும் இருந்தது. அங்கே நான் கண்டதெல்லாம் நிஜம் என்பதை நீண்டகாலம் என்னால் நம்பவே முடியவில்லை. சிந்திப்பதையும் உணர்வதையும் நான் நிறுத்திக்கொண்டேன்.'

பெண்கள்

பெண்கள்மீது மிக விரிவான வன்முறை பிரயோகிக்கப்பட்டது. பாலியல் வன்கொடுமைகள் மிக இயல்பாக நடைபெற்றன. குழந்தை முதல் முதியோர்வரை எல்லாப் பெண்களும் மிகக் கொடூரமான முறையில் பலாத்காரம் செய்யப்பட்டனர். சில முகாம்களில் பெண்களைக்கொண்டு தனியே பாலியல் விடுதியை எஸ்எஸ் படையினர் அமைத்துக்கொண்டனர். கேளிக்கைக்குரிய ஓரிடமாகவும் கொடூரமான முறையில் இச்சைகளைத் தனித்துக்கொள்வதற்கான ஓரிடமாகவும் இத்தகைய விடுதிகள் செயல்பட்டன. சாடிச மனோபாவம் கொண்ட அதிகாரிகள் பெண்களை அடித்தும் துன்புறுத்தியும் உடல் பாகங்களைக் கீறி பார்த்தும் மகிழ்ந்தனர். பெண்களை நிர்வாணப்படுத்திவிட்டு சாட்டையால் அடித்து ரசித்தவர்கள் இருந்தனர். காரணங்களின்றி கொன்றுபோட்டவர்களும் இருக்கவே செய்தனர்.

ஒட்டோ மோல் சாடிஸத்துக்குப் புகழ்பெற்றவராக இருந்தார். அவருடைய திறனுக்கு இணை எந்த முகாமிலும் இல்லை என்று சொல்லப்பட்டது. பெண்களுக்கு விதவிதமான வலியை ஏற்படுத்தி அவர்கள் துடிப்பதைக்கண்டு ரசிக்கும் வழக்கம் இவருக்கு இருந்தது. பாலியல் வன்புணர்ச்சி, உடலில் காயங்களை ஏற்படுத்தி மகிழ்வது, குரூரமான முறையில் துன்புறுத்துவது போன்றவற்றோடு அவர் நிறுத்திக்கொள்வதில்லை. உடல்மீதல்ல, உள்ளத்தின்மீது வன்முறையைப் பாய்ச்சுவதே இவரைப் பொருத்தவரை சவாலானது.

ஒருபெண்ணை அழைத்துச் சென்று குழிக்கு அருகில் நிறுத்துவார். பாடு என்று கட்டளையிடுவார். அந்தப் பெண் நிறுத்தாமல் பாடிக்கொண்டே இருக்கவேண்டும். மற்றொரு பக்கம், அந்தக் குழியில் சடலங்களைக் கொண்டுவந்து இறக்கிக்கொண்டே இருப்பார்கள். அவள் பாட்டை நிறுத்தக்கூடாது. தீ மூட்டுவார்கள். அவள் வேறு புதிய பாடலைத் தொடங்கவேண்டும். உடல்கள் பற்றி எரியத் தொடங்கி புகைமூட்டம் கிளம்பும். இருக்கையைக் கொண்டு வந்து போடச்சொல்லி வாட்டமாக அமர்ந்துகொண்டு ரசிப்பார் ஒட்டோ மோல். சில சமயம் குழந்தைகளின் உடல்களை மட்டும் தேர்வு செய்து குழிகளில் இறக்கி கொளுத்தச் சொல்வார். உள்ளே எரிவது என்ன என்பதை அந்தப் பெண்ணுக்கு விளக்கிச் சொல்லிய பிறகு, நிறுத்தாமல் பாடச் சொல்வார்.

பல பகுதிகளில், முகாமின் அமைப்பு ஆண்களுக்கு ஒரு மாதிரியாகவும் பெண்களுக்கு வேறு மாதிரியாகவும் இருந்தது. பிர்கெனா பெண்கள் வதைமுகாமின் நிலைமை எப்படி இருந்தது என்பதை, அங்கு வசித்த பெலாகியா லெவின்ஸ்கா பின்வருமாறு விவரிக்கிறார்.

'விளக்குகள் கிடையாது. வெளிச்சத்தை அங்கு கண்டதே இல்லை. தேன்கூடுபோல் எப்போதும் சத்தமும் நடமாட்டமும் இருந்து கொண்டே இருக்கும். போலிஷ், பிரெஞ்சு, செக், ரஷ்யன் என்று எந்த மொழியில் பேசினாலும் பெண்களின் குரல், உணர்வுகளோ திராணியோ அற்று இருக்கும். அபூர்வமாக சில மெழுகுவர்த்திகளை அங்குமிங்கும் பார்க்கமுடியும். அந்த ஒளியை வைத்தே அவர் களுடைய வாழ்விடம் எப்படி இருந்தது என்பதைப் புரிந்துகொண்டு விடமுடியும். அடுக்கடுக்கான படுக்கையறைகள். ஒருவருடைய இடத்தில் மூன்று பேர் உறங்கவேண்டும். சில சமயம் ஏழு அல்லது எட்டு பேர்கூட மூச்சுவிடவோ திரும்பவோ முடியாதபடிக்குப் படுத்துக் கிடப்பார்கள். கிட்டத்தட்ட 800 முதல் 1000 பேர் வரை அங்கே இருப்பார்கள். தரைக்கு மிக அருகில் படுக்கையின் கீழ் அடுக்கு இருக்கும் என்பதால் நாயைப் போல் ஊர்ந்துசென்று ஏறிக்கொள்ள வேண்டும். காற்றும் வராது. கீழடுக்கு இப்படியென்றால் மேலடுக்கு கிட்டத்தட்ட கூரைக்கு மிக அருகில் அமைக்கப்பட்டிருக்கும். கவனமாக ஏறிப் படுத்துக்கொள்ள வேண்டும். இல்லாவிட்டால், தலை முட்டிக்கொள்ளும். மழைக்காலத்தில் மழைத்துளிகள் மேலே சிதறும். வெயிலில் தலை வெந்துபோகும். மேலடுக்குக்குப் போகவேண்டு மானால் கீழே உள்ள அனைவர் மீதும் காலை ஊன்றி, அனைவருக்கும் சலிப்பூட்டிவிட்டே ஏறமுடியும். இந்தக் கூண்டில்தான் எல்லோரும் தங்கள் வாழ்க்கையை அமைத்துக்கொண்டார்கள்.'

லெவின்ஸ்கா இருந்த அதே பிரிவில் ஆகஸ்ட் 1942 வாக்கில் 15,000 புதிய பெண் கைதிகள் வந்து சேர்ந்தனர். டிஸையர் ஹாஃப்னர் விவரிக்கிறார். 'எல்லோரும் மொட்டையடிக்கப்பட்டிருந்தார்கள். எலும்புக்கூடுகளாகக் காட்சியளித்தார்கள். உடல் முழுக்க ரத்தக்கறை தெரிந்தது. அவர்களைப் பலரால் பெண்கள் என்றே அடையாளம் காணமுடிந்திருக்காது. ஆண்களின் முகாம்களைவிடப் பெண்களின் முகாம் அதிக அசுத்தமாக இருந்தது. ஆயிரக்கணக்கான பெண்கள் மாதக்கணக்கில் குளிக்காமல் இருந்ததால், எப்போதும் நாற்றமடித்துக் கொண்டே இருந்தது. அவர்கள் ஆண்களைப்போலவே கடினமான பணிகளை மேற்கொண்டனர். மோசமாகவே அவர்கள் உடையணிந் திருந்தனர். வெறும் தலையோடும் வெற்றுக் கால்களோடும் அவர்கள் நடப்பதைக் காணலாம். சில சமயம் கந்தலாடைகூட இல்லாமல் நிர்வாணமாக அவர்கள் நடமாடினர்.'

தற்கொலைகள், கொலைகள்

மரணம் வரும்வரை காத்திருக்கமுடியாது என்று நினைத்தவர்கள் முகாமுக்கு உள்ளேயே தற்கொலை செய்துகொண்டனர். போரின் முடிவில் நிகழ்ந்ததைவிட ஆரம்பத்தில்தான் தற்கொலைகள் அதிகம் நிகழ்ந்தன. முகாமின் சூழலோடு ஒத்துப்போகமுடியாது என்பதை உறுதி செய்துகொண்டவர்களே மனமுடைந்து தற்கொலையை நாடினார்கள். சில முகாம்களில் தற்கொலை கிட்டத்தட்ட அன்றாட நிகழ்வாகவே மாறிவிட்டிருந்தது. வதைபட்டும் அடிபட்டும் சாவதற்குப் பதில், எப்போது நிகழுமோ என்று ஒவ்வொரு நிமிடமும் அஞ்சிகொண்டிருப்பதற்குப் பதில் இப்போதே செத்துவிடுவது மேல் என்று சிலர் முடிவெடுத்தனர். மிக எளிதான வழி வேலியை நோக்கி ஓடுவது. திடீரென்று ஓடத் தொடங்கினால் கண்காணிப்பு கோபுரத்திலிருந்து கவனித்துக்கொண்டிருக்கும் வீரர்களால் சுடப்பட்டுச் சாகலாம். அதையும் மீறி வேலியைத் தொட்டுவிட்டால் மின்சாரம் பாய்ச்சப்பட்டுக் கருகிப்போகலாம். இரண்டில் ஒன்று உறுதி.

பிர்கெனா முகாமில் பணியாற்றிய ஜோசப் நியூமேனின் வேலை தினமும் குறிப்பிட்ட நேரத்தில் வேலியை ஒட்டியுள்ள பகுதிகளைச் சுற்றிவருவதுதான். எங்கேனும் ஏதேனும் சடலங்கள் விழுந்திருக்கின்றனவா என்று அவர் தேடிப்பார்க்கவேண்டும். கிடைத்தால் அவற்றை அப்புறப்படுத்தவேண்டும். 'இரவு நேரங்களில் வேலியை நோக்கி ஓடுபவர்கள் தற்கொலை நாட்டம் கொண்டவர்களாகவே இருப்பார்கள். ஹாலந்தில் இருந்து வரும் கைதிகள் அதிக எண்ணிக்கையில் தற்கொலை செய்துகொள்வதைப் பார்த்திருக்கிறேன். ஒரே நாளில் முப்பது சடலங்கள் வரை மீட்டிருக்கிறேன். ஒரு நாளைக்கு என்று பார்த்தால் 8 முதல் 12 சடலங்கள் வரை கிடைக்கும். பெரும்பாலும் புது வரவுகளாக இருக்கும். சில சமயம் பழையவர்கள் கூடத் தற்கொலை செய்துகொள்கிறார்கள்.'

குடும்பத்தினரிடமிருந்து பிரிக்கப்பட்டதால் மனமொடிந்து தற்கொலை செய்துகொண்டவர்கள் இருந்தனர். மனவியாதி காரணமாக இலக்கின்றி ஓடிச்சென்று சுடப்பட்டு இறந்தவர்கள் இருந்தனர். சிகரெட் கடத்தி வருவதைப்போல் சிலரால் முகாமுக்குள் நஞ்சு கடத்தி வந்து உண்ண முடிந்தது. சற்றே எளிதாகக் கிடைத்திருந்தால் மேலும் பலர் இதனை நாடியிருப்பார்கள். மின்வேலியை விட நஞ்சு வலியற்றது என்பதால் பலர் அதற்காக வெளிப்படையாகவே ஏங்கியிருக்கிறார்கள். 1941 - 42 ஆண்டுகளில் ரஷ்ய போர்க்கைதிகள் பிர்கெனா முகாம் கட்டுமானப் பணிகளில் ஈடுபட்டு வந்தனர். அவர்களில் பலர் பின்வரும் வழிமுறையைக் கையாண்டு

தற்கொலையை நாடியதை பெரி பிராட் என்பவர் விவரிக்கிறார். 'பசியால் மனிதர்கள் நிதானமிழந்துபோயினர். ஆஷ்விட்ஸ் கிரிமடோரியம் செல்வதற்காக ஒவ்வொரு மாலையும் வண்டிகள் வந்துபோகும். அதில் சடலங்கள் அடுக்கி வைக்கப்பட்டிருக்கும். ஏற்கெனவே பாதி இறந்து, துவண்டு போயிருந்த பலர், இந்த வண்டிகள் வரும்போது தப்பி உள்ளே சென்றுவிடுவார்கள். ஆடு, மாடுகளைப்போல் அவர்களும் கிரிமடோரியத்தில் தள்ளப்பட்டு விடுவார்கள்.'

எங்கு தேடியும் கிடைக்காத ஒரு சிறுமியை கிரிமடோரியத்துக்கு அருகில் கிடத்தப்பட்ட சடலங்களுக்கு அருகில் கண்டுபிடித்தார்கள். வற்றிப்போன உடல்களை அணைத்தபடி அந்தச் சிறுமி தரையில் படுத்துக் கிடந்தாள். காரணம் கேட்டபோது அவள் அளித்த பதில் இது. 'முகாமில் வாழ்பவர்களோடு இணைந்து வாழ்வது கொடுமையாக இருக்கிறது. அதனால் இறந்தவர்களோடு வாழலாம் என்று இங்கே வந்துவிட்டேன்.' ஒரு பிரெட் துண்டைக் கொடுத்து சமாதானம் செய்து அவளை அழைத்து வந்தார்கள். அன்று மாலை அவள் சுடப்பட்டாள்.

காஸ் சாம்பரையும் கைதிகள் விட்டுவைக்கவில்லை. புதிய கைதிகளை அழைத்துச்செல்லும்போது நிர்வாணமாக அவர்களைப் பின் தொடர்ந்துசென்று சிலர் சாம்பருக்குள் புகுந்துவிடுவார்கள். சில சமயம் எஸ்எஸ் நபர்களுக்குப் பின்னாலேயே ஊர்ந்துசென்று கதவை அடைக்கும் சமயம் பார்த்து மின்னல்போல் உள்ளே நழுவி விடுபவர்களும் இருந்தனர். தன் பொறுப்பில் உள்ள கைதிகள் தப்ப முயற்சித்ததைக்கண்டு அஞ்சி தற்கொலை செய்துகொண்ட காபோக்கள் இருந்தனர். கைதிகளைத் தப்பவிடுபவர்களும் உதவி செய்பவர்களும் கடுமையான சித்திரவதைகளை அனுபவிக்க நேரிடும் என்பதால் இம்முடிவு.

சில காபோக்கள் மற்றவர்களுக்கும் உதவி செய்தனர். அவர்களில் ஒருவர் எமில். முகாமுக்குச் சென்ற அவர் 'யாருக்கெல்லாம் நிரந்தர விடுதலை வேண்டுமோ முன்னால் வந்து நில்லுங்கள், நான் உதவுகிறேன். வலியில்லாமல் எளிதாக முடித்துவைக்கிறேன்.' என்று அறிவித்தார். அவர் கையில் தடி இருந்தது. முன்னால் ஸ்டூல் ஒன்றை எடுத்து வைத்தார். பலர் முன்வந்தனர். முதல் வாய்ப்பு பிரேகிலிருந்து வந்திருந்த 16 வயது இளைஞனுக்குக் கிடைத்தது. 'வலியில்லாமல் செய்துவிடுங்கள் காபோ' என்று சொல்லி ஸ்டூலில் குனிந்தான். கழுத்தில் ஒரே அடி. அடுத்தவர் வரலாம் என்று அறிவித்தார் காபோ. திடீரென்று இப்படியொரு உதவித்திட்டத்தை காபோ அறிவித்ததற்கு ஒரு காரணம் இருந்தது. இடமில்லை, இன்றே 30 சடலங்கள் தேவை என்று மேலிடத்திலிருந்து உத்தரவு வந்திருந்தது.

முகாமின் விதிமுறைகளின்படி ஒவ்வொரு யூதரைக் கொல்லும் போதும் காவலருக்குச் சில பரிசுகள் அளிக்கப்பட்டன. ஒரு அவுன்ஸ் பிராண்டி, மூன்று சிகரெட்டுகள், ஒரு ஜெர்மன் சாசேஜ் துண்டு. இந்தப் பரிசுக்காகவே பல காவலர்கள் விருப்பத்துடன் கொலைகளில் ஈடுபட்டனர்.

விதவிதமான முறைகளைக் கையாண்டு யூதர்கள் கொல்லப்பட்டனர். ஒரு காவலர் யூதர்கள் ஓரிருவரைப் பிடித்துவந்து அவர்களை நிர்வாணப்படுத்தி, உணவு, நீர் எதுவும் அளிக்காமல் அறையில் பூட்டிவைத்து அவர்கள் இறக்கும்வரை வந்து வந்து கண்காணித்துக் கொண்டிருப்பார். இன்னொருவர் வன்முறைச் செயல்களில் தானே ஈடுபடமாட்டார். சுருக்குக் கயிற்றைக் கொண்டுவந்து கொடுத்து கைதி தன்னையே தூக்கிலிட்டுக்கொள்வதைப் பார்த்து அவர் இறந்து விட்டாரா என்பதை உறுதிசெய்துகொள்வார். பக்கத்து முகாமுக்குப் போகப்போகிறோம் என்று சொல்லி 300 பேரை நடக்க விட்டு காட்டுப் பகுதியை அடைந்ததும் குழுவாகச் சேர்ந்து சுட்டுக் கொல்வார்கள்.

ஜோசப் டைல் ஒரு யூத கிறிஸ்தவ பாதிரியார். முகாமிலிருந்து சடலங்களை வெளியில் உள்ள வண்டிகளுக்கு மாற்றும் பணியில் அவர் ஈடுபட்டுவந்தார். ஒருநாள் தன் குழுவினருடன் இணைந்து பணியாற்றியபோது நடந்த சம்பவம் ஒன்றை அவர் விவரிக்கிறார்.

'வேன் வாசலில் வந்து நின்றது. ஆனால் வாசல் கதவுவரை சடலங்கள் கிடந்ததால் வண்டியால் உள்ளே நுழையமுடியவில்லை. எனவே முகாமிலிருந்து ஒவ்வொரு சடலமாக எடுத்து வண்டியில் ஏற்றுமாறு கேட்டுக்கொள்ளப்பட்டோம். சில அடிகளுக்கு ஒருவர் என்னும் விதத்தில் ஆள்கள் நிறுத்தப்பட்டனர். நான் குனிந்து ஓர் உடலை எடுத்து தோளில் சுமந்து இன்னொருவரிடம் அளிக்கவேண்டும். அதை அவர் சிறிது தூரம் எடுத்துச் சென்று இன்னொருவரிடம் ஒப்படைக்க வேண்டும். நான் முதல் சடலத்தைத் தூக்கி என் தோளில் போட்டுக் கொண்டு நடக்கத் தொடங்கினேன். சில அடிகள்கூட நடந்திருக்க மாட்டேன். காபோவின் குரல் எனக்குக் கேட்டது. 'ஏய், அந்தப் பெண்ணின் இதயம் கீழே விழுந்துவிட்டது பார்.' நான் திரும்பிப் பார்த்தேன். அழகிய இளம்பெண் ஒருவரின் சடலத்தை நான் சுமந்து கொண்டிருந்தேன். கீழே அவளுடைய இதயம் விழுந்து கிடந்தது. அப்போதுதான் முதல்முறையாக ஒரு மனித இதயத்தை நான் கண்ணால் பார்த்தேன். அவளது நெஞ்சம் பிளக்கப்பட்டிருந்ததால் இதயம் தவறி விழுந்துவிட்டது.'

அவர் தொடர்கிறார். 'நான் அந்த இதயத்தைக் கீழிருந்து எடுத்து உடலோடு சேர்த்து வேனுக்கு அனுப்பினேன். பிறகு திரும்பி அடுத்த

சடலத்தை எடுத்தேன். தலையின் பின்பகுதியில் சுடப்பட்ட உடல் அது. மற்ற உடல்களும்கூட இதேபோல் பின்பக்கம் துளையுடன் இருந்ததைக் கண்டேன். ரத்தம் இன்னமும் வழிந்துகொண்டிருந்தது. அடுத்தது ஒரு போலந்து இளம்பெண்ணின் உடல் கிடைத்தது. அவளை எனக்குத் தெரியும். எஸ்எஸ் காவலர் அவளை பங்கருக்கு அழைத்துச் சென்றபோது நான் பார்த்திருக்கிறேன். மெல்ல நடந்துசெல்வாள். ஆனால் தன்னம்பிக்கையுடன் ஒவ்வொரு அடியையும் எடுத்து வைப்பாள். நான் அவள் காலைப் பிடித்து இழுத்துச் செல்ல ஆரம்பித்தேன். ஆனால் பயந்து பின்வாங்கி விட்டேன். அவள் தொடையில் இருந்து சதை முழுவதுமாக வெட்டி எடுக்கப்பட்டிருந்தது. எலும்புகளைத்தான் என்னால் பார்க்க முடிந்தது.'

ரெட் கிராஸ் ஆம்புலன்ஸ் ஒன்றை வைத்திருந்தார்கள். உடல் நலன் சரியில்லாதவர்களை அதில் ஏற்றிச் செல்வதாகச் சொன்னதால் பலரும் உள்ளே ஏறிச்சென்றார்கள். போதுமான ஆள்கள் நிரப்பப்பட்டபிறகு வண்டியை எடுத்து, எங்காவது போய் நிறுத்தி அனைவரையும் குழியில் தள்ளி சுட்டுக் கொல்வார்கள். வண்டி மீண்டும் புதிதாக வந்து நிற்கும். 'யாராவது வருகிறீர்களா?' என்று புன்னகையுடன் காவலர் கேட்பார். ஒரு கைதி தனக்கு நேர்ந்ததைச் சொல்கிறார். 'திடீரென்று எல்லோரையும் உடைகளைக் களையச் செய்வார்கள். தயாரானவுடன் நடத்தி அழைத்துச் செல்வார்கள். குளிரில் நடுங்கி, நடக்கமுடியாதவர் களைச் சுட்டுத் தள்ளுவார்கள். எஞ்சியவர்கள் நடந்துசெல்வோம். இரண்டு, மூன்றுமுறை சுத்தவிட்டபிறகு குளிர்ந்த நீரை உடல் முழுக்கப் பாய்ச்சுவார்கள். அங்கும் சிலரைச் சுட்டுக்கொல்வார்கள். எஞ்சியவர்களை மீண்டும் சுத்த விட்டபிறகு முகாமில் கொண்டுவந்து விடுவார்கள். அவர்களுக்குப் பொழுதுபோகவில்லையென்றால் இப்படியெல்லாம் செய்வார்கள் என்று நினைக்கிறேன்.'

பின்பக்கமாக நடக்கச் சொல்வார்கள். ஓடச் சொல்வார்கள். ஓடிக் கொண்டிருக்கும்போதே தடியைக் கொண்டு காலில் அடிப்பார்கள். அதையும்மீறி ஓடுபவர்களைச் சமாளிக்க கத்தியைக் கொண்டுவருவார்கள். ஒரு நாளைக்கு ஐந்து பேரையாவது என் கையால் கொன்றால்தான் சாப்பிடவே பிடிக்கிறது என்று சொன்ன காவலர்களை யூதர்கள் கண்டிருக்கிறார்கள். ரஷ்ய கைதிகள் 50 பேரை வரவழைத்து, ஒவ்வொருவராக உள்ளே வரச்சொல்லி சுட்டுக் கொல்வார்கள். பொறுமையாக 50 பேரையும் சுட்டுக்கொன்றபிறகு உள்ளிருப்பவர் வெளியில் வந்து, இடத்தைச் சுத்தம் செய்யுமாறு உத்தரவிட்டுவிட்டு எதுவுமே நடக்காததைப் போல் நடந்துசென்றுவிடுவார்.

8
இருள்

அவ்வப்போது பயன்படுத்தப்பட்டு வந்ததால் தூக்கு மேடை இயல்பான ஓரிடமாக மாறிவிட்டது. தவறாகப் பேசிவிட்டான் என்று சொல்லி ஒரு கைதியைத் தூக்கில் போடுவார்கள். உளவு பார்த்தான் என்று சொல்லி தூக்கிலேற்றுவார்கள். வேலையில் அலட்சியம் காட்டினால் தூக்கு. ஒன்றுகூடிப் பேசினால் தூக்கு. சரக்கு அறையிலிருந்து ஒரு துண்டு ரொட்டி எடுத்து வந்தால் தூக்கு. எஸ்எஸ் ஆள்கள் தூக்கிலிடுவதை ஒரு விழாவாக மாற்றியிருந்தனர்.

லூயி லூசியன் கிரார்ட், மருத்துவர்

ஒருநாள் போலந்தில் உள்ள ஸாமோஸ்க் என்னும் பகுதியிலிருந்து வண்டி வந்திருந்தது. இறங்கியவர்களில் ஐந்து அல்லது ஆறு கர்ப்பிணிகள் இருந்ததை ஜூலியன் என்பவர் பார்த்தார். அவர் பெண்கள் முகாமைச் சேர்ந்தவர். அதற்குப் பிறகு நடந்ததை அவர் விவரிக்கிறார்.

'அந்தப் பெண்களுக்கு முகாம் மருத்துவமனையில் குழந்தைகள் பிறந்தன. தாய்மார்களுக்கும் குழந்தைகளுக்கும் சிறப்பு உணவும் கூடுதல் பாலும் அளிக்கப்பட்டதைப் பார்த்தேன். வெள்ளை ரொட்டியும் மேலும் சில சிறப்பு பொருள்களும்கூட வழங்கப்பட்டன. குழந்தைகளையும் கைதிகளாக அவர்கள் ஏற்றுக்கொண்டார்கள். இரண்டு வாரங்கள் ஆகியிருக்கும். அவர்களைப் பார்ப்பதற்காக ஒருநாள் சென்றேன். குழந்தைகளைக்

காணவில்லை. அத்தோடு பிணவறையில்தான் குழந்தைகளை மீண்டும் பார்த்தேன். அவர்களுக்கு ஊசி போடப்பட்டிருந்தது.'

குழந்தைகளை என்ன செய்வது என்பது குறித்து எஸ்எஸ் படையினரால் தெளிவாக முடிவெடுக்கமுடியவில்லை. முகாமின் கைதிகளுக்குப் பிறக்கும் குழந்தைகளும் கைதிகள்தாம் என்றார்கள் சிலர். அவர்களைக் கைதிகளாகப் பாவித்து அடைத்து வைக்கலாம் என்பது அவர்கள் வாதம். யூதர்களின் சந்ததி வளர்ச்சியைக் கட்டுப்படுத்தவேண்டிய நாமே அவர்கள் பிள்ளை பெற்றெடுத்துக் கொடுக்க உதவலாமா என்று இன்னொரு சாரார் கேள்வி எழுப்பினர். அம்மா இருக்கட்டும், குழந்தையைக் கொன்றுவிடுவோம் என்று எஸ்எஸ் முடிவெடுத்தது. எப்படிக் கொல்வது என்பதையும் அவர்களே விவரித்தார்கள். 'பெண் செவிலியரிடம் குழந்தையைக் கொடுத்து விடுங்கள். அவள் ஒரு பக்கெட்டில் தண்ணீர் நிரப்பி குழந்தையை அதில் போட்டு கொதிக்க வைத்துக் கொல்வார்.' ஒரு தாய் முகாமில் பிறந்த குழந்தையை ஐந்து மாதங்கள்வரை பாதுகாத்து வைத்திருந்தார். பிறகு எப்படியோ விஷயம் தெரிந்து பிடுங்கிகொண்டு போய் விட்டார்கள்.

தன் குழந்தையைக் கொன்றதற்காகச் சிறைபடுத்தப்பட்ட ஒரு பெண் அதே முகாமில்தான் இருந்தார். அவருடைய அனுபவ முதிர்ச்சியை மனத்தில் கொண்டு முகாமில் பிறக்கும் குழந்தைகளைக் கொல்லும் பொறுப்பு அவரிடமே ஒப்படைக்கப்பட்டது. அவருக்கு உதவி செய்ய, பாலியல் தொழிலாளி ஒருவர் நியமிக்கப்பட்டார். குறைந்தது 1,500 குழந்தைகள் கொல்லப்பட்டிருக்கலாம் என்று யூகிக்கப் படுகிறது.

மே 1943 வாக்கில் எஸ்எஸ் தன் செயல்திட்டத்தை மாற்றியமைத்தது. நீல விழிகளையும் வெளிர் மஞ்சள் கேசத்தையும் கொண்டிருக்கும் குழந்தைகளை வலுக்கட்டாயமாக எடுத்துச்சென்று அவர்களை 'ஜெர்மானியர்களாக' மாற்றியமைக்கும் குழுவினரிடம் ஒப்படைத்தார்கள். இதையெல்லாம் செய்வதற்குப் பதில் கருக்கலைப்பு செய்வது சுலபம் என்றொரு கருத்தும் முன்வைக்கப் பட்டது. இந்த முடிவைச் செயல்படுத்தியதன் மூலம் பல பெண்கள் கொல்லப்பட்டனர். 18 செப்டெம்பர் 1943 அன்று பிறந்த ஒரு யூதக் குழந்தைக்கு முதல்முறையாக கைதிக்கான எண் அளிக்கப்பட்டது. எப்படியும் அனைவரும் இங்கே இறக்கத்தான் போகிறார்கள், எதற்கு வீணாகக் குழந்தைகளுக்காகத் தனியே அலட்டிக்கொள்ளவேண்டும் என்று எஸ்எஸ் கருதியிருக்கலாம்.

அவர்கள் நினைத்ததுதான் நடந்தது. பிறந்தவுடன் கொல்லப்படாத குழந்தைகளை வளரவிடாமல் முகாம் கொன்றது. போதுமான

ஊட்டச்சத்து இல்லாததாலும் மிக எளிதில் தீர்க்கக்கூடிய நோய்களாலும் குழந்தைகள் அடுத்தடுத்து மாண்டுபோயின. எலும்பும் தோலுமான மனிதர்கள் முகாம் முழுக்க நிறைந்திருந்தனர் என்றாலும் உலர்ந்த இலைபோல் துவண்டு கிடக்கும் குழந்தைகள் மருத்துவர் களையும் அதிர்ச்சிக்குள்ளாக்கின. சில வாரங்களில் குழந்தைகளுக்கு உடல் முழுக்க கட்டிகள் வளரத் தொடங்கிவிட்டன. வயிறு வீங்கிவிட்டது. ஜிப்ஸிக்களின் குழந்தைகள் பிற குழந்தைகளைக் காட்டிலும் அதிகம் இறந்துபோயின. பசி, பசி என்று கத்தியே பல குழந்தைகள் மூர்ச்சையடைந்து விழுந்தன. குழந்தைகளை அடையாளம் காண்பது சிரமம் என்பதால் பிறந்தவுடனே பச்சை குத்தினார்கள். இறப்புக் கணக்கு எழுதுவதற்கு இப்போது சுலபமாக இருந்தது.

தப்பியவர்கள்

நாஜிகள் தங்களுடைய பெரும்பாலான ஆவணங்களை அழித்து விட்டதால் துல்லியமான புள்ளிவிவரங்களோடு பல விஷயங்களை நிறுவமுடிவதில்லை. உதாரணத்துக்கு, ஆஷ்விட்ஸில் இருந்து எவ்வளவு பேர் தப்பினார்கள், எவ்வளவு பேர் பிடிபட்டார்கள் என்னும் விவரம் நம்மிடம் இல்லை.

ஆஷ்விட்ஸ் பிர்கெனாவில் அருங்காட்சியகத்தில் உள்ள ஒரு குறிப்பின்படி, 667 பேர் முகாமைவிட்டுத் தப்பியிருக்கிறார்கள் அல்லது தப்ப முயன்றிருக்கிறார்கள். அவர்களில் 227 பேர் பிடிபட்டுவிட்டனர் என்கிறது குறிப்பு. 1941ம் ஆண்டு 3 பேர் பிடிபட்டனர். 1942ம் ஆண்டு 59 பேர். அடுத்த ஆண்டு 119 பேர். 1944ம் ஆண்டு 5 பேர். அதற்குப் பிறகு புள்ளிவிவரங்கள் இல்லை.

667 பேர் தப்பியதாகச் சொல்லப்படுவது உண்மைதானா? அவர்களில் 227 பேர் மட்டும்தான் பிடிபட்டனரா அல்லது அதற்கு மேலும் பிடிபட்டு ஆவணப்படுத்தவில்லையா? 667 பேரில் 16 பேர் மட்டுமே பெண்கள் என்று தெரிகிறது. இதையும் ஆய்வாளர்களால் உறுதிபடுத்தமுடியவில்லை. ஆண்களைக் காட்டிலும் பெண்களே தப்பிக்கும் முயற்சிகளில் அதிகம் ஈடுபட்டனர் என்கிறார் ஹெர்மன் லாங்பீன். அதற்கு இரண்டு காரணங்களை அவர் சொல்கிறார். ஆண்களைக் காட்டிலும் பெண்களின் முகாம் சூழல் மோசமானமாக இருந்தது. இரண்டாவது, கண்காணிப்பு ஏற்பாடுகள் பெண்கள் முகாமுக்கு அருகில் குறைவாக இருந்தன.

இதுபோக, 667 பேரில் 481 பேர் எந்தெந்த நாடுகளைச் சேர்ந்தவர்கள் என்பது தெரிந்திருக்கிறது. 48% பேர் போலந்து நாட்டில் இருந்து

வந்தவர்கள். ரஷ்யர்கள் 19%. ஆஷ்விட்ஸில் அடைபட்டுக்கிடந்த ரஷ்யர்கள் எல்லோருமே போர்க்கைதிகள். 1944ம் ஆண்டு ரஷ்யர்கள் அதிக எண்ணிக்கையில் தப்பியிருக்கிறார்கள். அதற்குக் காரணம் சோவியத் யூனியனின் செம்படை போலந்தை நெருங்கிவந்த தகவல் கிடைத்ததுதான்.

ஏப்ரல் 19 முதல் ஜூன் 8 வரை 25 ரஷ்ய வீரர்கள் தப்பியிருக்கிறார்கள். தனித்தனியாக அல்லாமல் குழு முயற்சியாக இது அரங்கேறியிருக்கிறது. மே 22ம் தேதி 5 ரஷ்யர்களும் ஐந்து தினங்களில் மேலும் ஏழு பேரும் வெற்றிகரமாகத் தப்பிச்சென்றிருக்கிறார்கள். தப்பியவர்களில் பெரும்பாலானோர் இளைஞர்கள் என்பது தெரிகிறது. 25 சதவிகிதத்துக்கும் அதிகமானோர் பாதுகாக்கப்பட்ட ஆஷ்விட்ஸின் மெயின் முகாமிலிருந்து தப்பியிருக்கிறார்கள். தப்பித்துச் சென்றவர்கள் பிடிபட்டால் மரண தண்டனை கொடுக்கப்படும். தப்பிப்பதற்காகத் திட்டமிடுபவர்களுக்கும் அதே தண்டனை கொடுக்கப்பட்டிருக்கிறது.

காவலர்கள்

ஒவ்வொரு எஸ்எஸ் உறுப்பினரும் பின்வருமாறு உறுதிமொழி எடுத்துக்கொள்ளவேண்டும். 'நான் வீரத்துடனும் விசுவாசத்துடனும் இருப்பேன் என்று ஃபியூரரும் சான்சிலருமான அடால்ஃப் ஹிட்லருக்கு உறுதியளிக்கிறேன். உங்களுக்கும் உங்களால் அமர்த்தப்பட்டிருக்கும் மேலதிகாரிகளுக்கும் சாகும்வரை கட்டுப்பட்டு நடப்பேன் என்று உறுதியளிக்கிறேன். கடவுள் எனக்குத் துணை புரியட்டும்.' ஒவ்வொரு உறுப்பினரும் தங்கள் உறுதிமொழியைக் காக்கவேண்டும் என்று எதிர்பார்க்கப்படுவார். அதிகாரிகளின் உத்தரவுகளை, கேள்வியின்றி நிறைவேற்றவேண்டும் என்றும் தனக்குள் எழும் முரண்பாடுகளைத் தன்னுடனே சேர்த்து புதைத்துக் கொள்ளவேண்டும் என்றும் அவர் எதிர்பார்க்கப்படுவார். ஹென்ரிச் ஹிம்லர் குறிப்பிடுவதைப் போல், 'விசுவாசம் என்பது தலை சம்பந்தப்பட்டது அல்ல, இதயம் சம்பத்தப்பட்டது.'

ஒவ்வொரு எஸ்எஸ் வீரனின் இடுப்புப் பட்டையிலும், 'என் விசுவாசமே எனக்கான மரியாதை' என்னும் முழக்கம் பொறிக்கப்பட்டிருக்கும். தேசபத்தி காரணமாக அந்த வீரன் எஸ்எஸ்ஸில் சேர்ந்திருக்கலாம். ஹிட்லர் மீதான தனிப்பட்ட விருப்பத்தின்பேரில் சேர்ந்திருக்கலாம். பதவி, பொருள், வாய்ப்புகளுக்காகச் சேர்ந்திருக்கலாம். காரணம் என்னவாகயிருந்தாலும் இணைந்தபிறகு பரிபூரண விசுவாசம் மட்டுமே அவனிடமிருந்து எதிர்பார்க்கப்படும். அவன் தன் கடமையைச் செய்வதில்லை; கடமைக்கும் அதிகமாகப் பணியாற்றுகிறான். எது சரியோ அதை மட்டும் அவன் செய்வதில்லை; தவறு என்று தெரிந்தும்

மனமுவந்து பல நடவடிக்கைகளில் பங்கேற்கிறான். ஹிட்லருக்காகவோ ஜெர்மனிக்காகவோ மட்டுமல்ல, நாஜி சித்தாந்தத்தை ஏற்பதாலேயே அவனால் கேள்வியின்றிக் கட்டுப்பட முடிகிறது. நாம் சாமானியர்கள் அல்லர், அரசால் தேர்ந்தெடுக்கப்பட்டவர்கள்; மற்றவர்களைக் காட்டிலும் நாம் அதிகம் உழைக்கவேண்டும், கடினமான முடிவுகளுக்குக் கட்டுப்படவேண்டும் என்று அவர்கள் கருதியிருக்கிறார்கள்.

ஒரு எஸ்எஸ் உறுப்பினருக்கு அறிவு தேவையில்லை; கீழ்படியும் குணம் இருந்தால் போதும். உலகம் நண்பர்களாலும் எதிரிகளாலும் மட்டுமே நிரம்பியிருக்கிறது என்று அவன் தெரிந்துகொண்டால் போதும். யார் நண்பர்கள், யார் எதிரிகள் என்பதை மேலதிகாரிகள் சொல்லிக்கொடுத்து விடுவார்கள். நண்பர்களோடு இணக்கமாகவும் எதிரிகளிடம் இரக்கமின்றியும் நடந்துகொண்டால் போதும்; பணி எளிமையாகி விடும். தன்னுடைய பணிகள் குறித்து அவன் சிந்திக்கத் தேவையில்லை. தனக்குப் பிறப்பிக்கப்பட்ட கட்டளையின் பின்னணியை அவன் தெரிந்துகொள்ள வேண்டியதில்லை. தங்கள் தலைவர்களை நம்பினால் போதும். அவனுக்காகத் தலைவர்கள் சிந்திப்பார்கள். அவனுக்காக அவர்கள் திட்டமிடுவார்கள். அந்தத் திட்டத்தை அவன் அடியொற்றி நடந்தால் போதும்.

ஒரு குறிப்பின்படி நவம்பர் 1943 வரை 6,000 எஸ்எஸ் உறுப்பினர்கள் ஆஷ்விட்ஸில் இருந்தனர். 5 ஏப்ரல் 1944 தேதியிட்ட ஓர் ஆவணத்தின் படி, ஆஷ்விட்ஸ் முகாம் ஒன்றில் 1,119 ஆண் உறுப்பினர்கள் இடம் பெற்றிருந்தனர். இரண்டாவது முகாமில் 908 பேர். மூன்றாவதில் 1,315 பேர். மொத்தம் 3,342 பேர். தொடர்ச்சியாக ஆயிரக்கணக்கான வீரர்கள் ஆஷ்விட்ஸுக்கு வந்தும் சென்றும் கொண்டிருந்ததால் குறிப்பிட்ட ஓராண்டில் எத்தனை பேர் பணியில் இருந்தனர் என்பதில் குழப்பம் நிலவுகிறது. கிட்டத்தட்ட 7,000 எஸ்எஸ் உறுப்பினர்கள் பணியாற்றினர் என்கிறார் ஓர் அதிகாரி. மார்ச் 1942ல் பெண்களுக்கான முகாம் திறக்கப்பட்டபோது பெண் எஸ்எஸ் உறுப்பினர்கள் நியமிக்கப்பட்டனர். பிர்கெனா முகாமில் 1944 வாக்கில் 50 பெண் காவலர்கள் இருந்தனர் என்கிறது ஒரு நினைவுக்குறிப்பு.

கொடூரமான, மனிதத்தன்மையற்ற செயல்களில் ஈடுபட்ட எஸ்எஸ் காவலர்களில் பெரும் பகுதியினர் சாமானியர்கள்தாம் என்கின்றனர் உளவியலாளர்கள். சரி தவறுகளை அவர்கள் நன்கு அறிந்திருந்தனர். அவர்களை மனவியாதி கொண்டவர்கள் என்றோ சாடிஸ்டுகள் என்றோ எளிதில் முத்திரை குத்திவிடமுடியாது என்பது அவர்கள் வாதம். எல்லா லிங்கென்ஸ் என்னும் மருத்துவரின் கருத்துப்படி 5 முதல் 10% பேர் மட்டுமே அறியப்பட்ட கிரிமினல்களாக இருந்தனர்.

தங்களுடைய விநோதமான தேவைகளைப் பூர்த்தி செய்துகொள்வதற் காக அவர்கள் கைதிகளைத் துன்புறுத்தவில்லை. அப்படிச் சிலர் இருந்தனர் என்றாலும் பெரும்பாலானோர் தனிப்பட்ட காரணங்களுக் காக கொடூரமான செயல்களைப் புரியவில்லை என்கிறார் பெனிடிக்ட் காவுட்ஸ்கி.

ஒரு எஸ்எஸ் காவலர் எப்படி இருப்பார்? ஒரு ஜெர்மானிய யூதப் பெண் இப்படி வர்ணிக்கிறார். 'என்னைப் பொருத்தவரை அவர்கள் எல்லோரும் ஒன்றுபோல் இருந்தனர். அவர்கள் எல்லோருமே ஒன்று தான். அவர்கள் எப்படி இருந்தார்கள் என்று கேட்டால், அவர்கள் எல்லோரும் பூட்ஸ் அணிந்திருந்தார்கள் என்று மட்டுமே என்னால் சொல்லமுடியும்.'

இவரால் மட்டுமல்ல, உளவியலாளர்களாலும் வரலாற்று ஆசிரியர் களாலும்கூட எஸ்எஸ் காவலர்களைப் புரிந்துகொள்ளமுடியவில்லை. அவர்கள் கொடூரமானவர்கள் என்றோ அவர்கள்மீது எந்தப் பிழையும் இல்லை என்றோ சொல்வதன்மூலம் அவர்களைப் பற்றி நம்மால் எதுவும் தெரிந்துகொள்ளமுடியாமல் போய்விடுகிறது என்கிறார்கள் அவர்கள். மேலிருந்து வரும் உத்தரவுகளைக் கடைப்பிடிக்கும் பொம்மைகளாக அவர்களைக் காட்டுவதன்மூலம் அவர்கள் இழைத்த தவறுகளிலிருந்து அவர்களை நாம் விலக்கிவிடுகிறோம். மற்றொரு பக்கம், எல்லாச் செயல்களுக்கும் அவர்களே பொறுப்பு என்று சொல்வதன்மூலம் இனப்படுகொலைக்கான நோக்கங்களை, செயல் திட்டங்களை, அடிநாதமாகத் திகழும் சித்தாந்தத்தை நாம் கவனிக்கத் தவறிவிடுகிறோம் என்கிறார்கள் அவர்கள்.

எஸ்எஸ் காவலர்கள் ஏன் தங்களுடைய கைதிகளை ரத்தமும் சதையும் கொண்ட மனிதர்களாகக் காணவில்லை என்னும் கேள்வி முக்கிய மானது. அவர்களைத் துன்புறுத்தியபோது, கொடூரமான சித்திரவதை களைப் புரிந்தபோது, காஸ் சாம்பரில் தள்ளிச் சாகடித்தபோது அவர்கள் என்ன நினைத்தார்கள்? நாம் சரியானதொரு செயலைச் செய்து கொண்டிருக்கிறோம் என்றா? தேசத்துக்காகப் பணியாற்றுகிறோம் என்றா? என் கடமையை நான் நிறைவேற்றிக் கொண்டிருக்கிறேன் என்றா? அல்லது அவர்கள் ஒவ்வொருவரும் உள்ளார்ந்த வெறுப்புடன் கைதிகளை அழித்தார்களா? அவர்கள் தங்கள் கைதி களிடம் எதைப் பார்த்தார்கள்? என்னவாகப் பார்த்தார்கள்? அவர் களுக்கு மத நம்பிக்கை இருந்ததா? தங்கள் செயல்களைக் கடவுள் மன்னிப்பார் என்று அவர்கள் நம்பினார்களா? இந்தக் கேள்விகளுக் கெல்லாம் யூகங்களே பதில்களாகக் கிடைக்கின்றன. காரணம், கைதிகளைப்போல் காவலர்கள் தங்கள் நினைவுக் குறிப்புகளை எழுதி வைக்கவில்லை. எழுதிய சிலரும்கூட மெய்யான அக்கறையுடன்

அல்லாமல் உள்நோக்கங்களுடன் எழுதி வைத்தார்கள். அவற்றிலிருந்து திடமாக எதையும் பெறமுடியவில்லை.

பெண் காவலர்கள்

பெண் எஸ்எஸ் காவலர்களில் சிலர் கைதிகளுடன் நெருங்கிப் பழங்கியதோடு அவர்களுடன் பாலியல் தொடர்பும் வைத்திருந்தது எஸ்எஸ் மேற்கொண்ட விசாரணையொன்றில் கண்டறியப்பட்டது. ஒரு சிலரைத் தண்டித்தபிறகும் இத்தகைய செயல்கள் குறைய வில்லை. காபோக்கள் சிலரிடம் இருந்து லஞ்சம் பெற்றுக்கொண்டு பாலியல் சேவை புரிந்ததற்காக ஒரு பெண் எஸ்எஸ் காவலர் விசாரிக்கப்பட்டார். அந்தப் பெண் ஒரு எஸ்எஸ் சார்ஜெண்டின் காதலியாகவும் இருந்தார். காபோக்களிடமிருந்து பெற்றுக்கொண்ட பணம், நகை போன்ற பொருள்களையெல்லாம் சார்ஜெண்டின் அறையில் அவர் ஒளித்துவைத்திருந்ததும் கண்டுபிடிக்கப்பட்டது. அந்த சார்ஜெண்ட் விஷயம் தெரிந்ததும் வியப்பில் ஆழ்ந்துவிட்டார்.

பெண் காவலர்களின் இருப்பிடங்கள் சோதனையிடப்படும் சமயங் களில், கைதிகளிடமிருந்தும் முகாமின் பிற இடங்களிலிருந்தும் திருடப்பட்ட பொருள்கள் பல கிடைத்துள்ளன. அவர்களில் சிலர் கைது செய்யப்பட்டு இரண்டு அல்லது மூன்றாண்டு சிறைத் தண்டனையும் பெற்றிருக்கிறார்கள். புச்சல்லா என்னும் காவலரிடம் இரண்டு, மூன்று பெட்டிகள் முழுக்க பல பொருள்கள் கைப்பற்றப்பட்டன என்கிறார் ஒரு கைதி. அவருக்கு என்ன தண்டனை அளிக்கப்பட்டது என்று தெரியவில்லை.

எஸ்எஸ் நீதிபதி ஒருவரின் தலைமையில் முகாம்கள் திடீர் சோதனைகளுக்கு உள்ளாக்கப்படும் வழக்கம் இருந்தது. ஆண், பெண் பேதமின்றி எல்லா எஸ்எஸ் உறுப்பினர்களின் இருப்பிடங்களும் அப்போது சோதனை செய்யப்படும். ஆனால் இத்தகைய தேடுதல்கள் அரிதாகவே மேலதிகாரிகளுக்குத் தெரியாமல் நடைபெறும் என்பதால் சம்பந்தப்பட்ட அனைவரும் தங்கள் பொருள்களை முகாமுக்கு வெளியில் ஒளித்துவைத்துவிடுவது வாடிக்கை. அதையும் மீறி பல திருட்டுப்பொருள்கள் சிக்குவதுண்டு.

'ஆஷ்விட்ஸ் மிக அருகில் இருந்தது'

ஜெர்மானியரான வின்ஃபிரைட் ஷில்லரின் அப்பா ஒரு மருத்துவர். அவர்களுடைய குடும்பம் சிலெசியா நகரின் மேல்பகுதியில் வசித்து வந்தது. 'ஆஷ்விட்ஸ் எங்கள் பகுதிக்கு அருகில்தான் இருந்தது. ஐம்பது முதல் அறுபது கிமீ தொலைவில் அது அமைந்திருந்தது என்று

நினைக்கிறேன். நாஜிகள் அங்கே பலரை அடைத்து வைத்திருக் கிறார்கள் என்று தெரியும். அங்கு கொலைகளும் சித்திரவதைகளும் நடைபெறுகின்றன என்று தெரியும். மக்கள் பலரும் பலவித சம்பவங்களைப் பேசிப் பரிமாறிக்கொண்டார்கள். எனக்கு உறுதியாக இது பற்றித் தெரியவந்தது என் அப்பாவின் மூலமாகத்தான். போலந்து தொடங்கி பல்வேறு இடங்களில் இருந்தும் அவரிடம் பல நோயாளிகள் வருவார்கள். அவர்கள் வாயிலாக வெவ்வேறு இடங்களில் நடைபெற்றுவந்த யூதர்களுக்கு எதிரான நடவடிக்கை களை அவர் தெரிந்துகொண்டார்.'

போரின் இறுதி நாள்களில்தான் நிலைமை எந்த அளவுக்கு விபரீதமாக இருந்தது என்பதை ஷில்லரால் உணரமுடிந்திருக்கிறது. 'காஸ் சாம்பர் குறித்து எனக்கு அதுவரை எதுவுமே தெரியாது. வண்டிகள் ஆஷ்விட்ஸ் நோக்கிச் செல்வதையும் திரும்பி வருவதையும் பார்த்திருக்கிறேனே தவிர, உள்ளே வாழ்க்கை எப்படி இருந்தது என்பது சரியாகத் தெரியவில்லை. நாஜி ஆட்சியை எதிர்க்கும் எல்லோரும் இத்தகைய முகாம்களுக்குத்தான் அனுப்பப்படுவார்கள் என்று அப்பா அடிக்கடிச் சொல்வார். அவரையும் கைது செய்தார்கள். பிறகு அவர் விடுவிக்கப்பட்டார்.'

யூதர்கள் நட்சத்திரங்களைத் தங்கள் ஆடைகளில் அணிந்து கொண்டிருந்ததை ஷில்லர் கண்டார். கடைகள் உடைக்கப்பட்டதும் யூதர்களின் உடைமைகள் திருடப்பட்டதும் அவருக்குத் தெரிந்திருந்தது. 'டச்சாவ், புச்சன்வால்ட் ஆகிய பெயர்களை மெல்லிசாகக் கேள்விப்பட்டிருக்கிறோம். என் அப்பா பேசும்போது இந்தப் பெயர்களையெல்லாம் இடையிடையே குறிப்பிடுவார். என் அப்பா எப்போதும் என்னை ஹிட்லர் யூத்தில் சேரும்படி கேட்டுக் கொண்டதில்லை. ஹிட்லரை அவர் தொடக்கத்தில் இருந்தே பெரிதாக நம்பவில்லை. ஆதரவும் இல்லை எதிர்ப்பும் இல்லை என்பதே அவருடைய ஆரம்பகட்ட அரசியல் நிலைப்பாடாக இருந்தது. 1938ம் ஆண்டு யூதர்களின் வழிபாட்டு இடங்கள் கொளுத்தப்பட்டபோது அவர் ஹிட்லருக்கு எதிரானவராக மாறினார். யூதர்களை இந்த அளவுக்கு வெறுக்கவேண்டிய அவசியம் என்ன?'

9

புகை

ஓ கடவுளே! எத்தனைப் பெரிய பேரழிவு அது! குழந்தை களுக்காகத் தாய்மார்கள் அழுதுகொண்டிருப்பார்கள். அந்தக் குழந்தைகள் ஒன்று அவர்களோடு இருக்கும் அல்லது வேறொரு சாம்பருக்கு எடுத்துச் செல்லப் பட்டிருக்கும். குழந்தைகள் அம்மாவுக்காக அல்லது அக்காவுக்காக அல்லது தம்பிக்காக அழுது கொண்டிருப்பார்கள். மரணத்தின் விளிம்பில் நின்று கொண்டு கருணை வேண்டி அனைவரும் கடவுளிடம் அழுதுகொண்டிருப்பார்கள். அலறல், அழுகை, சுவற்றில் நகத்தை வைத்து கீறும் ஒலி ஆகியவற்றை, என்னால் வாழ்நாளில் மறக்கமுடியாது.

லெக்குயு

ஆஷ்விட்ஸ் முகாமுக்கு வருபவர்களில் 'வாழ லாயக்கற்றவர்கள்' முகாமில் காலடி எடுத்து வைப்பதற்கு முன்பே காஸ் சாம்பருக்கு அனுப்பப் பட்டுவிடுவார்கள். எங்கே அழைத்துச் செல்கிறோம் என்பதை இறுதிவரை எஸ்எஸ் ஆள்கள் சொல்வதே இல்லை. கைதிகள் முகாமுக்குப் புதியவர்கள் என்பதால் அவர்களால் எதையும் யூகிக்கவும் முடியாது. மூச்சுத் திணறடிக்கும் ரயில் பயணம் முடிவடைந்த திருப்தியில் அவர்கள் அசலான உற்சாகத்துடன் கேஸ் சாம்பரை நோக்கி நடை போடத் தொடங்கினர். அவர்களுடன் எஸ்எஸ் அதிகாரிகள் இயல்பாகவும் ஓரளவு நட்புடனும் பேசுவது வழக்கம். அதற்கான காரணத்தைச் சில உளவியலாளர்கள் சுட்டிக்காட்டியிருக்கிறார்கள்.

வேலை செய்வதற்காகத் தேர்ந்தெடுக்கப்பட்ட கைதிகளைத் தாக்கியும் நிர்வாணப்படுத்தியும் மொட்டையடித்தும் பச்சைக் குத்தியும் இழுத்துச் செல்வதற்குக் காரணம், அவர்கள்மீது வன்முறையைப் பிரயோகிக்க வேண்டிய அவசியம் இருக்கிறது. முகாமின் சட்ட திட்டங்களுக்கு உட்பட்டு நடக்கவேண்டுமானால் தொடக்கத்தி லேயே வன்முறையை அவர்களுக்கு அறிமுகப்படுத்திவிடுவதே சரி. கேஸ் சாம்பருக்கு அழைத்துச் செல்லப்படுபவர்கள் எப்படியும் சில நிமிடங்களில் இறந்துவிடுவார்கள். முகாமின் விதிகளை அவர்கள் தெரிந்துகொள்ள வேண்டியதில்லை. மரணமே அதிகபட்ச வன்முறை என்பதால் மேற்கொண்டு அவர்களுக்குத் தீங்கு ஏற்படுத்தவேண்டிய தேவையும் இல்லை.

எனவே, பொய் நம்பிக்கையை ஊட்டி முடிந்தவரை அவர்களை மகிழ்ச்சியாக வைத்திருக்கவே எஸ்எஸ் ஆள்கள் முயன்றார்கள். 'களைப்பாக இருப்பீர்கள், நீங்கள் அனைவரும் முதலில் குளித்து விடுங்கள். உடலில் உள்ள கிருமிகளை நீக்குவதற்காக வெந்நீர் குளியல் ஏற்பாடு செய்யப்பட்டுள்ளது. அதற்குப் பிறகு சூடான காபி காத்திருக்கிறது' என்பதே பொதுவாகச் சொல்லப்படும் பொய். இதைக் கேட்டதும் கைதிகள் உற்சாகமிகுதியில் கைதட்டி ஆரவாரம் செய்யத் தொடங்கிவிடுவார்கள். குழந்தைகள் தாகத்தால் அழுதால் எஸ்எஸ் ஆள்கள் பணிவுடன் தண்ணீர் கொண்டுவந்து தருவார்கள். குளியலறையை நெருங்கியதும் அனைவரும் தங்களை ஆடைகளைக் களையுமாறு கேட்டுக்கொள்ளப்படுவார்கள். முகாம் வாழ்வில் முதலில் கொல்லப்படுவது கூச்சம்தான் என்பதால் தயங்காமல் அனைவரும் உடைகளை அகற்றி அருகிலுள்ள இடத்தில் வைத்து விடுவார்கள். பிறகு குளியலறைக்குள் நுழைவார்கள்.

சற்றே பெரிய அறை. சுவற்றில் வெள்ளை பளிங்குக் கற்கள் பதிக்கப்பட்டிருக்கும். மேற்கூரையில் நீளமான குழாய்கள் பொருத்தப் பட்டிருக்கும். நான்கு பக்கச் சுவர்களிலும்கூட குழாய்கள் காணப் படும். சில இடங்களில் தண்ணீர் வருவதற்கான வசதியுடன் கூடிய திறப்புகள் காணப்படும். கதவு திறந்துவிடப்பட்டதும் பலர் அதற்கு அருகில் சென்று நின்றுகொண்டார்கள். நல்ல குளியல் வேண்டும் என்று நினைப்பவர்கள் பொதுவாக குழாய்க்கு மிக அருகில் சென்றுவிடுவது முகாமில் வழக்கம். பத்து, இருபது, முப்பது என்று மேலும் மேலும் கைதிகள் உள்ளே அனுப்பப்பட்டுக்கொண்டே இருப்பார்கள். ஓரளவுக்கு தாராளமாக நின்றுகொண்டிருந்தவர்கள்மீது மேலும் மேலும் வந்து பலர் இடித்தபடி நிற்கத்தொடங்கினார்கள். அதற்குப் பிறகும் ஆள்கள் அனுப்பப்படுவது நின்றபாடில்லை, மாறாக

அதிகரித்தது. அநேகமாக மீண்டும் அவர்களுக்கு ரயில் நினைவுக்கு வந்திருக்கும்.

தாய்மார்கள் தங்கள் குழந்தைகளையும் குளியலுக்குக் கொண்டு செல்லப்படுமாறு அறிவுறுத்தப்பட்டனர். கண்டிப்பான தொனியில் அல்ல, கனிவான குரலில். அவர்கள் கேட்டுக்கொள்ளாவிட்டாலும் கூட, பெண்கள் அந்த முடிவைத்தான் எடுத்திருப்பார்கள். குழந்தைகள் குளித்து நீண்டகாலம் ஆகிவிட்டதால் இந்த வாய்ப்பைப் பயன் படுத்திக்கொள்ள அவர்கள் விரும்பினர். எல்லா முகாம்களிலும் எப்போதும் கடும் தண்ணீர் தட்டுப்பாடு நிலவிவந்ததால் அபூர்வமான இத்தகைய தருணங்களைத் தவறவிட அவர்கள் விரும்பவில்லை. இதையெல்லாம்விட முக்கியமான காரணம், குழந்தைகளை ஒரு நொடிகூட விட்டுப் பிரிய பெண்கள் விரும்பவில்லை. யாரிடம் கொடுத்துவிட்டுக் குளிக்கப்போவது? திரும்பி வருவதற்குள் குழந்தை அழத் தொடங்கிவிட்டால்? அல்லது குழந்தையைச் சரியாகக் கவனித்துக்கொள்ளாமல் போய்விட்டால்? முகாமில் யாரேனும் திருடிச்சென்றுவிட்டால்? எனவே மார்போடு சேர்த்து அணைத்த குழந்தைகளோடு அவர்கள் குளியலறைக்குள் நுழைந்தார்கள்.

கைப்பிடி அளவு காற்றுக்குக்கூட இடமில்லை என்பதை உறுதிசெய்து கொண்ட பிறகு காவலர்கள் குளியலறையின் கதவை அழுத்தமாக மூடிவிடுவார்கள். உறுதியான கதவுகள் அவை. அறையின் சுவர்களும் கூட கடினமானவை. கதவை அடைத்துவிட்டதால் இப்போது உள்ளிருக்கும் கைதிகள் திணற ஆரம்பிக்கிறார்கள். கையை அசைக்க முடியவில்லை, தலையை உயர்த்தமுடியவில்லை, இருந்த இடத்தி லிருந்து ஓரங்குலம்கூட நகரமுடியவில்லை. குழந்தைகள் வீறிட்டு அழ ஆரம்பிக்கின்றன. எரிச்சலடைந்த சிலர் கதவைத் தட்டுகிறார்கள். எல்லாவற்றையும் பொறுத்துக்கொண்டு சிலர் மேலே உள்ள குழாய்களை ஆசையுடன் பார்த்துக்கொண்டிருந்தார்கள்.

சில விநாடிகளில் குழாய்கள் திறந்துகொண்டன. ஆனால் தண்ணீருக்குப் பதிலாக நீல நிறப் பொடி தூவப்படுகிறது. கைதிகள் திகைத்து நிற்கிறார்கள். பொடி இப்போது புகையாக மாறுகிறது. அறையிலுள்ள அத்தனை திறப்புகளிலும் இப்போது புகை கசிந்து கொண்டிருக்கிறது. அறை முழுக்கப் புகை. இப்போது கைதிகளால் சுவாசிக்க முடியவில்லை. மூச்சு திணறுகிறது. அச்சமும் கோபமும் உந்தித் தள்ள கதவருகே இருந்தவர்கள் கதவை வெளிநோக்கித் தள்ளத் தொடங்குகிறார்கள். அந்தக் கதவு திறப்பதாகயில்லை. சிலர் சத்தம் போட்டு கதவைத் தட்டுகிறார்கள். குழந்தைகளோடு போட்டிப் போட்டுக்கொண்டு மற்றவர்களும் வீறிட்டு கத்தியழ ஆரம்பிக்கிறார் கள். சிலர் சுவற்றைத் தட்டி தட்டி அரற்றுகிறார்கள்.

தடிமனான தடுப்புகளைத் தாண்டி வெளியில் நிற்கும் காவலர்களுக்கு கைதிகளின் அலறலும் கதவு தட்டப்படும் ஓசையும் சன்னமாகக் கேட்கிறது. அவர்கள் தங்கள் கடிகாரத்தைப் பார்த்தபடி காத்திருக் கிறார்கள். உள்ளே தூவப்பட்டது ஹைட்ரஜன் சயனைட் என்னும் ஆபத்தான நஞ்சு. முன்பு பூச்சிக்கொல்லியாக இது பயன்பாட்டில் இருந்திருக்கிறது. ஜெர்மானியர்கள் அதனை சைக்லான் பி என்று பெயரிட்டு மனிதர்களுக்கு இப்போது அறிமுகம் செய்திருந்தார்கள். அதைச் சுவாசித்த சில நிமிடங்களில் மரணம் சம்பவித்துவிடும். எனவே சில நிமிடங்கள் காத்திருந்துவிட்டு, கதவு தட்டப்படும் ஓசை நின்றபிறகு, அலறல்கள் நின்றபிறகு, இனம்புரியாத ஒரு புதிய அமைதி வந்தபிறகு கதவைத் திறக்கிறார்கள். பலவீனமடைந்த, ஆபத்தற்ற புகை மெல்லக் கசிந்து வெளியில் வருகிறது. சரிந்து கிடக்கும் உடல்களின் மலை மெல்ல மெல்ல அகற்றப்படுகிறது.

சாகப்போகிறோம் என்று தெரிந்தும் எப்படி இவ்வளவு பெரிய ஒரு கூட்டம் அமைதியாக சாம்பரை நோக்கி நடந்துவருகிறது என்று எஸ்எஸ் மருத்துவர்கள் முதலில் திகைத்திருக்கிறார்கள். எப்படி உற்சாகமாகக் கதை பேசியபடி சாம்பருக்குள் சென்றுகொண்டிருக்கிறார்கள்? குழந்தைகளையும்கூட மிக இயல்பாக எப்படி அவர்களால் சுமந்து செல்லமுடிகிறது? விஷயம் தெரிந்ததும் நிம்மதி பிறந்தது. முன் கூட்டியே தெரிந்திருந்தால் நிச்சயம் அழுது, ஆர்ப்பாட்டம் செய்து, எதிர்ப்புகள் காட்டி, அழுது புரண்டு நம் வேலையை அதிகரித்திருப் பார்கள். சொல்லாமல் அழைத்து வருவதே சிறந்தது. இனி இதே உபாயத்தைத் தொடருங்கள் என்று மருத்துவர்களும் சொல்லிவிட்டார் கள். எஸ்எஸ் அமைப்பினருக்கும் இதுவே வசதியாக இருந்தது.

அன்புடன் கொன்றனர்

பொதுவாக, ரயிலில் இருந்து இறங்கிய கையோடு காஸ் சாம்பருக்கு அழைத்துச் செல்லப்படுவதால் கைதிகளுக்கு சிந்திக்கக்கூட நேரம் இருப்பதில்லை. முகாமில் இருக்கும் பிற கைதிகளைப் பார்ப்பதற்கோ அவர்களுடன் ஒரு சில வார்த்தைகள் பரிமாறிக்கொள்வதற்கோ வாய்ப்பு அமைவதில்லை. கைதிகள் காஸ் சாம்பரை நன்கு அறிந்து வைத்திருந்தனர் என்பதாலும், கிரிமடோரியத்தில் இருந்து கசியும் புகையை அவர்கள் எந்நேரமும் சுவாசித்துக்கொண்டிருக்கிறார்கள் என்பதால் கைதிகளுடன் புதியவர்கள் கலந்துவிடக்கூடாது என்பதில் எஸ்எஸ் பிரிவினர் தெளிவாக இருந்தனர். வன்முறையைப் பிரயோகிக்கவில்லை என்றாலும், கைதிகள் இறங்கியது தொடங்கி, அவர்களை முன்னால் தள்ளிக்கொண்டே இருந்தார்கள். விரைவில் எல்லாம் முடிந்துவிடவேண்டும் என்பதில் குறியாக இருந்தார்கள்.

இந்த எச்சரிக்கை உணர்வை அவர்கள் திட்டமிட்டுத்தான் வளர்த்துக் கொண்டார்கள். எந்தச் சிக்கலும் இன்றிக் கைதிகளை சாம்பருக்குள் நுழைக்காவிட்டால் பெர்கென் பெல்சனில் நடந்தது ஆஷ்விட்ஸில் நடக்கலாம் என்று அவர்களுக்குத் தெரியும்.

23 அக்டோபர் 1943 அன்று பெர்கென் பெல்சென் முகாமிலிருந்து 1,700 யூதர்கள் காஸ் சாம்பருக்கு அழைத்துச் செல்லப்பட்டனர். கிட்டத்தட்ட மூன்றில் இரண்டு பங்கு கைதிகள் சாம்பருக்குள் நுழைந்துவிட்ட நிலையில், மிச்சமிருந்தவர்கள் எச்சரிக்கையடைந்து எதிர்க்கத் தொடங்கிவிட்டனர். அங்கிருந்த எஸ்எஸ் ஆள்களால் இந்த திடீர் எழுச்சியைக் கட்டுப்படுத்தமுடியாததால் மேலும் சிலர் ஆயுதங்களுடன் வந்துசேர்ந்தனர். அதற்குள் கைதிகள் எஸ்எஸ் ஆள்களைத் தாக்கத் தொடங்கிவிட்டனர். மின்சார கம்பிகள் அறுபட்டன. ஒரு எஸ்எஸ் நபர் கொல்லப்பட்டார். விளக்கு இல்லாததால் கண்ணை மூடிக்கொண்டு இரு தரப்பினரும் துப்பாக்கிச் சூட்டில் இறங்கினர். கலகத்தைக் கட்டுப்படுத்த நீண்ட நேரம் ஆனது. பிறகு கைதிகளைத் தனித்தனியே பிரித்து அழைத்துச்சென்று சுட்டுக்கொன்றார்கள்.

அதே போல், 25 மே 1944 அன்று நூற்றுக்கணக்கான ஹங்கேரிய யூதர்கள் சாம்பருக்கு அழைத்துச் செல்லும் வழியில் தப்பி ஓட முயன்றனர். மூன்று தினங்கள் கழித்து இதேபோன்ற இன்னொரு சம்பவம் நிகழ்ந்தது. இரண்டு முறையும் கலகக்காரர்கள் சுட்டுக் கொல்லப்பட்டு விட்டனர் என்றாலும் இத்தகைய விபத்துகளைத் தடுக்கவேண்டும் என்று அதிகாரிகள் உறுதிபூண்டனர். அதன் விளைவு ஆஷ்விட்ஸில் எதிரொலித்தது. இனிமையாகப் பேசி, கைதிகளை இறுதிவரை இயல்பாக இருக்கவிட்டு அன்புடன் அவர்களைக் கொன்றொழித்தனர்.

யூத மருத்துவர் மிக்லெஸ் நிஸ்லிக்கு கேஸ் சாம்பருக்கு அருகில் பணியாற்றும் வாய்ப்பு ஒருநாள் கிடைத்தது. கிட்டத்தட்ட 3,000 யூதர்கள் விஷவாயு தாக்குதலுக்கு உள்ளாகி இறந்துபோயிருந்தார்கள். அந்தப் பிணக் குவியல்களை கைதிகள் அள்ளி அள்ளி எடுத்துவந்து எரிந்துகொண்டிருந்த உலையில் போட்டுக்கொண்டிருந்தனர். நாஜி மருத்துவர்களுடன் சேர்ந்து நிஸ்லியும் அதனை மேற்பார்வை செய்துகொண்டிருந்தார். அதற்குப் பிறகு நடந்ததை அவரே விவரிக்கிறார். 'திடீரென்று ஒரு கைதி கத்தத் தொடங்கிவிட்டார். டாக்டர், டாக்டர் இங்கே வாருங்கள், ஓர் உடல் அசைகிறது என்று அவர் சத்தமிட்டார். நான் என் பையைத் தூக்கிக்கொண்டு காஸ் சாம்பருக்கு ஓடினேன். ஒன்றன்மீது ஒன்றாக அடுக்கப்பட்டிருந்த சடலங்களுக்கு மத்தியில் உயிருடன் ஒரு சிறுமியைக் கண்டேன்.

சுவற்றை ஒட்டி அந்தச் சிறுமி கிடந்தாள். அவளுடைய பாதி உடலைச் சடலங்கள் மூடியிருந்தன. அவள் வலிப்பு வந்ததைப்போல் கையை, காலை உதைத்துக்கொண்டிருந்தாள். நான் அவளை மீட்டு மூன்று ஊசிகள் செலுத்தினேன். அவளை மிகக் கவனமாகப் பார்த்துக் கொண்டேன். சிறிது சிறிதாக முன்னேற்றம் தெரிய ஆரம்பித்தது. வாழ்வின் அறிகுறிகள் தென்பட்டன. அவள் சுவாசம் மெல்ல மெல்ல சீரடைய ஆரம்பித்தது. அவள் கன்னங்களில் இயல்பான வண்ணம் படர்ந்தது.'

கிரிமடோரியத்தின் நிர்வாகியான எஸ்எஸ் அதிகாரி எரிக் முஸ்ஃபெல்ட் என்பவரிடம் நடந்ததை விவரித்தார் நிஸ்லி. 'இந்தக் குழந்தைக்கு ஏதேனும் செய்யவேண்டும் என்று கேட்டுக் கொண்டேன். அவர் நான் சொன்னதையெல்லாம் கவனமாகக் கேட்டுக்கொண்டார். பிறகு, 'இந்தக் குழந்தையை மீட்கமுடியாது, அவள் இறந்துதான் ஆகவேண்டும்' என்று சொல்லிவிட்டார். அரை மணி நேரம் கழிந்தது. அந்தச் சிறுமியை அங்கிருந்து அழைத்துச் சென்றார்கள். முஸ்ஃபெல்ட் ஒரு காவலரைக் கூப்பிட்டார். அந்தக் குழந்தையின் பின்னங்கழுத்தில் சுடுமாறு உத்தரவிட்டார்.

சாம்பல்

காஸ் சாம்பரை உருவாக்குவதில் காட்டிய அக்கறையைச் சடலங்களை அப்புறப்படுத்தும் முயற்சிகளில் காட்டவில்லை என்பதை உணர்ந்து அடுத்தடுத்து பல கிரிமடோரியம்கள் உருவாக்கப்பட்டன. ஆனால் வேறொரு சிக்கல் முளைத்தது. காஸ் சாம்பரிலிருந்து கிரிமடோரியத்துக்கு உடல்களைக் கொண்டுசெல்லும் பணியில் கைதிகளை ஈடுபடுத்துவது சவாலாக இருந்தது. கொல்லப்பட்டவர்களைப் போலவே அவர்களையும் பொய் சொல்லி அழைத்துச் சென்று வேலையில் தள்ளினார்கள். ரப்பர் தொழிற்சாலையில் வேலை இருக்கிறது என்பதே அடிக்கடிச் சொல்லப்படும் பொய்யாக இருந்தது. போலந்து யூதரான ஷ்லோமோ டிராகன் அப்படி ஏமாற்றப்பட்டவர்தான். இருபது வயதான ஷ்லோமோ, வார்ஸா கெட்டோவில் ஓராண்டைக் கழித்தபிறகு ஆஷ்விட்ஸ் வந்திருந்தார். தன் தந்தை, சகோதரி இருவரையும் வார்ஸாவில் பறிகொடுத்திருந்தார். காஸ் சாம்பரே ரப்பர் தொழிற்சாலை என்பதைக் கண்டதும் இடிந்துபோனார் என்றாலும் பணியாற்ற மறுப்பது மேலதிக வன்முறையைக் கொண்டுவரும் என்பதால் அமைதியாகி விட்டார்.

முகத்துக்குக் கவசம் அணிந்துகொண்டு மற்ற பணியாளர்களோடு சேர்ந்து சாம்பரின் கதவை முதல்முறையாகத் திறந்தார் ஷ்லோமோ. 'உள்ளே சூடாக இருந்தது. என்னால் நச்சுப் புகையைச் சிறிதளவு

சுவாசிக்கமுடிந்தது. பொருட்படுத்தாமல் சடலங்களை வெளியில் இழுத்து, இழுத்துப் போட்டோம். நாங்கள் திறமைக்குறைவாக அல்லது மெதுவாகச் செய்கிறோம் என்பதை உணர்ந்து ஒரு எஸ்எஸ் காவலர் தன் சட்டையை மடித்துவிட்டுக்கொண்டு சடலத்தை எடுத்து வெளியில் போட்டுக் காட்டினார்.' ஷ்லோமோ கற்றுக்கொண்டார். சாம்பரின் தரையில் சிதறிக்கிடக்கும் ரத்தம், மனிதக்கழிவுகள் ஆகியவற்றை அகற்றுவதற்கும் அவர் கற்றுக்கொண்டார். அங்கிருக்கும்வரை அதுதான் அவருடைய வாழ்க்கை.

காஸ் சாம்பர் திறக்கப்படும்போது அருகில் இருந்து பார்த்த ரிச்சர்ட் போக் என்னும் எஸ்எஸ் காவலர் அளித்த வாக்குமூலம் இது. 'சடலங்கள் ஒன்றோடு ஒன்று பிணைந்திருந்தன. எது, யாருடைய உடல் பாகம் என்றே கண்டறியமுடியவில்லை. எலும்புகள் ஒன்றோடு ஒன்று கலந்திருந்தன. ஒரு சடலத்தை நெருங்கிச்சென்று பார்த்தேன். ஒரு கைதியின் ஆள்காட்டி விரல் இன்னொரு கைதியின் கண்ணில் சில செண்டிமீட்டர் குத்தி இறங்கியிருந்தது.'

காஸ் சாம்பர் சடலங்களைக் கையாள்பவர்கள் 'Sonderkommando' என்று அழைக்கப்பட்டனர். இவர்கள் கவனமாக உடல்களைச் சேகரித்துப் பெற்று, கிரிமடோரியத்தில் கொண்டுபோய் சேர்க்கவேண்டும். அல்லது குழிகளில் இறக்கிக் கொளுத்தவேண்டும். ஆரோக்கியமான தேகம் கொண்டிருப்பவரையே இந்தப் பணியில் நியமிப்பது வழக்கம். சிகிஸ்மண்ட் பெண்டெல் அவர்களில் ஒருவர். காஸ் சாம்பருக்கு வெளியில் நின்றுகொண்டிருக்கும்போது தன்னால் தெரிந்துகொள்ள முடிந்ததை அவர் பகிர்ந்துகொள்கிறார். 'உள்ளே செல்பவர்கள் சுவரை ஓங்கி ஓங்கி அடிக்கும் சத்தம் இரண்டு நிமிடங்கள் விடாமல் கேட்டுக் கொண்டே இருக்கும். அவர்கள் சத்தம் போட்டுக் கத்துவார்கள். ஆனால் மனிதர்களின் குரல்களைப்போல அவை இராது. அதற்குப் பிறகு எல்லாச் சத்தங்களும் நின்றுபோகும்.' கதவு திறக்கப்பட்டதும் மலை போல் உடல்கள் சரிவதை அவர் கண்டிருக்கிறார். இறுதிவரை அவர்கள் போராடியிருப்பதை அவரால் கண்டுகொள்ளமுடிந்தது.

ரத்தத்தில் தோய்ந்திருக்கும் சடலங்களில் சிலர் பணியாற்றவேண்டி யிருக்கும். ஒவ்வொரு உடலையும் யூதப் பணியாளர்கள் கவனமாக எடுத்துத் தலைமுடியை அகற்றவேண்டும். 'சாம்பரிலிருந்து அப்போது தான் எடுக்கப்பட்ட அந்த உடல்கள் இளஞ்சூட்டோடு இருக்கும்' என்கிறார் ஒரு கைதி. தலைமுடி அகற்றப்பட்ட பிறகு அந்த உடலை பல் மருத்துவர் பெற்றுக்கொள்வார். அவருடைய வேலை, தங்கப்பல் ஏதேனும் இருந்தால் அதைக் கண்டறிந்து பத்திரப்படுத்துவது. இந்தப் பணியில் ஈடுபட்ட ஒருவர் நினைவு கூர்கிறார். 'வக்கீல்கள், பெரிய மனிதர்கள் என்று பலரையும் அங்கே நான் காண்பேன். உயிருள்ள

நபர்களைப்போல் அவர்கள் படுத்திருப்பார்கள். என் வேலையை நான் பொறுமையாகச் செய்துமுடிப்பேன்.' ஒரு சில மணி நேரத்தில் அந்த இடம் சுத்தப்படுத்தப்பட்டுவிடும்.

கிரிமடோரியத்தில் பணியாற்றிய டோவ் பைசிகோவிச் என்னும் 20 வயது இளைஞர் தனது முதல்நாள் அனுபவத்தை விவரிக்கிறார். ஹங்கேரியிலிருந்து வந்து சேர்ந்த ரயிலில் இருந்து இத்தகைய பணிகளுக்காகத் தேர்ந்தெடுக்கப்பட்ட 250 பேரில் டோவும் ஒருவர். காஸ் சாம்பரிலிருந்து கிரிமடோரியத்துக்கு காலை முதல் மாலை வரை தொடர்ச்சியாகச் சடலங்களை இழுத்துச் சென்றுகொண்டே இருக்க வேண்டும் இவர். வேகம், வேகம் என்று எஸ்எஸ் காவலர்கள் அவசரப்படுத்திக்கொண்டே இருப்பார்கள். 'மதியம், மாலை என்று இடைவெளியே இருக்காது. பல சமயங்களில் சாப்பிட ஒரு துண்டு ரொட்டிகூட கிடைக்காது. சடலங்களை நெருப்பில் தள்ளிக்கொண்டே இருக்கவேண்டும். எங்களில் பலர் சடலங்களோடு சேர்த்து தாமும் நெருப்பில் குதித்துவிடுவதைப் பார்த்திருக்கிறேன்.'

14 வயது ஜெஹுதாவுக்கு அளிக்கப்பட்ட பணி கிரிமடோரியத்துக்கு அருகில் இறைந்து கிடக்கும் சாம்பல்களை அள்ளியெடுத்துச் சுத்தப் படுத்துவது. இலை, தழை, குப்பைகளைப் போல் பாவித்து அவர் சாம்பலை அகற்றவேண்டும். கால்மின் ஃபுர்மேன் என்னும் 25 வயது கைதி எல்லோரையும்போல் இயல்பாகவே இருந்தான். காஸ் சாம்பருக்கு அருகில் பணியாற்றத் தொடங்கியதில் இருந்து அவனுடைய குணங்கள் மாறிவிட்டன. கோபம் கொண்டவனாக, அடித்து உதைப்பவனாக அவன் மாறினான். அவனை அங்கிருந்து அகற்றி வேறிடத்தில் நியமித்தார்கள். இப்போது அவன் வேலை, துப்பாக்கியால் சுட்டுக்கொல்லப்படும் கைதிகளை அசையாமல் பிடித்துக்கொள்வது. இந்த வேலை இல்லாதபோது அவன் இயந்திரங் களைப் பழுது பார்த்தான். தூக்கில் தொங்கும் முயற்சியில் இரண்டுக்கும் மேற்பட்ட முறை அவன் ஈடுபட்டதைப் பலர் பார்த்திருக்கிறார்கள்.

காஸ் சாம்பர், கிரிமடோரியம் ஆகியவற்றில் பணியாற்றிய பலர் பின்னாள்களில் எஸ்எஸ் ஆள்களால் கொல்லப்பட்டனர். அவர்கள் மூலம் ரகசியங்கள் வெளியில் கசியக்கூடாது என்பதால் இந்த ஏற்பாடு. பெரும்பாலும் காஸ் சாம்பரில்தான் அவர்கள் தள்ளப்பட்டனர்.

எளிதானது

இனஅழிப்பின் அடையாளமாக ஆஷ்விட்ஸ் கருதப்படுகிறது. போலந்து கைதிகளுக்காக ஜுன் 1940ல் திறந்துவிடப்பட்ட

ஆஷ்விட்ஸ் வதைமுகாம், கிழக்கு மேல்புற சிலேஸியன் நகரத்தில் அமைந்திருந்தது. விஸ்துலா, சோலா ஆகிய இரு ஆறுகளுக்கு அருகிலும் ரயில் நிலையத்தையொட்டியும் இந்த முகாம் உருவாக்கப் பட்டிருந்தது பல வகைகளில் வசதியாக இருந்தது. ஒரே இடத்தில் அதிக எண்ணிக்கையிலான கைதிகள் கொல்லப்பட்டது இங்கேதான், 10 லட்சம் பேர். ஹங்கேரி, போலந்து, பிரான்ஸ், நெதர்லாந்து, கிரீஸ், செக்கோஸ்லொவாக்கியா, பெல்ஜியம், ஜெர்மனி, ஆஸ்திரியா, குரொவேஷியா, இத்தாலி, நார்வே என்று பலவிதமான இடங்களிலிருந்து யூதர்களைக் கொண்டுவந்து குவித்து முறைப்படி அவர்களைக் கொன்றது ஆஷ்விட்ஸ் முகாம் மட்டும்தான். அதிக காலம் இயங்கிய முகாமும் இதுதான். அதனால்தான் மற்ற முகாம்களைவிட அதிகமாக நாம் ஆஷ்விட்ஸ் பற்றித் தெரிந்து வைத்திருக்கிறோம் என்கிறார் ஆய்வாளர் நிகோலஸ் வாஷ்ஸ்மன்.

அதிக வாக்குமூலங்கள் இங்கிருந்தே நமக்குக் கிடைத்திருக்கின்றன. அதிகக் கைதிகள் விடுவிக்கப்பட்டதும் இங்கிருந்துதான் என்பதால் ஆயிரக்கணக்கானவர்கள் தங்கள் அனுபவங்களை வெளியுலகுடன் பகிர்ந்துகொண்டிருக்கிறார்கள். பெல்செக் என்னும் முகாமிலிருந்து நமக்கு இதுவரை கிடைத்திருப்பது மூன்றே மூன்று வாக்குமூலங்கள் மட்டுமே என்பதை வைத்துப் பார்த்தால் ஆஷ்விட்ஸின் முக்கியத்துவத்தைப் புரிந்துகொள்ளமுடியும். ஆஷ்விட்ஸ் மரண முகாமாக மாறியது 1942ல்தான் என்கிறார் நிகோலஸ் வாஷ்ஸ்மன்.

26 மார்ச் 1942 அன்று ஆஷ்விட்ஸுக்கு 999 பெண்கள் ஸ்லொவாக்கியாவில் இருந்து ரயிலில் வந்து சேர்ந்தார்கள். இரண்டு நாள்கள் கழித்து மேலும் 798 பெண்கள் அதே ஸ்லொவாக்கியாவில் இருந்து வந்து சேர்நதனர். ஆண் கைதிகள் பிறகே வர ஆரம்பித்தனர். அதற்குப் பிறகு கைதிகள் வரவு குறையவேயில்லை. ஏப்ரல் 1942 முடிவில் 6,700 பெண்கள் இங்கு இருந்தனர். இடப்பற்றாக்குறை காரணமாக கட்டுமானத்தை நீட்டித்து புதிய தங்குமிடங்களை உருவாக்க வேண்டிய நிலைக்கு ஆஷ்விட்ஸ் சென்றது. அதிக பெண்களைக் கொண்டிருந்த காரணத்தால் அதிகப் பெண்களைக் கொன்றொழித்த முகாமாகவும் இதுவே திகழ்கிறது. யூதர்களைப் பெரிய அளவில் கொல்வதற்கான 'இறுதித் தீர்வு' திட்டம் தீட்டப்பட்டபிறகு ஆஷ்விட்ஸ் கைதிகளின் எண்ணிக்கை பற்பல மடங்கு அதிகரித்தது.

ஆஷ்விட்ஸில் நீண்டகாலம் பணியாற்றியவர் கமாண்டண்ட் ருடால்ஃப் ஹோஸ். ஹிட்லரின் யூத அழிப்புத் திட்டத்தை விசுவாசத்துடன் செயல்படுத்தியவராகவும் இவர் அறியப்படுகிறார்.

ஸைக்லான் பி பூச்சிக்கொல்லியைக் கைதிகளைக் கொல்லப் பயன் படுத்தலாம் என்று அறிவித்து அதை வெற்றிகரமாகச் செயல் படுத்தியும் காட்டினார் ஹோஸ். ஒரு மணி நேரத்தில் 2000 பேரைக் கொல்வதற்கான திட்டத்தை வகுத்துக்கொடுத்ததன்மூலம் யூதப் படுகொலைகளைத் துரிதப்படுத்திக் காட்டினார். ஆரம்பத்தில் சிறிய காஸ் பங்கர்களையே ஹோஸ் உருவாக்கினார். ஒருவரும் கண்டுபிடித்துவிடக்கூடாது என்பதற்காக அடர்ந்த காட்டுப்பகுதியில் அவை அமைக்கப்பட்டன. நம்பிக்கை வந்ததும் பிர்கெனாவில் நான்கு பெரிய காஸ் சாம்பர்கள் உருவாக்கப்பட்டன. ஆஷ்விட்ஸ் பிரதான முகாமில் காஸ் சாம்பர் அமைக்கப்பட்டாலும் அதைவிடவும் பிர்கெனாவ்தான் சரியான தேர்வாக இருக்கும் என்று கருதி அங்கேயே பெரிய சாம்பர்கள் உருவாக்கப்பட்டன.

வெவ்வேறு நச்சுப் பொருள்களைப் பயன்படுத்திப் பரிசோதனைகள் செய்திருக்கிறார் ஹோஸ். சல்ஃபூரிக் அமிலத்தை ஆராய்ந்திருக்கிறார். ஆனால் ஹைட்ரஜன் சயனைட்டில் உள்ள திறன் வேறு எதிலும் இல்லை என்பது உறுதியானது. மூன்று முதல் 15 நிமிடங்களுக்குள் இதைக் கொண்டு பலரைச் சாகடிக்கமுடியும் என்பது ஆதாரபூர்வமாக நிரூபணமான பிறகே மற்ற அமிலப் பரிசோதனைகளை அவர் கைவிட்டார். ஹோஸைப் பொருத்தவரை காஸ் சாம்பரில் கைதிகளை அடைத்துக் கொல்வது மிகவும் எளிதான ஒரு செயல். 'உங்களுக்கு எந்தவிதச் சிரமத்தையும் ஏற்படுத்தாமல் அவர்கள் தாமாகவே செத்து விழுந்துவிடுவார்கள். அவர்களுடைய அலறல் எப்போது நிற்கிறதோ அப்போது கதவைத் திறந்து உடல்களைப் பெற்றுக்கொள்ளலாம். அவ்வளவு எளிது.' ஆனால் சவாலானது கிரிமடோரியத்தில் உடல் களைக் கொண்டுவந்து போட்டு எரிப்பது. பிரதான முகாமிலிருந்து உடல்களைப் பெற்று எடுத்துவருவது சிரமமானது என்பதால்தான் பிர்கெனாவ் தேர்ந்தெடுக்கப்பட்டிருக்கவேண்டும்.

அடால்ஃப் ஈச்மென் அவ்வப்போது ஆஷ்விட்ஸுக்கு வருகை தந்ததுடன் ஹோஸுடன் விரிவான விவாதங்களிலும் ஈடுபட்டார். கைதிகளை எந்த எண்ணிக்கையில் அனுப்பிவைக்கவேண்டும், அவர்களை அழிக்க எவ்வளவு காலம் தேவைப்படும், ஒரு ரயிலுக்கும் அடுத்ததற்கும் இடையில் எவ்வளவு காலம் தேவைப்படும் என்பன போன்ற பணி நிமித்த நுணுக்கங்களை அவர்கள் விவாதித்தார்கள். ஆஷ்விட்ஸின் ஆற்றல்மீது ஹிம்லருக்கு நல்ல நம்பிக்கை இருந்தது. யூத இனவொழிப்புத் திட்டத்தில் இந்த முகாம் மிகப் பெரிய பங்கை ஆற்றும் என்று சரியாகவே அவர் மதிப்பிட்டார். இந்தப் பெரும் பணிக்குத் தன்னுடைய முகாம் தேர்ந்தெடுக்கப்பட்டதற்கு மகிழ்ந்த தோடு பெருமிதமும் அடைந்தார் ஹோஸ்.

திடமான உடலும் ஆரோக்கியமும் பெற்றிருப்பவர்கள் மட்டுமே ஆஷ்விட்ஸில் பணியாற்றவேண்டும், மற்றவர்களுக்கு காஸ் சாம்பர்தான் ஒரே தீர்வு என்பதில் ஹோஸ் தீவிரமாக இருந்தார். எல்லோரையும் வேலை செய்ய அனுமதித்துவிட்டால் முகாம் பற்றாக்குறையால் வெடித்துவிடும் என்று அவர் எச்சரித்தார். 'அவ்வப்போது காஸ் சாம்பரைப் பயன்படுத்தினால்தான் நெரிசலைக் கட்டுப்படுத்தமுடியும், வேலையும் அப்போதுதான் ஒழுங்காக நடக்கும்' என்றார் ஹோஸ். சிலரைத் தேர்ந்தெடுத்துத் தொடர்ச்சியாகக் கொல்லாவிட்டால் எல்லோரும் அழிந்துவிடுவார்கள் என்று எச்சரித்தார் அவர். இவருடைய தீவிர நிலைப்பாட்டை முகாமிலிருந்த எல்லோரும் ஏற்றுக்கொண்டனர் என்று சொல்ல முடியாது. ஆனால் அவருடைய தர்க்கத்தின் நியாயத்தை அவர்களால் மறுக்க முடியவில்லை. பலவீனமான யூதர்களையும்கூட எப்படியாவது கட்டுப்பாட்டுக்குள் கொண்டுவந்து பணிபுரிய வைக்கமுடியும்; நம் போர்த் தேவைகளுக்கு அவர்களைப் பயன்படுத்திக்கொள்ளலாம் என்று சிலர் ஹோஸை எதிர்த்து வாதிட்டனர். ஹென்ரிச் ஹிம்லரால் ஒரு முடிவுக்கு வரமுடியவில்லை. சில சமயம் அவர் ஹோஸுக்கு எதிரானவர்களை ஆதரித்தார், சில சமயம் ஹோஸுடன் கரம் கோர்த்துக்கொண்டார். இறுதியில் காஸ் சாம்பரே வென்றது.

யாரை அனுப்புவது?

ஒவ்வொரு காஸ் சாம்பரும் இரண்டு அறைகளைக் கொண்டிருந்தது. ஒன்று உடைகளைக் களைவதற்கானது. இன்னொன்று புகையில் சிக்கி இறப்பதற்கானது. உடைகளைக் களைவதற்கான அறையில் கைதிகளை ஏமாற்றுவதற்காக ஓர் அறிவிப்புப் பலகை மாட்டப்பட்டிருந்தது. 'உங்கள் ஆடையைச் சரியாக அடையாளம் கண்டு எடுத்துக்கொள்ள உங்கள் கைதி எண்ணை நினைவில் வைத்திருங்கள்.' ஒருவரும் தங்கள் ஆடைகளைத் திரும்பிவந்து எடுத்துக்கொள்ள முடியாது என்று தெரிந்தே அந்த அவல நகைச்சுவை அறிவிப்பு வைக்கப்பட்டிருந்தது. சாம்பருக்கு உள்ளேயும், குளிக்குமிடம், கிருமி நாசம் செய்யப்படும் இடம் என்னும் பலகைகள் இடம் பெற்றிருந்தன.

புதிதாக வந்துசேரும் கைதிகள் மட்டுமல்ல, முகாமிலிருந்தும் காஸ் சாம்பருக்கு ஆள்கள் அனுப்பப்படுவதுண்டு. நோயுற்றவர்களுக்கு முன்னுரிமை அளிக்கப்படும். யார் சாம்பருக்குச் செல்லவேண்டும் என்பதை எப்படி முடிவு செய்வார்கள்? ஓர் ஆஷ்விட்ஸ் கைதி விவரிக்கிறார். 'இரண்டு வாரங்களுக்கு ஒருமுறை எஸ்எஸ் மருத்துவர்கள் முகாமுக்குப் பார்வையிட வருவார்கள். உடல் நலம்

சரியில்லாதவர்கள் எல்லோரும் ஆடைகளைக் களைந்துவிட்டு நிர்வாணமாக நிற்கவேண்டும். 'தேர்ந்தெடுக்கும் தலைவர்' வரும் வரை நாங்கள் அப்படியே பல மணி நேரங்கள் நிற்கவேண்டும். எல்லோருடைய கையிலும் மருத்துவரின் குறிப்பு இருக்கும். பிறகு தலைவர் வருவார். எங்கள் உடலையும் கையில் பிடித்திருக்கும் சீட்டையும் பார்த்துக்கொண்டே வேகமாக நடப்பார். சிலருடைய சீட்டுகளை மட்டும் அவர் கையிலிருந்து எடுத்துக்கொண்டு போய்விடுவார்கள். அவர்களெல்லாம் சாம்பருக்கு அனுப்பப்பட வேண்டியர்கள் என்று அர்த்தம்.'

தேர்ந்தெடுப்பு முடிந்தபிறகு கைதிகளின் எண்களை வைத்துப் பட்டியல் தயாரிக்கப்படும். திட்டத்தைச் செயல்படுத்துவதற்கு முன்பே திடீரென்று இறந்துவிட்டால் என்ன செய்வது? அவருடைய பெயரைப் பட்டியலில் இருந்து நீக்கமாட்டார்கள். அவருடைய சடலத்தை எடுத்துச் சென்று காஸ் சாம்பர் கணக்கோடு இதையும் சேர்த்துக் காட்டி எரித்துவிடுவார்கள். யூத மருத்துவர்கள் அதிகம் பேர் சாம்பருக்கு அருகில் நியமிக்கப்பட்டார்கள். அவர்கள் தங்களுக்கு வேண்டப்பட்ட கைதிகளைக் கடைசி நேரத்தில் தப்ப வைத்துவிடுவது உண்டு. சிலர், கைதிகளின் எண்களைப் பட்டியலில் மாற்றி விடுவார்கள்.

ஒரு கைதி முகத்தில் கொப்புளம் என்று முகாம் மருத்துவமனைக்கு வருவார். அவருக்கும் ஒரு துண்டுச் சீட்டு அளிக்கப்படும். அவரும் தன் ஆடைகளைக் களையவேண்டும். அவரும் காஸ் சாம்பருக்குப் போவதற்கு எல்லாவிதமான சாத்தியங்களும் இருந்தன. இதற்குப் பயந்தே பல கைதிகள் முகாம் மருத்துவமனைக்குச் செல்வதைத் தவிர்த்து வந்தனர். அமெரிக்காவுக்கு அழைத்துச் செல்லப் போகிறோம் என்று சொல்லி ஒருமுறை 2,000 பேரை காஸ் சாம்பருக்கு அழைத்துச் சென்றிருக்கிறார்கள். அந்தக் கைதிகள் உற்சாகமாகத் தங்கள் நண்பர்களிடம் விடைபெற்றுக்கொண்டு கிளம்பிப் போயிருக்கிறார்கள். காஸ் சாம்பருக்குப் போகிறோம் என்பதை முன்கூட்டியே தெரிந்து கொள்ளும் சந்தர்ப்பம் வாய்த்தவர்களின் நிலை இதைவிடவும் மோசமானது.

காஸ் சாம்பருக்குப் பயந்தே பலர் தங்களைப் பலசாலிகளாகக் காட்டிக்கொள்வதும் உண்டு. காய்ச்சல், கட்டி, வயிற்று வலி என்று எது வந்தாலும் தங்களுக்குள் போட்டுப் பூட்டிக்கொண்டு எதுவுமே நடக்காததைப்போல் வேலை செய்துகொண்டிருப்பார்கள். குழந்தை களை அப்படியே சாம்பருக்கு அனுப்பாமல் அவர்களுடைய உயரத்தை அளந்து பார்ப்பார்கள். மூன்றடிக்குக் கீழே இருந்தால்

மட்டுமே சாம்பர். வெள்ளை கவுன் என்னும் பெயரில் இளம்பெண்கள் குழுவொன்று உருவாக்கப்பட்டது. அதிலுள்ளவர்களின் வேலை குழந்தைகளின் ஆடைகளைக் களைந்து சாம்பருக்குத் தயார்ப்படுத்துவது. அழுதுகொண்டிருக்கும் குழந்தைகளைச் சமாதானப்படுத்தி ஆடைகளை அவர்கள் அவிழ்ப்பார்கள். ஒத்துழைக்காத இளம்பெண்களை அவர்களிடம் ஒப்படைக்கப்பட்ட குழந்தைகளோடு சேர்த்து உள்ளே அனுப்பிவிடுவார்கள்.

ஏப்ரல் 1943ல் எஸ்எஸ் அதிகாரி ஒருவர் ஜிப்ஸிகளின் நிலையைத் தெரிந்துகொள்ள விரும்பினார். மொத்தம் எவ்வளவு ஜிப்ஸி குழந்தைகள் இருக்கிறார்கள் என்று அவர் கேட்டார். 4,000 என்று பதில் வந்தது. உடனே அவர் அளித்த பதில் இது. 'அப்படியா? நான் கவனிக்காமல் விட்டுவிட்டேன் போலிருக்கிறது. 2,000 குழந்தைகள் அதிகமாக வளர்ந்துவிட்டார்கள். சரி, உடனே 2,000 பேரைக் குளியலுக்குத் தயார்படுத்துங்கள்.'

எதற்கு சாம்பருக்கு அழைத்துச் சென்று, கொன்று, உடலை எடுத்து வந்து எரிக்கவேண்டும் என்று சோம்பல்பட்ட சிலர், அப்படியே கைதிகளைப் பிடித்து கிரிமடோரியத்தில் போட்ட சம்பவங்களும் நிகழ்ந்திருக்கின்றன. ஆத்திரத்துடன் சோவியத் கைதிகள் சிலரை அள்ளி கிரிமடோரியத்தில் வீசியிருக்கிறார்கள். காஸ் சாம்பருக்குள் சிக்காமல் வெளியில் தங்கிவிட்ட ஒரு குழந்தையையும் இதேபோல் அள்ளி வீசியிருக்கிறார்கள். ஒரு எஸ்எஸ் காவலர், ஒரு போலந்துப் பெண்ணை நிர்வாணப்படுத்தி அப்படியே மூட்டைபோல் கட்டி கிரிமடோரியத்தில் வீசியதைச் சிலர் கண்டிருக்கிறார்கள்.

விதிவிலக்காக விபத்துகளும் நடந்துவிடுவதுண்டு. ஒருமுறை யூதப் பெண் ஒருவர் தன் ஆடைகளைக் களைய மறுத்துவிட்டார். எஸ்எஸ் காவலர்கள் அவரை அடிக்கத் தொடங்கியதும் கோபமடைந்த அந்தப் பெண், காவலரின் துப்பாக்கியைப் பறித்ததோடு அவரைச் சுட்டுக் கொன்று விட்டார். இன்னொருவருக்கும் காயத்தை ஏற்படுத்தி விட்டார். காஸ் சாம்பருக்கு அருகில் யூதர்களின் சடலங்களுக்கு மத்தியில் அரிதாகவும் தனியாகவும் கிடந்தது அந்த எஸ்எஸ் காவலரின் உடல்.

மற்றொரு சமயம், குளியலுக்காகத் தயார் செய்யப்பட்டவர்களில் ஓர் அழகிய இஸ்ரேலியப் பெண் இருப்பதை எஸ்எஸ் காவலர் ஒருவர் கண்டார். அவளுடைய அழகில் மயங்கிய அந்தக் காவலர் அந்தப் பெண்ணைத் தனியே அழைத்து அவளிடம் பேசினார். 'நீ என்னுடன் ஒத்துழைத்தால் உன்னை இதிலிருந்து காப்பாற்றுகிறேன், வருகிறாயா?' அந்தப் பெண் தன் கையில் இருந்த மூன்று வயது

குழந்தையை உயர்த்திப் பிடித்தபடிக் கேட்டாள். 'என் குழந்தையையும் காப்பாற்றுவீர்களா?' அந்தக் காவலர் சிரித்தபடியே அந்தக் குழந்தையை வாங்கிக்கொண்டார். 'என் ஒப்பந்தம் உன்னுடன் மட்டும்தான், உன் குழந்தையுடன் இல்லை' என்று சொல்லியபடியே குழந்தையைத் தூக்கி ஓங்கிச் சுவற்றில் அடித்துக் கொன்றார். அதிர்ச்சியடைந்த அந்தப் பெண் அவருடன் சண்டையிடத் தொடங்கி, அவர் இடுப்பில் மாட்டியிருந்த ரிவால்வரைப் பிடுங்கி அவரைச் சுட்டுக்கொன்றதோடு, மற்ற காவலர்களையும் சுடத் தொடங்கி விட்டார். இறுதியில் அவர் அடக்கப்பட்டதோடு கொடூரமான சித்திரவதைகளுக்கு உள்ளாக்கப்பட்டுச் சாகடிக்கப்பட்டார்.

சாவு இயந்திரம்

பிர்கெனாவில் கிரிமடோரியத்துடன் கூடிய காஸ் சாம்பர்கள் நான்கு உருவாக்கப்பட்டபோது எஸ்எஸ் ஆச்சரியத்தில் மூழ்கிப்போனது. இதைவிட நவீன சாவு இயந்திரத்தை ஒருவராலும் உருவாக்கமுடியாது என்று அவர்களுக்குக் கர்வமும் பிறந்தது. சுற்றிச் சுற்றி வந்து பார்த்து மகிழ்ந்தனர். இவற்றை உருவாக்க எதிர்பார்த்ததைவிட அதிகக் காலம் பிடித்தது என்றாலும் வேலை கச்சிதமாக முடிந்துவிட்டதில் அனைவருக்கும் திருப்திதான்.

இருபத்து நான்கு மணி நேரத்தில் 4,416 மனித உடல்களைச் சடலங்களாகவும் பிறகு சாம்பலாகவும் மாற்ற முடியும் என்று பெர்லினுக்குக் கடிதம் எழுதினார்கள் எஸ்எஸ் அதிகாரிகள். அதன் அழகில் மயங்கிய சில அதிகாரிகள் கிரிமடோரியத்தைப் படம் பிடிக்க வைத்து ஆஷ்விட்ஸ் பிரதான முகாமிலுள்ள அலுவலக அறையில் அதை ஒட்டிவைத்துக்கொண்டார்கள். புதிதாக முகாமுக்கு வருகை தரும் எஸ்எஸ் உயரதிகாரிகளைப் பெருமிதத்துடன் கிரிமடோரியத்துக்கு அழைத்துச் சென்று இயந்திரத்தைக் காட்டி அதன் செயல்பாடுகளைப் படிப்படியாக விளக்கி மகிழ்ந்தார்கள்.

கட்சி பிரமுகர்களை ஆஷ்விட்ஸுக்கு அனுப்பிவைத்து, காஸ் சாம்பரையும் கிரிமடோரியத்தையும் பார்த்துவருமாறும் அவர்களிடமிருந்து கற்றுக் கொள்ளுமாறும் ஹிம்லர் அறிவுறுத்தினர். அதிகபட்சத் திறனுடன் செயல்படும் மரணத் தொழிற்சாலை என்று ஆஷ்விட்ஸ் அறியப்பட்டது.

நவீன அமைப்பாக இருந்தபோதிலும் எல்லாமே திட்டமிடப்பட்ட படிதான் நடந்தது என்று சொல்லமுடியாது. எவ்வளவு கவனமாகப் பாதுகாத்தபோதிலும் சில சமயம் புதிய கைதிகளுக்கு எப்படியோ ரகசியம் கசிந்துசென்றது. அவர்கள் சாம்பருக்கு வர மறுத்தார்கள்.

அழுது புரண்டார்கள், எதிர்த்தார்கள், ஒத்துழைக்க மறுத்தார்கள். குளிக்கமாட்டோம், குளியலறைக்குள் செல்லமாட்டோம் என்று கத்தினார்கள். பெண்கள் தங்கள் ஆடைகளைத் துறக்க மறுத்தனர். ஒத்துழைக்க மறுப்பவர்களை வழக்கமாக எப்படிக் கையாள்வார்களோ அப்படித்தான் இவர்களையும் கையாண்டனர் எஸ்எஸ் காவலர்கள். பெண்களின் ஆடைகள் வலுக்கட்டாயமாக கிழிக்கப் பட்டன. துப்பாக்கி காட்டி மிரட்டி அனைவரையும் உள்ளே தள்ளிக் கதவை இழுத்து மூடினார்கள். உள்ளே செல்ல மறுப்பவர்களை காஸ் சாம்பருக்கு வெளியில் சுட்டுக் கொன்றார்கள்.

ஆஷ்விட்ஸ் முகாமுக்கு வந்துசேரும் ஹங்கேரிய யூதர்கள்

கொல்லப்பட்டவர்களின் மூக்குக்கண்ணாடிகள்

புச்சன்வால்ட் முகாம் விடுவிக்கப்பட்டு 5 நாள்களுக்குப் பிறகு எடுக்கப்பட்ட படம். கீழிருந்து இரண்டாவது வரிசையில், இடதுபக்கத்திலிருந்து ஏழாவதாக இருப்பவர் எலி வீஸெல்

ஆஷ்விட்ஸ் பெண்கள் முகாமில் கைதிகள்

சடலங்கள் வண்டிகளில் ஏற்றப்படுகின்றன

கிரிமடோரியம், ஆஷ்விட்ஸ்

பெர்கென் பெல்சென் முகாமின் மரணக்குழிகள்

பின்னணியில் காஸ் சாம்பர்

காஸ் சாம்பருக்குச் செல்லும் ஒரு குடும்பம்

ஆஷ்விட்ஸ் முகாமில் குழந்தைகள்

மாத்தாசென் முகாமிலிருந்து விடுவிக்கப்பட்டவர்கள்

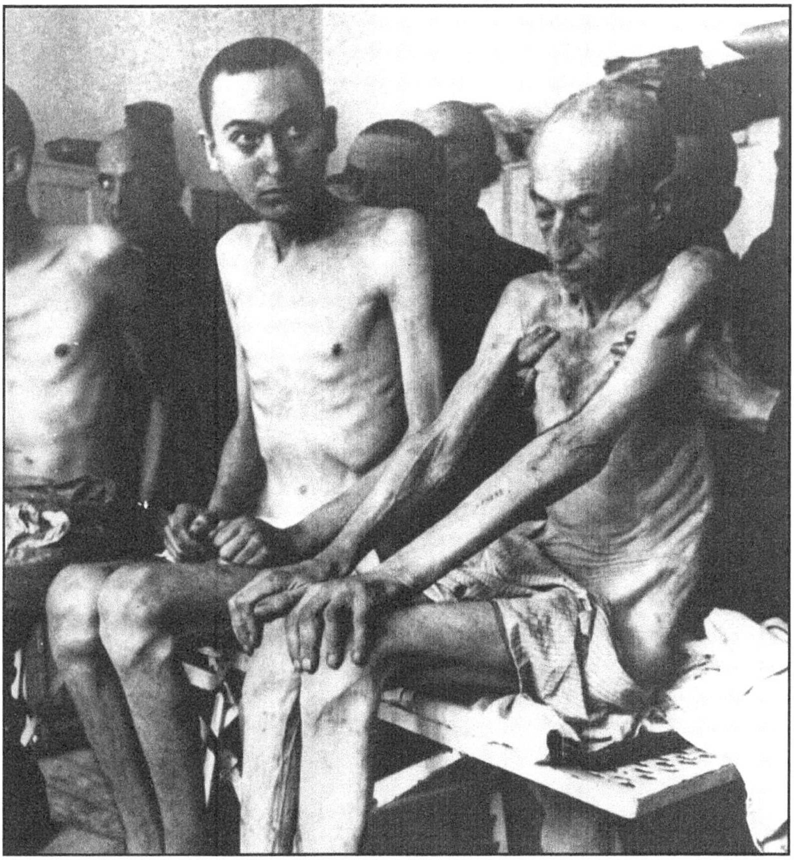

ஆஷ்விட்ஸ் முகாமிலிருந்து விடுவிக்கப்பட்ட, எலும்பும் தோலுமாகச் சுருங்கிபோயிருக்கும் கைதிகள்

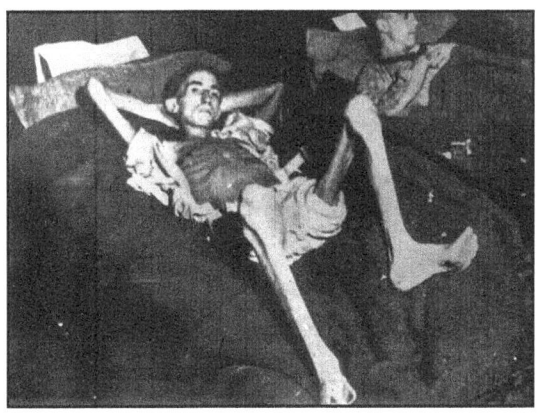

விசாரணையின்போது
அடால்ஃப் ஈச்மென், 1961

விசாரணையின்போது
ஹெர்மன் கோரிங், 1946

ஜோசப் கெப்பல்ஸ்
Joseph Goebbels

ஹென்ரிச் ஹிம்லர்
Heinrich Himmler

ரீன்ஹார்ட் ஹெய்ட்ரிச்
Reinhard Heydrich

பிரைமோ லெவி
Primo Levi

எலி வீஸெல்
Elie Wiesel

10

தற்கொலை

குழந்தைகள் எரிக்கப்பட்டுவிட்டனர் என்பது தெரிந்ததும் பல பெண்கள் தன்னிலை மறந்து ஓடிச்சென்று மின்சார வேலியில் பாய்ந்துவிட்டனர்.

மாரிஸ் கோஹன்

தற்கொலைக்கான காரணங்களைத் தனிப்பட்ட நபர்களிடம் மட்டுமல்லாது சமூகத்திலும் தேட வேண்டும் என்றார் 19ம் நூற்றாண்டு பிரெஞ்சு சமூகவியலாளர் எமிலி துர்க்கெயிம். மூன்று காரணங்களுக்காகத் தற்கொலைகள் நிகழ்கின்றன என்றார் அவர். சமூகத்தில் ஒருங்கிணைய முடியாததால் நிகழும் தற்கொலைகள். சமூகத்தின் நலனைக் கருதி தங்களை மாய்த்துக்கொள்பவர்கள் இரண்டாவது வகையினர். சமூக மதிப்பீடுகளும் நடைமுறைகளும் தலைகீழாக மாறுவதால் தற்கொலையை நாடுபவர்கள் மூன்றாவது வகையினர்.

ஹிட்லரின் ஜெர்மனியில் இந்த மூன்றாவது காரணம் முக்கியமானதாக இருந்தது என்கிறார் கிறிஸ்டியன் கோஷெல். முதல் உலகப் போர் முடிவடைந்த 1918ம் ஆண்டு தொடங்கி இரண்டாம் உலகப் போர் முடிவுக்கு வந்த 1945 வரை ஜெர்மனி சந்தித்த தற்கொலைகளை விரிவாக ஆராய்ந்துள்ளார் இவர். தனிமனிதக் காரணங்கள், சமூக அரசியல் பொருளாதாரக் காரணங்கள் என்று அனைத்தையும்

ஆராய்ந்தால்தான் ஜெர்மனியில் ஏன் தற்கொலைகள் பெருகின என்பதைப் புரிந்துகொள்ளமுடியும் என்கிறார் இவர்.

ரிச்சர்ட் செமான் என்னும் ஜெர்மன் விஞ்ஞானி 27 டிசம்பர் 1918 அன்று ஜெர்மானிய தேசியக் கொடியைக்கொண்டு தன் உடலைச் சுற்றிக் கொண்டபிறகு தன்னைத்தானே சுட்டுக்கொண்டார். சில வாரங்களுக்கு முன்புதான் முதல் உலகப் போர் முடிவுக்கு வந்திருந்தது. ஜெர்மனி இந்தப் போரில் தோற்கடிக்கப்பட்டதோடு, கடும் அவமானங்களையும் சந்தித்திருந்தது. தன் தந்தையர் நாட்டை உயிருக்கு உயிராக நேசித்த இந்த விஞ்ஞானியால் தோல்வியை ஏற்கமுடியவில்லை. ஹிட்லரின் இளைஞர் படையில் தலைமை வகித்த பால்டூர் ஷிராச் என்பவரின் சகோதரர் கார்ல், நவம்பர் 1918ல் துப்பாக்கியால் சுட்டுக்கொண்டு இறந்துபோனார். தன்னுடைய மேன்மை பறிபோகும்போது தற்கொலை செய்துகொள்ளலாம் என்னும் ராணுவப் பொன்விதியைப் பயன்படுத்தி இந்தத் தற்கொலைகள் நியாயப்படுத்தப்பட்டன. தேசியவாதமே இந்தத் தற்கொலைக்கான காரணமாகவும் சொல்லப்பட்டது.

1918 முதல் 1938 வரை 2,14,409 தற்கொலைகள் நிகழ்ந்ததாக அதிகாரபூர்வ ஆவணங்கள் சொல்கின்றன. ஹிட்லர் ஜெர்மனியின் சான்சிலராகப் பதவியேற்பதற்கு முன்பு நிகழ்ந்த தற்கொலைகள் இவை. ஜெர்மனி போரில் தோற்றது, எதிர்காலம் குறித்த அச்சம், நிச்சயமின்மை, பெருகும் தனிமனிதக் கடன், போரில் ஏற்பட்ட இழப்புகள் என்பன போன்ற காரணங்கள் இந்தத் தற்கொலைகளின் பின்னால் அணிவகுத்து நின்றன. ஆனால் ஹிட்லரும் நாஜிகளும் இந்தத் தற்கொலைகளைத் தங்களுக்குச் சாதகமாகப் பயன் படுத்திக்கொண்டனர்.

போரில் வென்ற நாடுகள் தோற்றுப்போன ஜெர்மனியின் கரங்களை முறுக்கி வெர்ஸேல் ஒப்பந்தம் போட்டுக்கொண்டதால் ஜெர்மனி தன்னுடைய பிரதேசங்களை இழக்க நேரிட்டது. இதனால் கடும் இடப்பற்றாக்குறை ஏற்பட்டது. வென்ற நாடுகளுக்கு இழப்பீடுகள் தரவேண்டியிருந்ததால் அது தேசத்தின் பொருளாதாரத்தைப் பாதித்தது. வேலையில்லாத் திண்டாட்டம் பெருகியது. எனவே தற்கொலைகளும் பெருகின என்றார்கள் நாஜிகள். நாங்கள் ஆட்சிக்கு வந்து நிலைமையைக் கட்டுக்குள் கொண்டுவந்திராவிட்டால் தற்கொலைகள் மேலும் பெருகியிருக்கும் என்றும் அவர்கள் பெருமிதத்துடன் அறிவித்தனர். தவிரவும் இதுவரை நடைபெற்ற தற்கொலைகளுக்கு யூதர்களை அவர்கள் பொறுப்பாக்கினார்கள். இது,

நிலைமையை மேலும் சிக்கலாக்கியதோடு இன்னொரு புதிய தற்கொலை அலையைத் தொடங்கிவைத்தது.

நாஜிகளும் தற்கொலைகளும்

தற்கொலை செய்துகொள்ள ஒப்புதல் வழங்குபவர்களுக்குக் கருணைக் கொலைக்கான சாத்தியங்கள் இருக்கவேண்டும், அதைச் சட்டப்படி அங்கீகரிக்கவும் வேண்டும் என்றுதான் ஹிட்லர் தொடக்கத்தில் நினைத்தார். புதிதாக உருவாக்கப்படவிருந்த சட்டத் தொகுப்பில் இந்தத் திருத்தத்தைக் கொண்டுவந்துவிடலாம் என்றும்கூடத் திட்டமிட்டார். ஆனால் பிற்பாடு இத்திட்டத்தை அவர் கைவிட நேர்ந்தது. தற்கொலையை ஓர் அரசே ஊக்குவிக்கக்கூடாது என்பதால் அல்ல; இந்தச் சட்டத்தை ஜெர்மானியர்கள் பயன்படுத்தத் தொடங்கினால் உயர்ந்த இனம் அழியத் தொடங்கிவிடும் என்று அவர் அஞ்சினார். இதே காரணத்தால்தான் தற்கொலைக்கும் சட்ட அங்கீகாரம் கொடுக்கமுடியாமல் போனது.

எஸ்எஸ் பாதுகாப்புப் படையின் கமாண்டரும் நாஜி ஜெர்மனியின் சக்தி வாய்ந்த தலைவராகவும் திகழ்ந்த ஹென்ரிச் ஹிம்லர் தனிப்பட்ட முறையில் தற்கொலையை வெறுத்தார். தற்கொலை செய்துகொள்ள விரும்பும் 100 பேரில் 90 பேர் அற்பத்தனமான காரியங்களுக்காகவே இந்த முடிவை எடுக்கிறார்கள் என்பது அவர் கருத்து. கோழைகளே தற்கொலை செய்துகொள்வார்கள் என்றார் அவர். எஸ்எஸ் என்பது வீரத்தின் அடையாளம் என்றால் தற்கொலை அதற்கு நேர் எதிர். போராடும் துடிப்புள்ள ஒருவரும் தற்கொலையை நாடமாட்டார்கள் என்று அவர் நம்பினார். தற்கொலை செய்துகொண்ட ஜெர்மானியர்களை அவர் வெறுத்தார். எஸ்எஸ் அதிகாரி யாராவது தற்கொலை செய்துகொண்டால் அவருடைய இறுதி ஊர்வலத்தைப் புறக்கணிக்க வேண்டும் என்றும் அவர் அதிகாரிகளுக்குச் சொல்லி வைத்திருந்தார். தற்கொலை செய்துகொள்பவர்களின் குடும்பத்துக்கு ஓய்வூதியம் வழங்கத்தான் வேண்டுமா என்றும் யோசித்தார். பிரிட்டனிடம் பிடிபட்டபோது 23 மே 1945 அன்று இதே ஹிம்லர் தற்கொலை செய்துகொண்டு இறந்துபோனார்.

அவர் மட்டுமல்ல, நாஜிகளின் முக்கியத் தலைவரும் பலம் மிக்க மனிதராகவும் திகழ்ந்த ஜோசப் கெப்பல்ஸ் தன் குடும்பத்துடன் தற்கொலை செய்துகொண்டார். ஹெர்மன் கோரிங் உள்ளிட்ட பல முக்கிய நாஜி தலைவர்களும் அதிகாரிகளும்கூட பின்னாள்களில் தற்கொலை செய்துகொள்ள நேரிட்டது. மிகப் பெரிய நாஜி

சாம்ராஜ்ஜியத்தை உருவாக்கவேண்டும் என்று விரும்பிய ஹிட்லரும் தன் மனைவியுடன் சேர்ந்து தற்கொலைதான் செய்துகொண்டார்.

யூதர்களும் தற்கொலைகளும்

30 ஜனவரி 1933 அன்று ஆட்சிக்கு வந்து சில மாதங்களுக்குள் யூதர்கள் மீதான வன்முறையை நாஜிகள் தொடங்கிவிட்டனர். யூதர்களின் தற்கொலைகளும் அப்போதே தொடங்கிவிட்டன. 1 ஏப்ரல் அன்று யூதர்களின் வர்த்தகத்தைப் புறக்கணிக்குமாறு அரசு கேட்டுக்கொண்ட போது நூற்றுக்கணக்கான ஜெர்மானிய யூதர்கள் தற்கொலை செய்துகொண்டனர். பெர்லினில் உள்ள ஓர் இடுகாட்டுக்கு மார்க்ஸ் ரீனர் என்னும் பத்திரிகையாளர் செல்ல நேர்ந்தபோது அங்கே இரட்டைக் கல்லறைகள் பெருகியிருப்பதைக் கண்டார். விசாரித்த போது, தம்பதியாகத் தற்கொலை செய்துகொள்ளும் யூதர்களின் எண்ணிக்கை பெருகிக்கொண்டிருப்பதாகச் சொல்லப்பட்டது. ரீனரும் ஒரு யூதர்தான். பணியில் இருந்து உடனடியாக ஓய்வு பெறுமாறு கட்டாயப்படுத்தப்பட்டதைத் தொடர்ந்து அவர் வேலையைவிட்டு வெளியேறினார்.

3 ஏப்ரல் அன்று டாக்டர் ஹான்ஸ் பெட்மான் என்னும் வழக்கறிஞர் தன்னைத் தானே துப்பாக்கியால் சுட்டுக்கொண்டு இறந்துபோனார். அவர் பணியாற்றிவந்த நீதிமன்றத்தில் இருந்து பணி நீக்கம் செய்யப்பட்டதைத் தொடர்ந்து இந்த முடிவை அவர் எடுத்தார். யூதர் களை அவர்களுடைய பணிகளில் இருந்து துரத்தி விடுவதற்காகவே 7 ஏப்ரல் அன்று ஒரு தனிச்சட்டம் நாஜிகளால் கொண்டுவரப்பட்டது. அரசுப் பணிகளிலும் வேறு முக்கியத் துறைகளிலும் பணியாற்றுபவர் கள் தங்கள் பணி உரிமத்தைப் புதுப்பித்துக்கொள்ளவேண்டும் என்று இந்தச் சட்டம் உத்தரவிட்டது. யூதர்களின் கோரிக்கைகள் மட்டும் கறாராக நிராகரிக்கப்பட்டன. இது ஜெர்மானிய யூதர்களைக் கடும் மன உளைச்சலிலும் நிதி நெருக்கடியிலும் தள்ளியது. தற்கொலைகள் பெருகத் தொடங்கின. நாஜிகள் எதிர்பார்த்ததும் இதையேதான்.

மார்பர்க் பல்கலைக்கழகத்தில் பணியாற்றிவந்த ஜேகப்சன் என்னும் பேராசிரியர், பணிநீக்கம் செய்யப்பட்டதைத் தொடர்ந்து 28 ஏப்ரல் அன்று தற்கொலை செய்துகொண்டார். தொடர்ச்சியாக யூத மருத்துவர் கள் அடையாளம் காணப்பட்டு பணிநீக்கம் செய்யப்பட்டபோது அவர்களில் கணிசமானவர்கள் தற்கொலை செய்துகொண்டனர். விக்டர் கிளெம்பெரர் அவர்களில் ஒருவர். ஸ்டட்கார்டைச் சேர்ந்த ஃபிரிட்ஸ் ரோஸன்ஃபெல்டர் என்னும் யூத வணிகர், 1933ம் ஆண்டு தற்கொலை செய்துகொள்வதற்கு முன்பு எழுதிய கடிதம் கீழ்வருமாறு அமைந்திருந்தது.

‘என் அன்புள்ள நண்பர்களே! இது என்னுடைய இறுதி வணக்கம். ஒவ்வொரு யூதரையும் ஒரு துரோகியாகக் காண விரும்பும் இந்தத் தேசத்தில் உயிர் வாழ்வது இனியும் சாத்தியமில்லை. வெறுப்போ மனக்கசப்போ இல்லாமல் நான் விடைபெற்றுச் செல்கிறேன். இந்த நிலை மாறும் என்று நம்புகிறேன்... என்னுடைய தந்தையர் நாட்டுக்காக என் உயிரையும் கொடுக்க நான் சித்தமாகத்தான் இருந்தேன்... எனக்காக வருந்தாதீர். உண்மை வெளிவருவதற்கும் வெற்றிபெறுவதற்கும் உதவுங்கள்.’

1924 முதல் 1926 வரை ஒரு லட்சம் யூதர்களில் 50 பேர் தற்கொலை செய்துகொண்டார்கள் என்றால் 1932 முதல் 1934 ஆண்டுகளில் 70 பேர் தற்கொலை செய்துகொண்டனர். தற்கொலை செய்துகொண்டவர்களில் முதியவர்களே அதிகம் பேர் இருந்தனர். இளவயது யூதர்களால் வேறு நாடுகளுக்குத் தப்பிச் செல்லமுடிந்ததே அதற்குக் காரணம். ஆஸ்திரிய யூதர்கள் ஜெர்மானிய யூதர்களைவிட அதிக மன அழுத்தத்துக்கும் பாதிக்கும் உள்ளானதால் தற்கொலையின் எண்ணிக்கையும் அங்கே அதிகமாக இருந்தது. யூத எதிர்ப்பின் முழு வடிவமும் அங்கே செயல்படுத்தப்பட்டது. வீதிகளில் யூதர்கள் நாஜிகளைக் காணும்போது முழங்காலிட்டனர். வீதிகளைச் சுத்தப் படுத்தும் பணி யூதர்களுக்கே அளிக்கப்பட்டது. இந்த அவமானங்களையும் நாஜிகளின் துரத்தல் வேட்டைகளையும் சகித்துக்கொள்ள முடியாதவர்களுக்கு தற்கொலை மட்டுமே தப்பிப்பதற்கான ஒரே வழியாக இருந்தது.

தினம் தினம் தற்கொலைகள் பெருகத் தொடங்கின. 12 முதல் 22 மார்ச் 1938 வரை, பத்து தினங்களில் மட்டும் வியன்னாவைச் சேர்ந்த 96 யூதர்கள் தற்கொலை செய்துகொண்டனர். தான் வசித்துவந்த அடுக்குமாடிக் குடியிருப்புக்குள் நாஜிப் படையினர் நுழைந்ததைக் கண்டு ஈகான் ஃபிரெடெல் என்னும் வரலாற்றாசிரியர் மாடியில் இருந்து குதித்து மாண்டுபோனார். நாஜிகள் தேடிவந்தது வேறொருவரை. யூதர்களின் தற்கொலை அதிகரித்து வருவது பற்றிய செய்திகள் ஜெர்மனியைவிட்டுக் கசிந்து வெளியில் சென்றபோது அதற்கு ஏதேனுமொரு விளக்கத்தை அளிக்கவேண்டிய கட்டாயத்துக்கு நாஜிகள் தள்ளப்பட்டனர். ‘ஆஸ்திரியாவில் அரசியல் சூழல் மாறிப் போனதால் தற்கொலைகள் பெருகியிருக்கலாம்’ என்பதே அவர்கள் அளித்த அதிகபட்ச விளக்கம். கெப்பல்ஸ் 23 மார்ச் 1938 அன்று தன் டைரியில் பின்வருமாறு எழுதினார். ‘வியன்னாவில் பல யூதர்கள் தற்கொலை செய்துகொள்கிறார்கள். இதற்கு முன்னால் ஜெர்மானியர்கள்தான் தற்கொலை செய்துகொண்டிருந்தனர். இப்போது நிலைமை தலைகீழாகத் திரும்பியிருக்கிறது.’

அன்னா ஃபிராய்ட் தன் தந்தையிடம் சென்று ஒருநாள் கேட்டார். 'அப்பா, நாமும் மற்றவர்களைப்போல் தற்கொலை செய்துகொள்ளலாமா?' சிக்மண்ட் ஃபிராய்ட் தன் மகளுக்கு அளித்த பதில் இது. 'ஏன்? அவர்கள் அதைத்தான் நம்மிடமிருந்து விரும்புகிறார்கள் என்பதற்காகவா?' ஃபிராய்ட் அதற்குப் பிறகு வியன்னாவில் இருந்து வெளியேறி இங்கிலாந்துக்குக் குடிபெயர்ந்தார்.

பிரிட்டிஷ் நியூஸ் கிரானிகிள், மார்ச் 1938ல் பின்வருமாறு எழுதியது. 'ஆஸ்திரியாவில் ஒடுக்குமுறை தீவிரமடைந்துள்ளது. மக்கள் மருத்துவர்களையும் மருந்து கடைக்காரர்களையும் சூழ்ந்துகொண்டு நஞ்சு கேட்டுத் துளைத்தெடுக்கிறார்கள். இனியும் வாழ்வதில் அர்த்தமில்லை என்பதை அவர்கள் உணர்ந்திருக்கிறார்கள்.' வியன்னாவில் ஒரு யூத கடைக்காரர் தற்கொலை செய்துகொண்டதைத் தொடர்ந்து, அந்தக் கடையில் நாஜிகள் ஓர் அறிவிப்பை ஒட்டிவைத்தார்கள். 'இதையே அனைவரும் பின்பற்றவும்.'

பலர் பின்பற்றினார்கள் என்றாலும் நாஜிகளுக்கு இதில் திருப்தியில்லை. 9 நவம்பர் 1938 அன்று ஜெர்மனி முழுக்க உள்ள யூத தேவாலயங்கள் கொளுத்தப்பட்டன. யூதர்களுடைய வணிக இடங்கள் தேடித்தேடி அழிக்கப்பட்டன. அதிகாரபூர்வக் குறிப்புகளின்படி கிட்டத்தட்ட 100 யூதர்கள் உடனடியாகக் கொல்லப்பட்டனர். நிஜ எண்ணிக்கை நிச்சயம் பல மடங்கு இருக்கும். இந்தத் தீவிர வேட்டையால் பல யூதர்கள் கொத்துக் கொத்தாகத் தற்கொலை செய்துகொண்டனர். இதற்கு மாற்று அதிகாரபூர்வமாக நாஜிகளால் கொல்லப்படுவது மட்டுமே. இது நாஜிகளின் ஜெர்மனி, இங்கு இனி யூதர்களுக்கு இடமில்லை என்னும் செய்தி மிகவும் அழுத்தமாக யூதர்களின் ஆழ்மனத்தில் பதிந்துபோனது.

அவர்களுடைய மத நம்பிக்கையின்படி தற்கொலை யூதர்களுக்குத் தடை செய்யப்பட்டிருந்தது. ஆனால் யூதர்கள் இந்த நம்பிக்கைக்கு மட்டும் தாற்காலிக விலக்கு அளிக்கவேண்டியிருந்தது. யூதர்களின் தற்கொலைக் கடிதங்கள் பல, கிட்டத்தட்ட ஒன்றுபோலவே அமைந்திருந்தன. அந்தக் கடிதங்களில் ஹிட்லரின் பெயரோ நாஜிகளின் பெயரோ குறிப்பிடப்படவில்லை. யூத இனவொழிப்பு பற்றி ஒரு சொல்கூட இல்லை. 'தனிப்பட்ட காரணங்களால் இறக்கிறேன்', 'இனியும் வாழமுடியாது என்பதால் இறக்கிறேன்', 'என் மரணத்துக்கு ஒருவரும் காரணமில்லை' என்பன போன்ற காரணங்களே அதில் இருந்தன. ஒருவரையும் குறைசொல்லாமல் தங்களுக்குப் பிரியமானவர்களிடமிருந்து அவர்கள் விடைபெற்றுச் சென்றிருந்தார்கள். தன்னுடைய மரணத்துக்குப் பிறகு நாஜிகள் தன்

குடும்பத்தை எதுவும் செய்துவிடக்கூடாது என்னும் அச்சமே அந்தக் கடிதத்தில் பரவியிருந்தது.

ஜெர்மனியில் ஜெர்மானியர்களாக வசித்து வந்த பலர் திடீரென்று தங்களை யூதர்களாகக் காணவேண்டியிருந்தது. இந்த அடையாளம் எளிதில் மறைக்கமுடியாத ஒன்றாக இருந்தது. அதை அழிப்பது சாத்தியமில்லை என்பதால் அவர்கள் தங்களையே அழித்துக்கொண்டனர். தடதடவென்று கதவு தட்டப்பட்டால் பயத்துடன் ஓடிச்சென்று மாடியில் இருந்து குதித்தார்கள். அவமானப்படுத்துவதன்மூலம், தந்தையர் நாட்டில் இருந்து அவர்களைக் கத்தரித்துவிடுவதன்மூலம் யூதர்களைத் தற்கொலையை நோக்கித் தள்ளமுடியும் என்பதை நாஜிகள் தெளிவாக உணர்ந்திருந்தனர். பெர்லினில் டிசம்பர் 1938ம் ஆண்டே யூதர்களுக்குத் தடையுத்தரவு பிறப்பிக்கப்பட்டுவிட்டது. பொதுவிடங்களில் அவர்கள் நுழையக்கூடாது என்று உத்தரவிடப் பட்டது.

ஹெட்விக் ஜேஸ்ட்ரோ என்னும் 76 வயது யூதரின் தற்கொலைக் கடிதத்தில் இருந்து சில வரிகள். 'வாழ விரும்பாத ஒருவரின் உயிரைக் காப்பாற்றும் முயற்சியில் யாரும் ஈடுபடவேண்டாம். கடந்த நூறு ஆண்டுகளாக ஜெர்மனியில் வசித்துவந்த குடும்பத்தில் இருந்து ஒருவர் இப்போது விடைபெற்றுக்கொள்கிறார். கடந்த 43 ஆண்டு களாக நான் ஜெர்மானிய குழந்தைகளுக்கு வகுப்புகள் எடுத்து வந்திருக்கிறேன். அவர்களுடைய சிரமங்களைப் போக்க உதவியிருக் கிறேன். ஜெர்மனிக்காகப் போரிலும் அமைதிக்காலத்திலும் நற் செயல்கள் செய்திருக்கிறேன். என் தந்தையர் நாடு இல்லாமல் வாழ நான் விரும்பவில்லை. குடியுரிமை இல்லாமல், தங்குமிடமில்லாமல் அவமானத்துடன் ஓர் அந்நியனாக என்னால் இருக்கமுடியாது. என் பெற்றோர் எனக்கிட்ட பெயருடன் நான் புதைக்கப்பட விரும்பு கிறேன்.' இவர் ஒரு பள்ளி ஆசிரியர். ஒரு பெண்ணியவாதியும்கூட.

ஒரு கணக்கெடுப்பின்படி 1933ம் ஆண்டு ஜெர்மனியில் 5,25,000 யூதர்கள் இருந்தனர். மே 1939ம் ஆண்டு இந்த எண்ணிக்கை 2,10,000 ஆகக் குறைந்திருந்தது. ஜூலை 1933 முதல் மே 1939 வரை பெர்லினில் இருந்து மட்டும் சரி பாதி யூதர்கள் வெளியேறிச் சென்றனர். பணக்காரர்களையும் செல்வந்தர்களையும் நாஜிகள் மிரட்டி அவர்களுடைய சொத்துகளைப் பறிமுதல் செய்துகொண்டனர். நிலம் வைத்திருப்பவர்களைக் கட்டாயப்படுத்தி கையெழுத்துப் பெற்று தங்கள் பெயருக்கு அவர்கள் மாற்றிக்கொண்டனர். தப்பித்துச் செல்லவும் முடியாமல் சொத்தைக் கையளிக்கவும் முடியாமல் தவித்த பலர் தற்கொலையில்தான் தஞ்சம் அடைந்தனர்.

1940ம் ஆண்டு ஜெர்மனி பிரான்ஸ்மீது படையெடுத்தபோது யூத தத்துவியலாளரும் கலாசார வரலாற்றாசிரியருமான வால்டர் பெஞ்சமின் பாரிஸில் இருந்து கிளம்பி ஸ்பெயின் வழியாக அமெரிக்காவுக்குத் தப்பிச்செல்லத் திட்டமிட்டார். ஆனால் போர்ட் போ என்னும் ஸ்பானிஷ் எல்லையில் அவர் தடுத்து நிறுத்தப்பட்டார். மீண்டும் நாஜிகளின் பிரான்ஸுக்குத் திருப்பியனுப்பி விடுவார்கள் என்று அஞ்சிய வால்டர் பெஞ்சமின் 26 செப்டெம்பர் 1940 அன்று தற்கொலை செய்துகொண்டார். வழக்கத்தைவிட அதிக மார்ஃபின் அன்றைய தினம் அவர் உட்கொண்டார்.

ஜெர்மனிக்கு வெளியில் உள்ள யூதர்களை நாஜிகள் சுலபமாகவே கொன்றொழித்தனர். போலந்தில் 1939 முதல் யூதர்களைப் பிடித்து வந்து மொத்தமாகச் சுட்டுக்கொன்றனர். சோவியத் யூனியனில் 1941 மத்தியில் இருந்து வரிசையாக நிற்கவைத்துச் சுட்டுக்கொல்ல ஆரம்பித்தார்கள். ஜெர்மனியில் அக்டோபர் 1941 வாக்கில் 1,60,000 யூதர்கள் எஞ்சியிருந்தனர். அவர்களில் 36.4 சதவிகிதம் பேர் 60 வயதுக்கு மேற்பட்டவர்கள். ஒரேயொரு யூதர்கூட ஜெர்மனியில் இருக்கக்கூடாது என்பதே நாஜிகளின் லட்சியம் என்பதால் தற்கொலை செய்துகொள்ளாதவர்களையும் தப்பிச்செல்லாதவர்களையும் தாமே அழிக்க அவர்கள் முன்வந்தனர். 1942 முதல் வதைமுகாம்களுக்கு அவர்களை அனுப்ப ஆரம்பித்தார்கள்.

வதைமுகாம்கள் உருவாக்கப்பட்ட பிறகு யூதர்களின் தற்கொலைகள் நின்றுபோயின. யூதர்களைத் தற்கொலைக்குத் தூண்டிவிடும் நடவடிக்கைகளை அரசு நிறுத்திக்கொண்டதே அதற்குக் காரணம். யாரை எப்போது கைது செய்யப்போகிறோம் என்பது பற்றிய அறிவிப்புகள் வெளியில் செல்லாதவாறு தடுத்து நிறுத்தப்பட்டன. அவசரப்பட்டு யூதர்கள் தற்கொலை செய்துகொள்ளக்கூடாது என்பதில் அரசு கவனம் எடுத்துக்கொள்ள ஆரம்பித்தது. ஒவ்வொரு பகுதியிலிருந்தும் குறிப்பிட்ட எண்ணிக்கையிலான யூதர்களைப் பிடித்து முகாமுக்கு அனுப்பிவைக்கவேண்டும் என்று உத்தரவிடப் பட்டிருந்தது. தப்பித்தவறி யாரேனும் ஒருவர் எங்காவது தற்கொலை செய்துகொண்டால் அவரிடத்துக்கு இன்னொரு யூதரைக் கண்டுபிடித்து வதைமுகாமுக்கு அனுப்பி வைத்தார்கள்.

வதைமுகாமில் போர்த் தயாரிப்புகளுக்கு யூதர்கள் தேவைப்பட்டார் கள் என்பது போக, தற்கொலையின்மூலம் யூதர்கள் உடலுழைப்பை அளிக்காமல் தப்பித்துச் செல்வதாக நாஜிகள் கருதினர். இந்தத் தப்பித்தலை விழிப்புடன் இருந்து தடுக்க விரும்பினார்கள். யூதர்களுக்கு நஞ்சு அளிக்கக்கூடாது என்று மருந்தகங்களுக்கு

உத்தரவிடப்பட்டன. தற்கொலை கிரிமினல் குற்றமாகக் கருதப் பட்டது. தற்கொலை முயற்சியில் ஈடுபட்டு மீண்டவர்கள் தண்டிக்கப் பட்டனர். அவர்களுக்கு உணவு, நீர் எதுவும் அளிக்காமல் வதை முகாமில் தள்ளப்பட்டனர்.

ஆனால் வதைமுகாம் தற்கொலையை அதிகப்படுத்தியதே தவிர குறைக்கவில்லை. 1941 முதல் 1943 வரை கிட்டத்தட்ட 4,000 யூதர்கள் தற்கொலை செய்துகொண்டனர். முந்தைய காலகட்டத்தைவிட தற்கொலை விகிதம் அதிகரித்துள்ளதை, குறிப்பாக 70.2 சதவிகிதம் அதிகரித்திருப்பதை ஹிட்லரின் கவனத்துக்கு அதிகாரிகள் கொண்டு சென்றனர். 1941 இறுதியில் இது மேலும் அதிகரித்தது. 1940 இறுதியில் இருந்ததைவிட 516 மடங்கு அதிக தற்கொலைகள் அடுத்த ஆண்டு இறுதியில் நடைபெற்றன. வழக்கமான ஒடுக்குமுறைகளைப்போல் வதைமுகாம் குறித்த அச்சமும் யூதர்களைத் தற்கொலைக்கு அதிகப் படியாகத் தள்ளுகிறது என்பதை ஹிட்லர் அரசு உணர்ந்து கொண்டது. 1942, 1943 இரண்டு ஆண்டுகளில் மட்டும் இறந்துபோன யூதர்களில் நால்வரில் ஒருவர் தற்கொலை செய்துகொண்டார்.

போலந்து, ரிகா ஆகிய இரு பகுதிகளுக்கும் பெர்லினைச் சேர்ந்த 13,374 யூதர்கள் அனுப்பிவைக்கப்பட்டனர். ஜெர்மனியின் ஆக்கிரமிப்பில் இருந்த செக்கோஸ்லொவாக்கியாவில் அமைந்திருந்த தெரெசின்ஸ்டாட் வதைமுகாமுக்கு 14,795 பேர் அனுப்பப்பட்டனர். 1942 முதல் ஆஷ்விட்ஸ் முகாமே அதிக யூதர்களைப் பெற்றுக் கொண்டது. மார்ச் 1943ல் மட்டும் 7,000 பெர்லின் யூதர்கள் அங்கே அனுப்பி வைக்கப்பட்டனர். தற்கொலை அதிகம் பெருகிய காலகட்டமும் இதுவே. வதைமுகாமுக்குச் சென்றால் சித்திரவதைகளோடு சேர்த்து மரணம் கிடைக்கும் என்பதைப் பெரும்பாலான யூதர்கள் தெரிந்து வைத்திருந்தனர். ஆண்களைவிடப் பெண்களே அதிகம் தற்கொலை செய்துகொண்டனர்.

தூக்க மாத்திரைகளை அதிகம் உட்கொள்வதன்மூலம் மரணமடைவதையே அதிகளவிலான யூதர்கள் விரும்பினார்கள். வெரோனால் போன்ற மருந்துகள் பலருக்குச் சுலபத்தில் கிடைக்கவும் செய்தன. வலி ஏற்படுத்தாதவை என்பதால் பலருடைய முதல் தேர்வாக இத்தகைய மாத்திரைகளே இருந்தன. பலர் எப்போதும் கையிருப்பில் மாத்திரை களை வைத்திருந்தனர். முடிந்தவரை வாழலாம், எப்போது ஆபத்து நெருங்குகிறதோ அப்போது விழுங்கிவிடலாம். போகப்போக கெடுபிடிகள் அதிகமானபோது மாத்திரைக்குத் தட்டுப்பாடு ஏற்பட்டது. அதன் விலையும் பல மடங்கு அதிகரித்தது. விலையுயர்ந்த பொருள்களையும், வீட்டு உபயோகச் சாமான்களையும் விற்று

மாத்திரை வாங்கவேண்டியிருந்தது. ஒருவர் தன்னுடைய பெர்ஷியன் கம்பளத்தை 1,000 ரீச் மார்க்குக்கு விற்றுவிட்டு வெரோனால் வாங்கிக்கொண்டார். அடுத்தநாள் அவர் உடல் கண்டெடுக்கப் பட்டது. 'தற்கொலைகளைக் கண்டு நாங்கள் இனியும் அதிர்ச்சியடை வதில்லை' என்கிறார் இல்ஸெ ரிவால்ட். 'துணிச்சலுடன் இந்த முடிவை எடுத்தவர்களைப் பார்த்து பொறாமைதான் ஏற்படுகிறது. தற்கொலை செய்துகொண்டவர்களைச் சித்திரவதை செய்யமுடியாது அல்லவா?'

11

விடுதலை

நான் விடுவிக்கப்பட்டவன். என்னால் மகிழ்ச்சியை வெளிப்படுத்த முடியாது. ஆனால் உயிர் பிழைத்ததற் காக முதலில் நான் கடவுளுக்கு நன்றி சொல்ல விரும்புகிறேன். ஆனால் இன்னொரு பக்கத்திலிருந்து யோசிக்கும்போது எல்லோரையும் இழந்துநிற்கும் நான் எப்படி கடவுளுக்கு நன்றி செலுத்தமுடியும்? இந்நிலையில், நான் எவ்வளவு தூரம் மகிழ்ச்சியாக இப்போது இருக்கவேண்டும் என்று நினைக்கிறீர்கள்?

ரெபெகா சி, 20 ஜனவரி 2000

வருடம் 1944. கோடைக்காலத்தில் கிழக்கு போலந்திலுள்ள மஜ்டானெக், சோபிபோர் வதை முகாம்களை சோவியத் படைகள் சென்றடைந் தனர். நாஜிகளின் வதைமுகாம்கள்பற்றி உலகம் முன்பே அறிந்திருந்தது என்றாலும் முதல் முறையாக நேரடியாக அவற்றைக் காணும் வாய்ப்பு அப்போதுதான் ஏற்பட்டது. பிறகு 1945 தொடக்கத்தில் செம்படை வீரர்கள் ஆஷ்விட்ஸ் முகாமை விடுவித்தனர். மேற்கு ஜெர்மனியிலிருந்த முகாம்கள் 1945 வசந்தகாலத்தில் அமெரிக்க, பிரிட்டிஷ் படைகளால் விடுவிக்கப்பட்டன. கொல்லப்பட்டவர்கள் போக எஞ்சியிருந்த கைதிகள் முகாமைவிட்டு வெளியில் வரத் தொடங்கினார்கள். அவர்களைக் கண்ட வீரர்கள் பலர் அதிர்ச்சியில் உறைந்துவிட்டனர். கன்னம் ஒட்டிப்போன, குச்சிக் கைகளுடன், குச்சி

கால்களுடன் விந்தி விந்தி நடந்துவரும் அந்த உயிரினத்துக்கு என்ன பெயர்?

19 ஏப்ரல் 1945 அன்று பெர்கென் பெல்சென் முகாமைக் கண்ட பிபிசியின் ரிச்சர்ட் டிம்பிள்டே அளித்த வர்ணனை பின்வருமாறு. வதைமுகாமை முதல்முதலாகக் கண்ட நேச நாடுகள் அணியைச் சேர்ந்த ஊடகவியலாளர் இவர்தான். இவருடைய வானொலி ஒலிபரப்பு மூலமாகத்தான் கணக்கற்ற பலர் முதல்முறையாக வதைமுகாம் பற்றி விரிவாக அறிந்து கொண்டனர்.

'இருள் சூழ்ந்த மனதுடன் வழிநெடுகிலும் குவிந்துகிடந்த சடலங்களைத் தாண்டி தாண்டித்தான் நான் உள்ளே சென்றேன். திடீரென்று எங்கிருந்தோ ஒரு குரல் புறப்பட்டு வந்தது. ஒரு பெண்ணைக் கண்டுபிடித்தேன். வாழும் எலும்புக்கூடு என்றுதான் அவளை அழைக்கமுடியும். அவளுடைய வயதை என்னால் கண்டறிய முடியவில்லை. அவள் தலைமுடி மழிக்கப்பட்டிருந்தது. முகம் இருக்க வேண்டிய இடத்தில் இரு துளைகளைக் கொண்ட தோல் இருந்தது. மஞ்சள் நிறத்தில் விலங்கின் தோல்போல் அது இருந்தது. குச்சி போன்ற தன் கை ஒன்றை நீட்டியபடி அவள் ஏதோ இறைஞ்சுவது புரிந்தது. அவள் மருந்து ஏதோ கேட்கிறாள் என்பது புரிந்தது. அவள் அழுவதற்கு முயற்சி செய்தாள், ஆனால் அதற்குக்கூட போதுமான பலம் அவளிடம் இல்லை. வழி நெடுகிலும் பலவீனமான, இறந்துகொண்டிருக்கும் மக்கள் தரையில் சாய்ந்துகிடந்தார்கள். அசைந்துகொண்டிருந்தார்கள் என்றாலும் அவர்களால் முழுமையாக எழுந்து நிற்கமுடியவில்லை. வெளியில் மரத்தடி நிழலில் சடலங்கள் குவிக்கப்பட்டிருந்தன. அவற்றைக் கணக்கிடமுடியுமா என்று பார்த்தேன். கிட்டத்தட்ட 150 உடல்கள் இருக்கலாம். ஒன்றோடொன்று அவை பிணைந்துகிடந்தன. எல்லா உடல்களும் நிர்வாணமாக இருந்தன. எல்லாமே எலும்புக் கூடுகள். மஞ்சள் நிறத் தோல் அவர்கள் எலும்பைச் சுற்றி மெலிதாகப் பரவியிருந்தது. நான் காண்பதெல்லாம் நிஜம் என்றே என்னால் நம்பமுடியவில்லை. இவர்கள் எல்லாம் உண்மையில் வாழ்ந்தவர்கள் தானா?'

ஹாரி ஹெர்டர் என்னும் 19 வயது அமெரிக்க ராணுவ வீரருக்கு புச்சன்வால்ட் முகாமைக் காணும் வாய்ப்பு கிடைத்தது. 'விறகுக் கட்டைகள்போல் பிணங்கள் அடுக்கி வைக்கப்பட்டிருந்தன. எல்லாமே நிர்வாணமான பிணங்கள். நெருக்கமாக ஆராயமுடிய வில்லை என்றாலும் இறந்தவர்கள் எல்லாரும் ஆண்கள் என்பது தெரிந்தது. அடிமட்டத்தில் இருந்த பிணங்கள் வடக்கு தெற்காக படுக்க

வைக்கப்பட்டிருந்தன. அதற்குமேமேலே கிழக்கு மேற்கு. மேமேலே செல்லச் செல்ல திசைகள் மாறிக்கொண்டிருந்தன. மிக நேர்த்தியாக ஒவ்வொரு வரிசைக்கும்மேல் இன்னொரு வரிசை அடுக்கப் பட்டிருந்தது. அப்புறப்படுத்துவதற்குத் தோதாக அடுக்கிவைக்கப் பட்டிருக்கும் மனித உடல்கள். கைகளும் கால்களும் சீராகவே இருந்தன. சில இடங்களில் மட்டும் உடல் பாகங்கள் நேர்த்தியைக் குலைக்கும்வண்ணம் தொங்கிக் கொண்டிருந்தன. சடலங்களின் முகங்கள் அனைத்தும் மேல்நோக்கியே இருந்தன. சீரான இடை வெளியில் இப்படிப் பல வரிசைகளை அடுத்தடுத்து பார்க்கமுடிந்தது. மொத்தம் எத்தனை வரிசைகள் என்று கடவுளுக்கே தெரியும். உடல்களைக் காணும்போது, உணவு, நீரின்றி அவர்கள் இறந்திருக்க வேண்டும் என்று யூகிக்கமுடிகிறது. எலும்புகளைச் சதை மிக மெலிதாகப் போர்த்தியுள்ளது, அவ்வளவுதான். சிலருடைய விழிகள் மூடியிருக்கின்றன, சில திறந்தேயிருக்கின்றன.'

காஸ் சாம்பர்களை ஜெர்மானியர்கள் முன்பே குண்டு வீசி அழித்து விட்டனர். தம்முடைய குற்றங்கள் வெளியில் தெரியக்கூடாது என்பதால் இந்த ஏற்பாடு. அலுவலக ஆவணங்களும்கூட இதே காரணத்துக்காக ஜெர்மனி முழுக்க எரிக்கப்பட்டன. இதையெல்லாம் சில கைதிகள் நேரில் பார்த்திருக்கின்றனர். தீப்பற்றி எரிந்து கொண்டிருந்த கோப்புகளையும் தகர்க்கப்படும் காஸ் சாம்பரையும் கண்டவர்களுக்குப் புரிந்துபோனது. நேச நாடுகளின் படையோ செம்படையோ அருகில் வந்துவிட்டது. நாம் காத்துக்கொண்டிருந்த தருணம் நிஜமாகவே நெருங்கிவிட்டது. விடுதலை சாத்தியம். ஆனால், அந்த விடுதலையை அனுபவிக்கும் வாய்ப்பு கிடைக்குமா என்பதில் பலருக்கும் சந்தேகம் இருந்தது. ஒருவேளை விடுவிக்கப் பட்டாலும் தக்கையாக உலர்ந்து போயிருக்கும் இந்த உடலைக் கொண்டு வாழ்வது சாத்தியமா?

ஒருநாள், முகாம் பரபரப்படைந்ததைப் பயன்படுத்திக்கொண்டு 30 கைதிகள் தப்பியோட முடிவெடுத்தனர். முகாம் இனியும் எஸ்எஸ் காவலர்களின் கட்டுப்பாட்டில் இல்லை என்பதைப் புரிந்துகொண்டு அவர்கள் குழுவாகத் தப்பியோடத் தொடங்கினர். சிறிது தூரம்தான் சென்றிருப்பார்கள். வேட்டை நாய்களைப்போல் பின்தொடர்ந்து பாய்ந்து வந்த காவலர்கள் முப்பது பேரையும் பிடித்து இழுத்து வந்தார் கள். சுவருக்கு முகத்தைக் காட்டியபடி நிற்கவைத்து ஒவ்வொருவரை யும் சுட்டுக்கொன்றார்கள். சில முகாம்களில் எஸ்எஸ் வீரர்கள் தோல்வி நெருங்கி வருவதைக்கண்டு எரிச்சலும் கோபமும் கொண்டு துப்பாக்கியை உருவி கண்டபடி கைதிகளைச் சுட்டுக் கொன்றனர். நூறு, இருநூறு என்று பல இடங்களில் மொத்தமாக கைதிகள் சுட்டுக்

கொல்லப்பட்டனர். நாம் தோற்கப்போகிறோம் சரி, இந்த யூதர்கள் எதற்காக விடுதலை பெறவேண்டும் என்னும் நினைப்பே இந்தக் கடைசி நேரப் படுகொலைகளுக்குக் காரணம். சில அறைகளை எஸ்எஸ் ஆள்கள் வெளியில் இருந்து பூட்டிவிட்டு உள்ளே நெருப்பை அள்ளி வீசினார்கள்.

இறுதிப் பயணம்

பல முகாம்கள் காலி செய்யப்பட்டு, கைதிகளோடு சேர்த்து எஸ்எஸ் காவலர்களும் கடும் பனியில் நடக்கத் தொடங்கினர். எஸ்எஸ் ஆள்களைப் போலன்றி கைதிகள் கிழிசலாடைகள் அணிந்திருந்ததால் பலர் வழியிலேயே இறந்துவிழுந்தனர். தப்பியோட முயன்றவர்களும் நடக்கமுடியாமல் தடுமாறியவர்களும் சுட்டுக்கொல்லப்பட்டனர். எலும்பும் தோலுமாகச் சுருங்கியிருந்த கைதிகளால் நடக்க முடிய வில்லை. உடைந்த காலணிகள் வழியே புகுந்த குளிரும் பனியும் அவர்களை நடக்கவிடாமல் செய்தன. தடுமாறினால் துப்பாக்கிக்கு இரையாகவேண்டியிருக்கும் என்னும் பயமே அவர்களை நடக்க வைத்தது.

சிலருடைய வாக்குமூலங்கள். 'நாங்கள் நடந்துகொண்டே இருந்தோம். பதினைந்து நிமிடம் கழித்து இயந்திரத் துப்பாக்கிகள் அதிரும் ஓசை கேட்டது. யூதப் பெண்கள் சுடப்பட்டிருந்தனர்.' இன்னொருவர் சொல்கிறார். 'எங்குமே நிற்காமல் 50 கிமீ நடந்துசென்றோம். பிறகு சில மணி நேரம் ஓய்வு கிடைத்தது. அதற்குப் பிறகு இரவு முழுக்க நடந்தோம். அந்த இரவை என்னால் மறக்கவேமுடியாது.' நடக்கும் போது ஏற்படும் ஒரு முக்கியமான சிரமத்தை இன்னொரு கைதி விவரிக்கிறார். 'எங்கு கிளம்புகிறோம், எவ்வளவு நேரம் நடக்கப் போகிறாம் என்பதெல்லாம் தெரியாது என்பதால் நாங்கள் இயற்கை உபாதைகளைக்கூட கழிக்கமுடியாமல் கிளம்பிவிட்டோம். அதனால் நடப்பது பெரும்துயரமாக இருந்தது. தாங்கமுடியாத அவசரம் என்றால் கூட்டத்தைவிட்டு முன்னால் ஓடிச்சென்று ஓரத்தில் அமர்ந்து உபாதைகளைப் போக்கிவிட்டு அவசர அவசரமாக ஓடிவந்து நடைப் பயணத்தில் இணைந்துகொள்ள வேண்டும். சுத்தப்படுத்திக்கொள்ள நேரமில்லை. எங்களைப்போல் விரைவாக கழித்துவிட்டு ஓடிவர முடியாதவர்கள் உடனடியாகச் சுட்டுக்கொல்லப்பட்டனர்.'

நீண்ட நடைபயணத்தில் முடிவில் ஒரு புதிய முகாமையோ தங்குமிடத்தையோ காண நேரும்போது விடுதலை பெற்றுவிட்ட மகிழ்ச்சியில் சிலர் மனநிம்மதி அடைந்தனர். ஆனால் அந்த மகிழ்ச்சியும் தாற்காலிகமானதுதான். 'புதிய முகாமுக்கு வந்துசேர்ந்தோம்.

ஆனால் அது ஒரு சிறிய கூடாரம்தான். எங்கள் எல்லோரையும் உள்ளே போகச் சொல்லிவிட்டு காவலர்கள் வெளியில் நின்றுகொண்டார்கள். ஆனால் இத்தனை பெரிய கூட்டத்துக்கு உள்ளே இடமில்லை என்பது தெரிந்தது. அதற்கொரு தீர்வு கண்டுபிடிக்கப்பட்டது. ஒருவர் படுத்தபிறகு அவர்மீது இன்னொருவர் படுத்துக்கொள்ளவேண்டும். அவர்மீது இன்னொருவர். இப்படி கிட்டத்தட்ட கூரை வரை மனித உடல்கள் படுத்துக்கிடந்தன. பசியிலும் மயக்கத்திலும் பலர் மூச்சைப் பிடித்தபடி இரவு முழுக்கப் படுத்துக் கிடந்தனர். பலர் மயங்கிச் சரிந்துவிட்டனர். விடிந்ததும்தான் தெரிந்தது, அடியில் படுத்துக்கிடந்த நூற்றுக்கணக்கானவர்கள் எப்போதோ இறந்துபோயிருந்தனர்.'

இறுதிவரை, குரூரமாக மட்டுமே சில எஸ்எஸ் காவலர்களால் இருக்க முடிந்தது. பலநாள் பசியில் நடத்திக் கூட்டிவந்தபிறகும் தண்ணீர்கூட அளிக்கமறுத்தார்கள் அவர்கள். சிலர் ரொட்டித் துண்டுகளைக் கீழே பிய்த்துப்போட்டபடி நடந்தார்கள். பொறுக்கமாட்டாமல் கீழே குனிந்து அதை எடுக்க முனைந்தவர்களைச் சுட்டுக்கொன்றார்கள். பசி கைதிகளை மதியிழக்கச் செய்தது. ஒருவர் சொல்கிறார். 'ஒருமுறை விழுந்து கிடந்த எங்கள் தோழர்களின் உடல்களில் இருந்து சதை களைப் பிய்த்துத் தின்றோம். கை, பின்புறம் ஆகிய பகுதிகளிலிருந்து சதைகளைக் கிழித்தெடுத்து, நெருப்பில் வாட்டி சாப்பிட்டோம். எப்போது ஓய்வுக்காக நிறுத்தப்படுகிறோமோ, அப்போதெல்லாம் வாந்தியெடுத்தோம். சிலர் அதை அள்ளியெடுத்து விழுங்கினார்கள்.'

ஓர் அதிகாரி தனக்கு முன்னால் நடந்துசென்ற கைதியின் தலையில் சுட்டார். பிறகு நிதானமாகக் கீழே குனிந்து தன்னுடைய காலணிகளை அகற்றிவிட்டு, சரிந்துகிடக்கும் சடலத்திலிருந்து காலணிகளை அகற்றி அணிந்துகொண்டு எதுவுமே நடக்காததுபோல் நடந்தார். அதைக் கண்டு மேலும் சில காவலர்களும் புதிய காலணிகள் அணிந்திருந்த கைதிகளைக் கண்டுபிடித்து அதேபோல் செய்தனர். '12 மார்ச் 1945 அன்று செக்கோஸ்லொவாக்கியாவை வந்தடைந்தபோது நாங்கள் 32 பேர் இருந்தோம். கிளம்பும்போது 200 பேர் இருந்தோம்' என்கிறார் ஒரு கைதி.

பால் குஸினர் என்பவர் நடைபயணத்தில் இருந்து தப்பியவர்களில் ஒருவர். 'நடந்துகொண்டிருக்கும்போது திடீரென்று ஒரு எஸ்எஸ் காவலர் 'ஓடு, ஓடு' என்று கத்தினார். நாங்கள் எல்லோரும் ஓடத் தொடங்கினோம். துப்பாக்கியால் சுடும் சத்தம் கேட்டுக்கொண்டே இருந்தது. எந்தப் பக்கம் ஓடவேண்டும் என்று கேட்டபடி ஓடினேன். பிறகு ஓரிடத்தில் ஒதுங்கினோம். 'முடிவு நெருங்கிவிட்டது, எல்லாம் சீக்கிரம் முடியவேண்டும் என்று பிரார்த்தனை செய்துகொள்'

என்றார்கள் அனுபவம் வாய்ந்த போலந்து கைதிகள். நாங்கள் அனைவரும் மறைவான காட்டுப்பகுதியில் பனியில் ஒளிந்து கொண்டிருந்தோம். மூன்று பகல், மூன்று இரவு வெளியில் வரவில்லை. அதற்குள் இருபதாயிரம் கைதிகளை அவர்கள் சுட்டுக்கொன்றிருந்தார்கள்.'

விடுவிக்கப்பட்ட எழுத்துகள்

ஃபெலா செப்ஸ் வார்ஸா பல்கலைக்கழகத்தில் உளவியல் படித்துக் கொண்டிருந்தார். உலகப் போர் மூண்டதால் அவர் தன் படிப்பைக் கைவிடவேண்டிவந்தது. அதே போர் அவரை ஒரு கைதியாகவும் மாற்றியது. போலந்தில் உள்ள சிலெசியா என்னும் பகுதியில் அமைந்திருந்த குருன்பெர்க் என்னும் பெண்களுக்கான வதைமுகாமில் அவரும் அவருடைய தங்கையும் அடைக்கப்பட்டனர். முன்னதாக ஃபெலா செப்ஸின் அப்பாவும் அம்மாவும் ஆஷ்விட்ஸ் வதை முகாமுக்கு அனுப்பப்பட்டிருந்தனர். அங்கேயே அவர்கள் கொல்லப் பட்டனர். ஃபெலாவுக்கு ஒரு சகோதரன் இருந்தான். அவனும் பிடிபட்டு மற்றொரு முகாமுக்கு அனுப்பப்பட்டு கடுமையான பணிகளில் ஈடுபடுத்தப்பட்டான்.

ஃபெலாவுக்கு எழுதவேண்டும் போலிருந்தது. ஆனால் அது சிறைச்சாலை. நாஜிகள் அனுமதிப்பதைக் கடந்து வேறு எதையும் கனவிலும் நினைக்கமுடியாது என்னும் நிலை. இருந்தாலும் ஃபெலா தன் விருப்பத்தைக் கைவிடவில்லை. எட்டு அங்குல உயரமும் ஆறு அங்குல அகலமும் கொண்ட காகிதம் கிடைத்தது. பென்சில் துண்டு ஒன்றைத் தேடியெடுத்தார். நிதானமாக எழுத ஆரம்பித்தார். கிடைக்கும் தாள்களில் எல்லாம் எழுதினார். சில சமயம் கோடு போட்ட காகிதம் கிடைத்தது. சில சமயம் கிராஃப் தாள் கிடைத்தது. முகாமுக்கு வரும் சரக்குகளையும் சாமான்களையும் சுற்றிக் கட்டப்பட்டிருந்த காகிதத் துண்டுகளைப் பொறுக்கியெடுத்துவந்து ரகசியமாக எழுதினார். ஓரத்தில் இடம்விட்டு சம்பிரதாயமான முறையில் எழுதும் வசதி இல்லை என்பதால் நுணுக்கி நுணுக்கி எழுதினார் ஃபெலா. சில வாக்கியங்களை அவரால் முடிக்க முடியவில்லை. ஆரம்பித்துவிட்டு அப்படியே பாதியில் விட்டு விட்டார். தன் குடும்பத்தைப் பற்றி அவர் எழுதினார். வதைமுகாம் பற்றி எழுதினார். வதைமுகாமுக்கு முந்தைய வாழ்க்கை எப்படி இருந்தது என்பதை நினைத்துப் பார்த்தார்.

எழுதுவது ஆசுவாசம் அளிப்பதாக இருந்தது. எழுதும்போது நிகழ்காலத்தை மறக்கமுடிந்தது. கடந்த காலத்துக்குத் தப்பிச்

செல்லவும் முடிந்தது. எழுத்து என்பதே தப்பித்தல் என்றாகிவிட்டது. தப்பிப்பது ஆபத்தானது என்றாலும் அதைவிடச் சுகமான இன்னொன்று இருக்கமுடியுமா? தாள் கிடைக்காதபோது, தனிமையில் அமர்ந்து கனவு காணமுடியாதபோது என்ன செய்வது? அதற்கொரு வழியைக் கண்டுபிடித்தார் ஃபெலா. நான், என் பெற்றோர், என் சகோதரன், என் சகோதரி, என் சோகம், என் வாழ்க்கை என்று எனக்குள் சுருங்கிக்கிடக்காமல் வெளியில் வந்து மற்றவர் களுடைய சோகத்தையும் போக்கமுடிந்தால் நன்றாக இருக்கும் அல்லவா? என்னால் எழுதமுடிகிறது. மற்றவர்களுக்கு என்ன வடிகால் இங்கே? அவர்கள் எப்படி வாழ்ந்துகொண்டிருக்கிறார்கள்? அவர்களுக்கு என்னால் என்ன செய்யமுடியும்?

ஃபெலாவும் அவருடைய சகோதரியும் இணைந்து வகுப்பெடுக்க ஆரம்பித்தார்கள். வேலை நேரம் முடிந்ததும் அல்லது ஞாயிற்றுக் கிழமைகளில் சக பெண் கைதிகள் சிலரைத் திரட்டினார்கள். வரலாறு, சமூகவியல், யூத கலாசாரம் ஆகிய மூன்றையும் ஃபெலா கற்றுக் கொடுத்ததாகத் தெரிகிறது. பாடப் புத்தகங்களோ குறிப்புகளோ இல்லை என்பதால் தன் நினைவுகளில் இருந்தே அவர் பாடங்கள் எடுத்தார். இந்த வகுப்புகளில் கலந்துகொண்டவர்களுக்கு அந்தச் சில மணி நேரங்களாவது தாம் எங்கே இருக்கிறோம் என்பது மறந்து தாற்காலிக நிம்மதி கிடைத்திருக்கும். ஃபெலாவும் அப்படித்தான் நினைத்திருக்கவேண்டும். உயிருடன் இருக்கும் நிமிடங்களை முடிந்தவரை மற்றவர்களுக்கும் பயனளிக்கும் வகையில் செலவழிக்க வேண்டும் என்னும் அவர் கனவு இந்த வகுப்புகள்மூலம் ஓரளவு நிறைவேறியது.

ஆனால் ஃபெலாவுக்கு இதுவும் போதவில்லை. வியப்பூட்டும் வகையில் ஒரு பத்திரிகையை அவர் ஆரம்பித்தார். தனிச்சுற்றுக்காக உருவாக்கப்பட்ட அந்த இதழில் பாடல்கள், திரைப்படக் காட்சிகள் ஆகியவை இடம்பெற்றிருந்தன. வகுப்புபோல் கனமாக இல்லாமல் எளிதில் வாசித்து மகிழும் வகையில் இந்தப் பத்திரிகை இருக்க வேண்டும் என்று ஃபெலா விரும்பியிருக்கவேண்டும். இந்தப் பத்திரிகையின் சில பிரதிகளும் ஃபெலாவின் டைரி குறிப்புகளும் வதைமுகாமைவிட்டு வெளியில் வந்தன.

ஃபெலாவால் வரமுடியவில்லை. போர் இறுதிக் கட்டத்தை நெருங்கிக் கொண்டிருந்தபோது வதைமுகாமைக் காலி செய்து கைதிகள் அனைவரையும் நடத்தியே வேறு இடத்துக்கு இழுத்துச் சென்றார்கள் நாஜிகள். நேச நாடுகளிடம் இந்தக் கைதிகள் பிடிபடக் கூடாது, அவர்கள் விடுவிக்கப்படக்கூடாது என்று அவர்கள் கருதினர்.

இதுபோக, போர்த் தேவைகளுக்கு இந்தக் கைதிகளின் உழைப்பு அவர்களுக்குத் தேவைப்பட்டது. எனவே பாதுகாப்பற்ற பகுதிகளில் இருந்து பாதுகாப்பான இடங்களுக்கு அவர்களை அழைத்துச் சென்றார்கள். ஆனால் கடும் பனியில் கைதிகளால் இவ்வாறு நீண்ட தொலைவுகளைக் கடக்கமுடியவில்லை. போதுமான ஆகாரம் இல்லாததாலும் கடும் உழைப்பால் உடல் துவண்டு போயிருந்த தாலும் அவர்களில் பலருக்கு இந்த நடைபயணம் மரணத்தை நோக்கிய பயணமாகவே இருந்தது. வழியிலேயே பலர் சுருண்டு விழுந்து மாண்டனர்.

ஃபெலா அடைபட்டுக்கிடந்த முகாமிலிருந்து பெண் கைதிகள் அனைவரும் ஜனவரி 1945ல் இரண்டு பிரிவுகளாக நடைபயணமாக அழைத்துச் செல்லப்பட்டனர். ஒரு பிரிவு பெர்கன் பெல்சென் பகுதிக்கும், ஃபெலாவும் அவர் சகோதரியையும் கொண்டிருந்த குழு தெற்கே பவாரியாவில் அமைந்திருந்த ஹெல்ம்பிரெச்ட் முகாமுக்கும் அனுப்பிவைக்கப்பட்டன. உக்கிரமான குளிர் காலம் அது. சில இடங்களில் கால்நடைகள் கிடைத்தபோது அவற்றில் சவாரி செய்யும் வாய்ப்பு கிடைத்தது. மற்ற இடங்களில் நடைதான். பயணம் தொடங்குவதற்கு முன்பே ஃபெலாவுக்கு நிமோனியா காய்ச்சல் தொடங்கிவிட்டது என்று சொல்லப்படுகிறது. கிளம்புவதற்கு முன்பு கவனமாகத் தன் குறிப்புகளை அள்ளி முதுகுப்பையோடு சேர்த்து உட்புறமாகத் தைத்துக்கொண்டார் ஃபெலா. உடலில் வலுவில்லை என்றபோதும் பையைச் சுமந்தபடியே நடந்து சென்றார் ஃபெலா.

பல இடங்களில் கால் இடறித் தடுமாறி விழுந்தார். ஃபெலாவின் சகோதரி சபினாவின் தோளில் சாய்ந்தபடி ஊர்ந்து வந்தார். பெரும்பாலும் ஃபெலாவை சபினா இழுத்துக்கொண்டு செல்லவேண்டி யிருந்தது. நிர்ணயிக்கப்பட்ட இலக்கை அடைந்துவிட்டனர் என்றாலும் காய்ச்சலும் கடும் பயணமும் ஃபெலாவைக் கடுமையாகப் பாதித்திருந்தன. 6 மே 1945 அன்று ஜெர்மனியின் பிடியில் இருந்து கைதிகள் மீட்கப்பட்டு விடுவிக்கப்பட்டனர். ஃபெலா அருகிலுள்ள ஒரு மருத்துவமனையில் அனுமதிக்கப்பட்டார். ஒரு வாரம் முடிவதற்குள் அவர் இறந்துபோனார்.

சபினா பிழைத்திருந்தார். சால்ஸ்பர்கில் அவர் தன் சகோதரனோடு சேர்ந்துகொண்டார். இருவரும் 1946ல் பாலஸ்தீனத்தைச் சென்றடைந்தனர். ஃபெலாவின் டைரிகளை 1963ம் ஆண்டு வரை சபினா பத்திரப்படுத்தி வைத்திருந்தார். இனியும் அவற்றைப் பாதுகாப்பது கடினம் என்பதை உணர்ந்து யாத் வாஷெம் என்னும் நினைவகத்தில் அவற்றைச் சேர்ப்பித்தார். ஹிட்லரால் கொல்லப்பட்ட

யூதர்களின் நினைவைப் பேணுவதற்காக உருவாக்கப்பட்டிருந்த ஓர் அமைப்பு அது. அதற்குள் பழுப்பும் மஞ்சளுமாக மாறிப்போயிருந்தன ஃபெலாவின் தாள்கள். காகிதங்களின் ஓரங்கள் சுருண்டு போயிருந்தன. பல தாள்கள் தொடும்போதே உடைந்துவிடும் நிலையில் இருந்தன. பின்னர், யாத் வாஷெம் அமைப்பு சிரத்தையுடன் பணியாற்றி ஃபெலாவுக்கு உயிர் அளித்தது.

இறுதிக் கணங்கள்

முகாமில் தொடங்கி வழிநெடுகிலும் சடலங்கள் இறைந்துகிடப்பதை செம்படை வீரர்களும் நேச நாட்டுப் படையினரும் கண்டனர். நின்றுபோயிருந்த பல ரயில் பெட்டிகளைத் திறந்தபோது உள்ளிருந்து பிணங்கள் வந்து விழுந்ததைக் கண்டு பலர் அதிர்ச்சியடைந்தனர். ஒரு ரயில் பயணத்தில் தொடங்கி மற்றொரு ரயில் பயணத்தில் தங்கள் வாழ்வைத் தொலைத்திருந்தவர்களின் உடல்கள் அவை. இயற்கை எழில் கொஞ்சும் போலந்துக்குப் பொருந்தாதபடி யூதர்களின் உடல்கள் குவிந்தும் சிதறியும் கிடந்தன. அடர்ந்த, அழகிய காட்டுப் பகுதிகளுக்குள் நடைபோட்ட வீரர்கள் கிரிமடோரியத்தின் சிதைவு களையும் அழுகிக்கொண்டிருந்த சடலங்களையும் கண்டனர். சோவியத் படைவீரர்களின் உடல்களை அமெரிக்கர்கள் கண்டெடுத் தனர். வெறித்துப்பார்க்கும் குழந்தைகளை முகாமிலிருந்து பல வீரர்கள் சுமந்துவந்தனர். முதியர்வர்களையும் பெண்களையும்கூட அவ்வாறு சுமந்துவரவேண்டியிருந்தது. விவரிக்கமுடியாத அச்சத்துடன் அவர் கள் அந்நியர்களை வரவேற்றனர். 'பயப்படவேண்டாம், இனி நீங்கள் சுதந்தரமானவர்கள்' என்று சொல்லப்பட்டபோது பலரால் தங்கள் மகிழ்ச்சியை வெளிப்படுத்தக்கூட முடியவில்லை.

சோவியத் யூனியன் படைகள் நெருங்கிவருவதை எஸ்எஸ் ஆள்கள் உணர்ந்துகொண்டபோது ஆஷ்விட்ஸின் வீழ்ச்சி ஆரம்பமானது. இறுதியாக விடுவிக்கப்பட்ட முகாம்களில் ஒன்று தெரெஸின்ஸ்டாட். இங்கிருந்த பலரும் இறுதிநாள்களில் வேறு முகாம்கள் கலைக்கப் பட்ட பிறகு கொண்டு வந்து அடைக்கப்பட்டவர்கள். பெரும்பாலா னோர் ஆஷ்விட்ஸில் இருந்து வந்திருந்தார்கள். இந்த முகாம் முந்தையதைப் போலில்லாமல் ஓரளவுக்கு அடிப்படை வசதிகளைக் கொண்டிருந்தாலே போதும் என்பதுதான் அவர்களுடைய எதிர்பார்ப்பாக இருந்தது.

உணவைக் கண்டதும் கண்கள் விரிய கை நீட்டிய மெலிந்த உருவங் களைக் கண்டவர்கள் நிச்சயம் அந்தக் காட்சியை மறக்க மாட்டார்கள். ஆனால் ஒரு பெரும் சோகமும் நிகழ்ந்தது. கொடுக்கப்பட்ட உணவை ஆசையுடன் அள்ளியெடுத்து உண்ட பலர் மரணமடைந்தனர். உணவே

இல்லாமல் சுருங்கிப்போயிருந்த அவர்களுக்கு திடீரென்று கிடைத்த உணவு ஒத்துக்கொள்ளவில்லை. பலர் கடும் வயிற்றுப்போக்கு ஏற்பட்டு இறந்துபோனார்கள். பல கைதிகள் வெடித்து அழுதபடியே உணவை கைநிறைய வாங்கி வெறித்துப் பார்த்துக்கொண்டு நின்றார்கள். கிட்டத்தட்ட எல்லா முகாம்களிலும் இதே காட்சிகளை ராணுவ வீரர்கள் காண நேர்ந்தது. எல்லா இடங்களிலும் உணவால் மரணம் பெருகியதைக் கண்டதும் ஒரு புதிய விதி உருவாக்கப்பட்டது. கைதிகளை முதலில் மருத்துவமனைக்குத்தான் கொண்டுசெல்ல வேண்டுமே தவிர அதிக அளவிலான உணவைக்கொடுக்கக்கூடாது என்று அவர்கள் முடிவு செய்தார்கள். இந்த ஏற்பாடு பலனளித்தது என்றாலும் மருத்துவனைக்குக் கொண்டுசெல்லப்பட்ட கைதிகள் பலர் அங்கே சென்றதும் மரணமடைந்தனர். சில முகாம்களில் திறக்கப்படாத மது புட்டிகளும் உணவுப்பொருள்களும் கிடைத்திருக்கின்றன. அதே முகாம்களில்தான் பசியால் பலர் இறந்து போயிருந்தார்கள்.

ஆஷ்விட்ஸ் முகாமில் இருந்து மீண்டவரும் புகழ்பெற்ற எழுத்தாளருமான ஹெச்.ஜி. ஆட்லர் விவரிக்கிறார். 'அவர்களை உங்களால் புரிந்து கொள்ளவே முடியாது. ஒவ்வொரு கைதியும் விசித்திரமானவர். அவர்களுடைய இழப்பை எந்தவொரு மொழியிலும் பதிவு செய்வது சாத்தியமில்லை. அவர்களை வெளியுலகத்தவர்களால் புரிந்துகொள்ளவே முடியாது. அவர்களைப் பற்றிய வர்ணனைகள் அநாவசியமானவை. பலரும் திரும்பத்திரும்ப அவர்களைப் பற்றிப் பேசியிருக்கிறார்கள். அவர்களுடைய அச்சமூட்டும் தோற்றத்தைக் காணும் முதல்முறை நீங்கள் அதிர்ந்துபோவீர்கள். ஆனால் அதற்குப் பிறகு வெறுப்பும் அருவருப்பும்தான் எஞ்சி நிற்கும். நேரில் கண்டவர்கள் தவிர வேறு ஒருவராலும் இந்த அழிவைப் புரிந்துகொள்ளமுடியாது.'

முகாம் கலைக்கப்பட்டதற்கும் விடுதலைக்கும் இடையிலான பத்து தினங்களை ஆஷ்விட்ஸின் துணை முகாம்களில் ஒன்றான மோனோவிட்ஸில் உள்ள சிகிச்சையறையில் கழித்தார் பிரைமோ லெவி. தன்னுடன் இருந்த ஒரு கைதியின் கடைசி தினங்களை அவர் விவரிக்கிறார். 'சோமோக்யீ என்னும் ஐம்பது வயது மெலிந்த, உயரமான ஹங்கேரிய வேதியியலாளர் நோய்வாய்ப்பட்டிருந்தார். பலவிதமான நோய்களைக் கண்டுவிட்ட அவரை இப்போது தீவிரக் காய்ச்சல் தாக்கியிருந்தது. ஐந்து தினங்களாக அவர் வாயே திறக்க வில்லை. இன்று வாய் திறந்து பேசினார். அதுவும் அழுத்தமாக. 'நான் ரொட்டியைச் சேமித்துவைத்திருக்கிறேன். அதை நீங்கள் மூன்று பேரும் பகிர்ந்துகொள்ளுங்கள். நான் இனி உண்ணப்போவதில்லை.' எங்களுக்கு என்ன சொல்வதென்று தெரியவில்லை. அவருடைய

முகத்தில் பாதி வீங்கியிருந்தது. உணர்வுடன் இருந்தவரை அவர் அமைதியாக இருந்தார். ஆனால் அன்று மாலையும் இரவும் அதற்குப் பிறகு இரு தினங்களும் அவருக்குச் சுயநினைவு போய்விட்டது. ஒடுக்குமுறை, அடிமைத்தனம் என்று ஏதோ கனவு கண்டிருக்கிறார் போலும். 'ஜவோல்!' என்று (புரியாத மொழியில்) முணுமுணுத்தார். ஒவ்வொருமுறை மூச்சுவிடும்போதும் அதை அவர் சொன்னார். 'ஜவோல்!' மீண்டும் மீண்டும் சொன்னார். நிறுத்தவேயில்லை. ஓர் இயந்திரத்திலிருந்து ஆயிரக்கணக்கான முறை வரும் ஓசையைப்போல் அவரிடமிருந்து அந்தச் சொல் வந்துகொண்டே இருந்தது. அவரை அப்படியே பிடித்து உலுக்கவேண்டும் அல்லது அவர் சுவாசத்தைத் திணறடிக்கவேண்டும் என்று நினைத்துக்கொண்டேன். குறைந்த பட்சம் அவர் வேறு வார்த்தையையாவது மாற்றும்படிச் செய்திருக்கலாம்.'

சோவியத் படைகள் மோனோவிட்ஸ் முகாமை விடுவித்தபோது பிரைமோ லெவியின் மனநிலை எப்படி இருந்தது? 'உண்மையில் அந்தச் செய்தி என்னை உற்சாகப்படுத்தவில்லை. வலி, மகிழ்ச்சி, அச்சம் எதையும் பல மாதங்களாக நான் உணர்ந்திருக்கவில்லை. முகாமுக்கே உரித்தான ஒருவிதமான நிர்பந்திக்கப்பட்ட வாழ்க்கை முறைக்கு நான் பழகிப்போயிருந்தேன். ஒருவேளை என்னிடம் பழைய உணர்வுகள் இருந்திருந்தால், நிச்சயம் அளவுகடந்த மகிழ்ச்சியை அந்தக் கணம் உணர்ந்திருப்பேன்.'

நோயாளிகளைக் கவனித்து வந்த மிரா ஹோனெல் என்னும் செவிலியர் பின்னர் நினைவுகூர்ந்தார். அது 27 ஜனவரி 1945. 'ரஷ்யர்கள் வந்துவிட்டனர். இதோ எங்கள் துயரம் முடிவுக்கு வந்துவிட்டது. சுதந்தரமே இதோ நீ வந்துவிட்டாய்! உனக்காகத்தான் நான் இவ்வளவு காலம் காத்திருந்தேன், நம்பிக்கை இழக்காமல்! நீ வருவாய் என்று எனக்குத் தெரியும். நான் வெற்றிபெற்றுவிட்டேன்! என் கரங்களில் எந்த ஆயுதமும் இல்லை என்றாலும் நானே போராடி உன்னைப் பெற்றது போல் உணர்கிறேன். என் வாழ்நாளையே இந்தப் போராட்டத்துக்காகச் செலவழித்ததாக உணர்கிறேன். ஆனால், நான் ஏன் இப்போது சோகமாக இருக்கிறேன்? நீ என்னிடம் இருந்தும் ஏனிந்த சோகம்? உன்னைப் பார்த்த மாத்திரத்தில் மகிழ்ச்சியில் இறந்தே போய்விடுவேன் என்றுதான் நினைத்திருந்தேன். இருந்தும், ஏன் இன்று எனக்கு மகிழ்ச்சி ஏற்படவில்லை?'

தன்னால் மட்டுமல்ல, நோயாளிகளாலும்கூட சுதந்தரத்தைப் புரிந்து கொள்ளமுடியவில்லை என்கிறார் மிரா ஹோனெல். தாம் என்ன செய்கிறோம் என்பதையே அவர்களால் உணரமுடியவில்லை. கட்டளை கேட்டுக் கேட்டே பழகிப்போனவர்களால் புதிதாகக்

கிடைத்த விடுதலையைப் பயன்படுத்த இயலவில்லை. பல நோயாளிகள் படுக்கையில் இருந்து எழுந்து படுக்கைக்கு அருகிலேயே சிறுநீர் கழித்திருக்கிறார்கள்.

மோனோவிட்ஸ் முகாம் விடுவிக்கப்பட்ட இறுதி தினங்களை பிரைமோ லெவி நினைகூர்கிறார். 'பனி உருகத் தொடங்கியபோது நாங்கள் அஞ்சியதைப்போலவே முகாமில் இருந்து மோசமான வாடை அடிக்கத் தொடங்கியது. சடலங்களும் குப்பைகளும் காற்றை அசுத்தப் படுத்தியிருந்தன. டஜன் கணக்கான நோயாளிகள் படுக்கையிலேயே இறந்துபோனார்கள். பலர் சேற்றில் காலை ஊன்றி நடந்துகொண்டிருந்த போதே மின்னல் தாக்கியதைப்போல் விழுந்து இறந்தார்கள். அவர்களில் சிலர் பேராசைக்காரர்கள். ரஷ்யர்களிடமிருந்து பெற்றுக்கொண்ட இறைச்சித் துண்டுகளை அளவுக்கு அதிகமாக அவர்கள் உண்டிருந்தனர்.' அவர் அளிக்கும் கணக்கு இது. 'நாங்கள் 800 பேர் சிகிச்சையறையில் கிடந்தோம். அவர்களில் 500 பேர் ரஷ்யர்கள் வருவதற்கு முன்பே பசி, குளிரில் இறந்துவிட்டனர். மேலும் 200 பேர் விடுவிக்கப்பட்டதற்குப் பிறகான சில தினங்களில் இறந்து போனார்கள். எல்லா உதவிகளும் கிடைத்தபிறகும் அவர்களை மீட்க முடியவில்லை.'

விடுதலை கிடைத்துவிட்டது என்பது தெரிந்ததும் பலர் துடிப்புடன் தங்கள் குடும்ப உறுப்பினர்களைத் தேடத் தொடங்கினர். ஆண்களும் பெண்களும் தனித்தனியே பிரித்துவைக்கப்பட்டிருந்ததால் பலர் வேலி தாண்டிக் குதித்து தங்கள் மனைவியை, மகளை, சகோதரியைத் தேடத் தொடங்கினார்கள். அங்கே அவர்களைக் கண்டுபிடிக்க முடியாதவர்கள் பதைபதைப்புடன் மற்ற முகாம்களை நாடி ஓடத் தொடங்கினர். என் மனைவி நிச்சயம் காஸ் சாம்பருக்குப் போயிருக்க மாட்டார் என்று முணுமுணுத்தபடியே விரைந்தவர்களில், எத்தனை பேரின் நம்பிக்கை நிஜமானது என்று தெரியவில்லை. பிரிட்டிஷ் துருப்புகள் வருவதற்குச் சற்று முன்புதான் உங்கள் மனைவி இறந்து போனார் என்று ஒரு கைதிக்குச் சொல்லப்பட்டபோது அவர் இடிந்து போனார். 'விடுதலையும் இழப்பும் ஒரே நேரத்தில் எனக்கு வந்திருக்கிறது' என்று சொல்லி வாய்விட்டு அழ ஆரம்பித்தார். 'இப்படியொரு விடுதலை எனக்குத் தேவைதானா?'

ரஷ்யர்களால் விடுவிக்கப்பட்டு மூன்று தினங்களுக்குப் பிறகு ஒரு முகாமைப் பார்வையிட்டார் போலந்து மருத்துவர் ஒருவர். பெண் கைதிகள் படுக்கையில் படுத்துக்கிடந்தனர். அவர்களிடம் அசைவுகள் அதிகம் இல்லை. சாதாரணமாக படுத்துக் கிடந்தனர். எஸ்எஸ் ஆள்கள் இருந்தபோது எப்படி இருந்தார்களோ இப்போதும் அப்படியேதான் இருந்தார்கள். விடுதலை அவர்களிடம் எந்தத் தாக்கத்தையும்

ஏற்படுத்தியதாகவே தெரியவில்லை. இந்த எலும்புகளும் தோல்களும் பழையபடி வாழ ஆரம்பிக்குமா? அவர்கள் கண்களில் மீண்டும் ஒளியைப் பார்க்கமுடியுமா? மெய்யான விடுதலை அவர்கள் உடலுக்கும் உள்ளத்துக்கும் கிடைக்குமா? உறைந்துபோயிருக்கும் கடந்த காலத்திலிருந்து அவர்களால் மீண்டெழுந்து வரமுடியுமா? அவர்களிடமிருந்து பிரிந்து சென்றவை எல்லாம் திரும்ப வருமா? அந்த மருத்துவர் குழப்பத்துடன் அவர்களைப் பார்த்தபடி நின்று கொண்டிருந்தார். 'அவர்களுடைய கண்களைப் பார்க்கும்போது எனக்கு அவமானமாக இருந்தது.'

எலி வீஸெல், புச்சன்வால்ட் முகாமுக்கு மாற்றப்பட்டு அங்கிருந்து விடுவிக்கப்பட்டார். முகாமுக்கு அனுப்பப்பட்டபோது அவர் ஒரு குழந்தை. விடுதலையடைந்ததும் அவர் செய்தது என்ன? 'எங்கள் பெற்றோர் குறித்து சிந்திக்கவில்லை. பழிவாங்கவேண்டும் என்று தோன்றவில்லை. உடனடியாக உணவு கூடத்தை ஆக்கிரமித்துக் கொண்டோம்.'

சிலர் தங்களைத் தேற்றிக்கொண்டு வீட்டை நோக்கி விரைந்து சென்றார்கள். ஹெர்மன் லாங்பீன் இரண்டு வாரங்கள் மிதிவண்டியை மிதித்துத் தன் வீட்டைச் சென்றடைந்தார். வீடு முழுக்க உறவினர்களும் அறை முழுக்க உணவு வகைகளும் இருந்தன. 'நான் சுலபமாக வீட்டோடு ஒன்றிவிட்டேன். என் உடல்நலன் அந்த அளவுக்கு மோசமடையவில்லை என்பதால் என்னால் வாழ்க்கையைத் தொடர முடிந்தது' என்கிறார் அவர். ஆனால் அவரிடம் தென்பட்ட மாற்றங்களைக் குடும்பத்தினர் சுலபமாகக் கண்டுபிடித்துவிட்டனர். 'நீங்கள் இன்னமும் முகாமைவிட்டு வெளிவரவில்லை போலிருக்கிறது. அங்கிருந்ததைப் போலவே வாழ்ந்துகொண்டிருக்கிறீர்கள்.' முகாம் எனக்கு தடிமனான தோலைக் கொடுத்திருந்தது, மற்றவர்களைக் காணும்போது அவர்கள் எவ்வளவு பலவீனமாக இருக்கிறார்கள் என்பதைப் புரிந்துகொள்ளமுடிந்தது என்கிறார் விடுவிக்கப்பட்ட ஒருவர். 'இறுதிச் சடங்குகளில் அழுபவர்களைக் காணநேர்ந்தபோது விசித்திரமாக இருந்தது. மரணத்துக்காக யாராவது அழுவார்களா என்ன?'

வீடு திரும்புவது என்றால் என்ன? மீண்டும் இயல்பான வாழ்க்கை சாத்தியமா? பிரைமோ லெவியால் பதிலளிக்கமுடியவில்லை. முகாம் வாழ்க்கை என்னைப் பலவீனமாக்கியிருக்கிறதா அல்லது பலப்படுத்தியிருக்கிறதா என்று தெரியவில்லை என்கிறார் அவர். தன்னிடமிருந்து எதையெல்லாம் முகாம் அழித்திருக்கிறது என்பதையும் அவரால் உடனடியாகக் கண்டறியமுடியவில்லை. 'சோர்ந்துபோன ரத்தத்தில்

ஆஷ்விட்ஸின் நஞ்சும்' கலந்திருக்கிறது என்கிறார் அவர். அந்த நஞ்சை அகற்றுவது எப்படி? ஒரு புதிய தொடக்கத்தை ஆரம்பிப்பது எப்படி? அதற்கான பலத்தை எங்கிருந்து பெறுவது? 'நாங்கள் தரையோடு சேர்த்து அழுத்தப்பட்டிருந்தோம். பல கொடூரமான நினைவுகளை நாங்கள் தாங்கி நிற்கிறோம். எங்களைத் தற்காத்துக் கொள்ள எதுவும் இல்லை. பழைமையான மலைகள்போல் நாங்கள் மாறியிருந்தோம்.'

ரஷ்யர்களால் விடுவிக்கப்பட்ட பிறகு எல்லா வசதிகளையும் கொண்டிருந்த முகாம் ஒன்றில் தங்கவைக்கப்பட்டார் பிரைமோ லெவி. கிளீன் கீபுரா என்னும் சக கைதியை அங்கே அவர் சந்தித்தார். அதற்குப் பிறகு நடந்ததை அவரே சொல்கிறார். 'அடுத்த இரண்டு தினங்களுக்கு அவர் அமைதியாக இருந்தார். கைகளை இறுகமூடித் தன் நெஞ்சில் வைத்திருந்தார். கண்கள் எங்கோ நிலைகுத்தியிருந்தன. பிறகு திடீரென்று பேச ஆரம்பித்தார். அவரை அமைதிப்படுத்த நாங்கள் முயன்றோம், முடியவில்லை. கனவில் பேசுவதைப்போல் அவர் பேசிக்கொண்டிருந்தார். இப்போது காபோவாக அவருக்குப் பதவி உயர்வு கிடைத்திருந்தது. இது பைத்தியக்காரத்தனமா அல்லது ஒரு குழந்தையின் குரூர நகைச்சுவையா என்று எங்களால் கண்டுபிடிக்க முடியவில்லை. முகாமில் இசைக்கப்படும் முழக்கங்களை அவர் பாடத் தொடங்கிவிட்டார். ஒவ்வொரு காலையும் மாலையும் இதைக் கேட்டபடிதான் நாங்கள் வரிசையாக நடந்துசெல்வோம்.'

லெவி தொடர்கிறார். 'பாட்டு முடிந்ததும், இல்லாத அடிமைகளைப் பார்த்து இப்போது அவர் ஜெர்மனிய உத்தரவுகளைப் பிறப்பிக்கத் தொடங்கிவிட்டார். 'எழுந்திரு, பன்றியே! நான் சொல்வது உனக்குப் புரிகிறதா? படுக்கையை விரித்துக்கொள். ம், எழுந்து உன் ஷூவுக்கு பாலிஷ் போடு. எழுந்து வரிசையாக நில்! பாதங்களைப் பார், பேன் இருக்கிறதா என்று பார். இப்போது உன் பாதத்தைக் காட்டு! பன்றிக் கூட்டங்களே! இப்படியா அசுத்தமாக இருப்பீர்கள்? பார்த்துக் கொண்டே இரு, அடுத்தமுறை உன்னைப் பிடிக்கும்போது கிரிமடோரியத்துக்குத்தான் அனுப்பி வைப்பேன்!' பிறகு, ஜெர்மானிய டிரில் சர்ஜெண்ட் போல் கத்தினார். 'எழுந்திரு, தலையைக் குனிந்து கொள், வரிசையில் நில்! காலரைக் கீழே இறக்கு. முன்னால் நட, மார்ச், மார்ச்! இசையைக் கேட்டு அதற்கேற்ப நட! நேராக நில்!' சிறிது நேர அமைதிக்குப் பிறகு கீச்சுக் குரலில் மூர்க்கமாகக் கத்தினார். 'இது ஒரு ஜெர்மானிய முகாம். இதன் பெயர் ஆஷ்விட்ஸ். இதிலிருந்து வெளியில்போக ஒரே ஒரு வழிதான் இருக்கிறது, சிம்னி. அதில் உனக்குச் சம்மதம்தானா? ஒருவேளை அது பிடிக்கவில்லையென்றால், வெளியில் சென்று அந்த மின்சார வேலிக்குச் செல்!'

'அந்த மனிதர்களுக்கு அறுவை சிகிச்சை செய்யப்பட்டுவிட்டது' என்கிறார் எலி வீஸெல். 'கை, கண் போன்ற பாகங்கள் அல்ல, வாழவேண்டும் என்னும் துடிப்பு அவர்களிடமிருந்து வெட்டியெடுக்கப் பட்டுவிட்டது. அவர்கள் இனியும் மனிதர்கள் கிடையாது. அவர் களுக்கு என்ன நிகழ்ந்துள்ளது என்பது போகப்போகத்தான் தெரியும்.' ரூத் கெர்ஸ்டிங் என்னும் பெண் கைதி நினைவுகூர்கிறார். 'விடுதலைக்குப்பிறகு மனிதர்களைக் காணவே எனக்குப் பிடிக்க வில்லை. மிருகங்களை மட்டுமே நான் விரும்பினேன்.' விடுதலைக்குப் பிறகு டோரா லோஸ்கா என்னும் பெண் ஆஷ்விட்ஸில் கழித்த முதல் நாளை நினைவுபடுத்திக்கொண்டார். 'என்னுடைய முதல் நாள் பைத்தியக்காரத்தனமாக இருந்தது. அது ஒரு நரகம். இன்னும் என்னால் அந்த உணர்வுகளை உதறித்தள்ள முடியவில்லை.'

முகாமிடமிருந்து விடுதலை பெறுவது சாத்தியமில்லை என்கிறார் டேவிட் ரூஸெட். 'அவ்வளவு வலிகளை உணர்ந்திருப்பீர்கள். அத்தனை மரணங்களைப் பார்த்திருப்பீர்கள். குரூரத்தை, வெறுப்பை, மிருகத்தனத்தை ஒவ்வொரு நொடியும் சந்தித்திருப்பீர்கள். உங்களால் அவற்றையெல்லாம் துடைத்து அழித்துவிடமுடியாது' என்கிறார் அவர். 'அழித்துவிட்டதாக நீங்கள் சொல்லிக்கொள்ளலாம், ஆனால் அது உண்மையல்ல.' பதினெட்டு வயதில் பிரான்ஸில் இருந்து ஆஷ்விட்ஸ் அனுப்பிவைக்கப்பட்ட ஒரு யூதப் பெண் விடுவிக்கப் பட்ட பிறகும் வீடு திரும்ப மறுத்துவிட்டார். மருத்துவர்கள் எவ்வளவு வற்புறுத்தியும் அவள் போகவில்லை. வீடு என்று எனக்கு இனி எதுவுமில்லை என்பதே அவர் திரும்பத் திரும்ப அளித்த பதில். ஒருநாள் அவர் வீடு திரும்பினார். 'மக்கள் எதுவுமே நடக்காததைப் போல் என்னை அணுகினார்கள். அவர்களால் என்னைப் புரிந்துகொள்ள முடியவில்லை. என்னால் அவர்களைப் புரிந்துகொள்ளமுடியவில்லை.' லூசி ஆடெலஸ்பெர்கர் இதே உணர்வை வேறு வார்த்தைகளில் வெளிப்படுத்துகிறார். 'எங்களைச் சுற்றியுள்ள உலகம் மட்டும் மாறியிருக்கவில்லை; நாங்களும் உருமாற்றப்பட்டிருந்தோம்.'

ஹெர்மன் லாங்பீன் தன்னுடன் வசித்த கைதிகளைக் காண விரும்பி அவர்களைத் தேடிச்சென்றபோது மூவர் தற்கொலை செய்துகொண்டு இறந்ததைக் கேள்விப்பட்டார். 'என்னை உலுக்கியெடுத்த இந்தச் செய்தியை வழக்கமான ஆஷ்விட்ஸ் மனநிலையுடன் எதிர் கொண்டேன். நடக்கக்கூடாதது நடந்துவிட்டது, ஏற்றுக்கொண்டு முன்னால் நகர வேண்டியதுதான்.' ஒருமுறை ஆஷ்விட்ஸ் குறித்து உரையொன்றை நிகழ்த்தவேண்டிய சந்தர்ப்பம் லாங்பீனுக்கு அமைந்தது. பார்வையாளர்கள் மத்தியிலிருந்து ஒரு பெண் கேள்வி

யொன்றை எழுப்பினார். ஒருவருடைய பெயரைக் குறிப்பிட்டு, முகாமில் அவரைப் பார்த்திருக்கிறீர்களா என்று அவர் கேட்டார். லாங்பீனுக்கு அவரைத் தெரிந்திருந்தது. 'நன்றாக நினைவிருக்கிறது. நீங்கள் குறிப்பிடும் நபர் 30 டிசம்பர் 1944 அன்று தூக்கிலிடப்பட்டார்' என்று சட்டென்று பதிலளித்தார் லாங்பீன். உடனே அந்தப் பெண் வெடித்து அழ ஆரம்பித்துவிட்டார். உடனிருந்த சகோதரர், 'திடீரென்று இப்படியா செய்தியைப் போட்டு உடைப்பாய்' என்று லாங்பீனிடம் கடிந்துகொண்டார். அதற்கு லாங்பீன் அளித்த பதில் இது. 'என்னிடமும் இப்படித்தானே திடீரென்று செய்தியைப் போட்டு உடைத்தார்கள்?'

இயல்பு நிலை என்பது இனி சாத்தியமில்லை என்பதை லாங்பீன் அதற்குப் பிறகும் பலமுறை மீண்டும் மீண்டும் உணர்ந்துகொள்ள வேண்டியிருந்தது. 'நீங்கள் முன்னால் செல்லுங்கள் என்று யாராவது எனக்காக வழிகொடுத்தால் நான் முகம் சுளித்துக்கொள்வேன். முகாமில் யாராவது முன்னால் நட என்று சொன்னால் நமக்குப் பின்புறத்திலிருந்து என்ன வேண்டுமானாலும் நடக்கலாம் என்று அர்த்தம்.' வாண்டா பொல்டாவ்ஸ்கா சிறுமியாக இருந்தபோது முகாமுக்குச் சென்றவர். விடுவிக்கப்பட்டுப் பல ஆண்டுகள் கழிந்தபிறகும், தனக்குப் பின்னால் யாராவது நடந்துவரும் ஓசை கேட்கும் ஒவ்வாருமுறையும் அவர் அதிர்ச்சியடைந்தார். 'என்னால் இந்த அச்சத்தைப் புரிந்துகொள்ளவே முடியவில்லை' என்கிறார் அவர். இன்னொரு பெண் வெளியில் வந்தபிறகு, சக கைதி ஒருவரையே மணந்துகொண்டார். 'என் கணவருடன் கிராமப் புறத்துக்குச் செல்லும்போது அங்கே சரக்கு ரயிலைப் பார்ப்போம். அப்படியே பேசாமல் நின்றுவிடுவோம். என் தலையிலும் இதயத்திலும் பலவித எண்ணங்கள் ஊற்றெடுக்க ஆரம்பிக்கும். தலையை அசைப்பேனே தவிர பேச்சு வராது. அதேபோல் தொலைவில் எங்காவது புகை கசிந்துவருவதைப் பார்த்தால் அப்படியே அமைதியாகி விடுவேன். பதினெட்டு ஆண்டுகளாக இப்படித்தான் இருந்து வருகிறேன்.'

பன்னிரண்டு வயதில் முகாமுக்கு அனுப்பப்பட்ட எடித் புரூக் சந்திக்கும் சிக்கல் இது. 'மரணம், ரத்தம், முகாம் ஆகியவற்றைத்தான் மீண்டும் மீண்டும் கனவு காண்கிறேன். இரவு என்பதே கொடுமை யானதாக மாறிவிட்டது. தூங்கவே பயமாக இருக்கிறது.'

பிரைமோ லெவியையும் கனவுகள் துரத்திவந்தன. 'பல மாதங்களுக்குப் பிறகும் கீழே குனிந்தபடி நடப்பதை என்னால் தவிர்க்கமுடியவில்லை. கீழே சாப்பிட ஏதாவது கிடைக்குமா, ரொட்டி

வாங்குவதற்காக பண்டமாற்றம் செய்ய வேறு ஏதேனும் பொருள் சிக்குமா என்று பார்த்தபடியே நடந்து நடந்து அதுவே பழகிவிட்டது. குறிப்பாக ஒரு கனவு மீண்டும் மீண்டும் வருகிறது. கனவுக்குள் வளரும் கனவு அது. அதன் விவரங்கள் அடிக்கடி மாறும் என்றாலும் அதன் உள்ளடக்கம் ஒன்றுதான்.

'என் குடும்பத்தினருடன் சேர்ந்து மேஜையின் முன்னால் அமர்ந்திருப்பேன் அல்லது பணியாற்றிக்கொண்டிருப்பேன் அல்லது ஓர் அழகிய நிலப்பரப்பில் அமர்ந்திருப்பேன். எந்தவிதக் கவலையும் இல்லாமல் நிம்மதியாக இருப்பேன். அதே சமயம் ஏதோ நடக்கப் போகிறது என்று உள்ளுணர்வு சொல்லும். நேரப்போகும் அபாயம் பற்றிய முன்னறிவிப்பாக அந்த உணர்வு இருக்கும். உடனே மெல்ல மெல்ல அல்லது திடீரென்று என் சூழல் மாறும். சுவர்கள், சுற்றுப்புறம் அனைத்தும் மறைந்துவிடும். மக்கள் காணாமல் போய்விடுவார்கள். உள்ளுக்குள் இருந்து ஒருவித அழுத்தம் அதிகரிக்கும். என்னைச் சுற்றிலும் பெரும் குழப்பம் நிலவுவதை இப்போது என்னால் காணமுடிகிறது. நான் தனித்துவிடப்பட்டிருக் கிறேன். என்னைச் சுற்றிலும் இருள். முடிவற்ற இருள்.

'திடீரென்று அது என்னவென்று எனக்குப் புரிந்துவிடுகிறது. நான் இத்தனை காலம் அறிந்துவைத்திருக்கும் ஒன்றுதான் நேர்ந்து கொண்டிருக்கிறது. நான் இப்போது முகாமுக்குத் திரும்பிவிட்டேன். முகாமைத் தவிர எதுவுமே நிஜமல்ல என்பது தெரிகிறது. உட்புறக் கனவு முடிவடைகிறது. வெளிப்புறக் கனவு தொடர்கிறது. எனக்கு நன்கு அறிமுகமான ஒரு குரல் கேட்கிறது. ஒரே ஒரு சொல். சிறியதாக, சத்தம் குறைந்து ஒலிக்கிறது. ஆஷ்விட்ஸில் அதிகாலை கேட்கும் சொல். நாங்கள் அஞ்சிய அந்த அந்நியச் சொல் இப்போது கேட்கிறது. 'Wstawac!' எழுந்திரு என்பது அதன் அர்த்தம்.

சர்வதேச ஆஷ்விட்ஸ் கமிட்டியின் பொதுச் செயலாளராக நியமிக்கப்பட்ட பிறகு ஹெர்மன் லாங்பீன் ஆஷ்விட்ஸ் முகாமுக்குப் பலமுறை செல்லவேண்டியிருந்தது. இப்போது அருங்காட்சியகமாக மாறியிருக்கும் அந்த இடத்தில்தான் மாநாடுகளும் விவாதங்களும் நடத்தப்படுவது வழக்கம். 'எல்லாம் முடிந்தபிறகு தனிமையில் முகாமை நான் சுற்றிவருவது வழக்கம். நடக்கும்போது ஒவ்வொரு இடத்தைப் பார்க்கும்போதும் நினைவுகள் புரண்டோடிவரும். அப்போது நான் என்ன உணர்ந்தேன் என்பதை விவரிப்பது கடினம். நிகழ்காலம் என்பது அப்போது கனவாக மாறிவிடும். அதே சமயம் கடந்தகாலமும்கூட ஒரு கனவாகவே மாறியிருக்கும். இரு சகாப்தங் களுக்கு இடையில் நடந்துசெல்வதைப்போல் இருக்கும்.'

அவர் மட்டுமல்ல, வேறு பலரும்கூடத் தாங்கள் வாழ்ந்த முகாமைத் திரும்பிவந்து பார்த்திருக்கிறார்கள். சிலர் வழிபாட்டு இடத்துக்குச் செல்வதைப்போல் ஒவ்வொரு ஞாயிற்றுக்கிழமையும் முகாமுக்குச் செல்லும் வழக்கத்தைக் கொண்டிருந்தார்கள். அந்நியர்களைக் காண நேர்ந்தபோது இன்முகத்துடன் வரவேற்று உள்ளே அழைத்துச் சென்று சுற்றிக்காட்டவும், விளக்கங்கள் அளிக்கவும் அவர்கள் தயங்க வில்லை. ஏன் இதையெல்லாம் செய்கிறார்கள் என்று தெரியவில்லை, ஆனால் 'வதைமுகாம் ஒரு காந்தகம்போல் அவர்களை இழுப்பதை உணர முடிகிறது' என்கிறார் லாங்பீன்.

இதன் மற்றொரு பக்கத்தில், முகாமை நினைவுகளில் இருந்து அழிக்க விரும்பியவர்கள் இருந்தனர். 'ஆஷ்விட்ஸில் என்னோடு பழகியவர் களைச் சந்திப்பதை நான் தவிர்க்கிறேன். அவர்கள் என் நினைவுகளைக் கிளறிவிடுகிறார்கள். நான் மறக்க நினைப்பதையெல்லாம் நினைவு படுத்துகிறார்கள்' என்கிறார் ஒருவர். மனிதர்களைச் சந்திப்பதைத் தவிர்க்கலாம், ஆனால் 'முகாமை மறப்பது சாத்தியமில்லை' என்கிறார் கிஸா லண்டா. டாக்டர் வாண்டா பொல்டாவ்ஸ்கா அளிக்கும் யோசனை இது. 'முகாமை மறக்க முயன்றால் முடியாது. எனவே மறக்காதீர்கள். எப்போதும் அதை நினைவுபடுத்திக்கொண்டே இருங்கள். இப்படிப்பட்ட தருணங்கள் இனி நேரப்போவதேயில்லை என்பதை உணருங்கள். ஒருவேளை இது பழைய நினைவுகளைச் சாந்தப்படுத்தலாம், வலி வேதனையைப் போக்கலாம்.'

ஒரு போலந்துப் பெண் தன்னுடைய உறவினர்கள் முப்பது பேரை வெவ்வேறு முகாம்களில் பறிகொடுத்திருந்தார். பிழைத்தவர்கள் எதிர்கொண்ட மற்றொரு பெரிய சிக்கல் இது. திரும்பிச்செல்வதற்கு அவர்களில் பலருக்கு வீடு என்று எதுவும் இருக்கவில்லை. கணவன், மனைவி, குழந்தைகள், பெற்றோர், நண்பர்கள் என்று ஒருவரும் இருக்கவில்லை. அவர்களுடைய குடும்ப வேர் முழுவதுமாக வெட்டிச் சாய்க்கப்பட்டிருந்தது. கொல்லப்பட்டவர்கள் குறித்த ஆவணங்கள் இல்லாததால் பலரால் தங்களுடைய உறவினர்களைத் தேட முடியாமல் போனது. இறந்துவிட்டதாகவே அவர்களைக் கருத முடிந்தது. அந்த வகையில் போரில் அடிபட்டுப் பாதி உயிருடன் திரும்பி வரும் போர்வீரர்களைக் காட்டிலும் முகாமிலிருந்து தப்பிப் பிழைத்தவர்களின் நிலை மோசமானது.

உளவியலாளரான லியோ ஈட்டிங்கர், முகாமிலிருந்து பிழைத்து வந்தவர்களில் ஒருவர். இஸ்ரேலில் 1961, 1962 இரு ஆண்டுகளில் அவர் 554 முன்னாள் முகாம்வாசிகளைச் சந்தித்து உளவியல் சிகிச்சையளிக்க வேண்டியிருந்தது. அவர் எழுதுகிறார். 'அவர்கள் எல்லோரும்

குறைந்தது ஒரு குடும்ப உறுப்பினரை முகாமில் இழந்திருந்தனர். நான்கில் மூன்று பங்கு பேர் தங்கள் குடும்பம் முழுவதையும் இழந்தவர்கள். 'உங்களுக்கு நேர்ந்த மிகப் பெரிய துயரமாக எதைக் கருதுகிறீர்கள்?' என்று கேட்கப்பட்டபோது அவர்களில் பெரும் பாலானோர் அளித்த பதில் இது. 'எங்கள் குடும்பத்தைவிட்டும் நண்பர்களைவிட்டும் நாங்கள் பிரித்தெடுக்கப்பட்ட தருணம்.'

டச்சு உளவியல் மருத்துவரான டாஸ் ஜூன் 1947ல் பின்வருமாறு எழுதினார். 'பல்வேறு கொடூரமான அனுபவங்களைச் சுமந்துவந்த பல முகாம்வாசிகளை எனக்குத் தெரியும். குறிப்பிட்ட காலத்துக்குப் பிறகு அவர்கள் தங்களுக்கு நேர்ந்ததைப்பற்றிப் பேச மறுத்து விட்டார்கள். குடும்பம், பணி என்று அவர்கள் தங்களை ஈடுபடுத்திக் கொண்டு மும்முரமாக வாழ்க்கையைத் தொடங்கினார்கள். தங்களுடைய வலிகளையும் வேதனைகளையும் அவர்கள் தங்களுக் குள் போட்டுப் புதைத்துவிட்டனர். கோபம், வெறி ஆகிய உணர்வு களை அவர்கள் கட்டுப்படுத்திக்கொண்டுவிட்டார்கள். அதே சமயம் அவற்றை அவர்கள் வென்றுவிடவில்லை. எதிர்காலத்தில் எப்போது வேண்டுமானாலும் அவர்களுக்குத் தீவிர மனோவியாதிகள் வர வாய்ப்பிருக்கிறது.' இருபது ஆண்டுகள் கழித்து 1967ல் டாஸுடன் பணிபுரிந்த எட்வர்ட் விண்ட் இந்தப் பத்தியை மேற்கோள் காட்டி எழுதுகிறார். 'அவர் எழுதியது சரிதான் என்பது பலமுறை நிரூபிக்கப் பட்டுவிட்டது.'

ஆஷ்விட்ஸ் மனிதர்கள் குறித்து ஹெர்மன் லாங்பீன் எழுதிய புத்தகம் முக்கியமானது. தனது நூலுக்காக அவர் பழைய முகாம்வாசிகளைச் சந்தித்து உரையாடவேண்டியிருந்தது. கைதிகளுடன் மட்டும் பேசினால் போதாது, எஸ்எஸ் காவலர்களுடனும் உரையாட வேண்டும் என்பதை ஒரு கட்டத்தில் அவர் உணர்ந்துகொண்டார். அதற்கான வாய்ப்பும் கிடைத்தது. ஆனால் அவர்களுடைய கண்களைச் சந்தித்து உரையாடுவது சுலபமாக இருக்கவில்லை. இத்தனைக்கும் கைதிகளுக்குத் தங்களால் இயன்ற உதவிகளைச் செய்த சிலரைத்தான் லாங்பீன் சந்தித்தார். 'ஆனால் ஒவ்வொரு சந்திப்பும் உணர்வுபூர்வமான ஒரு பதட்டத்தை எனக்குள் ஏற்படுத்தியது. அதை விவரிப்பது கடினமானது.'

முடிவல்ல

விடுதலை என்பது முடிவல்ல. போர் முடிவுக்கு வந்துவிட்டதைப் போல் முகாம் வாழ்க்கை முடிவுக்கு வந்துவிடவில்லை. விடுதலை பெற்றவர்கள், விட்டுப்போன புள்ளியிலிருந்து வாழ்க்கையை ஆரம்பிக்கவும் இல்லை. விடுவிக்கப்பட்டபிறகு தற்கொலை செய்து

கொண்டவர்களின் எண்ணிக்கையோ மனநோயால் பீடிக்கப்பட்டவர்களின் எண்ணிக்கையோ நம்மிடம் இல்லை என்றாலும் உறுதியாக ஒன்றைச் சொல்லமுடியும். இருவருடைய எண்ணிக்கையும் நிச்சயம் கணிசமாக இருக்கும். பழையபடி உல்லாசமாக வாழ்க்கையைத் தொடர்ந்த ஒவ்வொருவருக்கும் பின்னால், வாழ்வைத் தொலைத்து நின்றவர்கள், மனநோயால் பாதிக்கப்பட்டவர்கள், வாழ்நாள் முழுக்க அஞ்சிக்கொண்டிருந்தவர்கள், தற்கொலை செய்துகொண்டவர்கள் ஆயிரம் பேர் இருந்தனர் என்கிறார் வதைமுகாமிலிருந்து விடுவிக்கப் பட்டவர்களைக் குறித்து ஆராய்ந்து நூலொன்றை எழுதியுள்ள டான் ஸ்டோன்.

டபிள்யூ.ஜே. சாக்ஸ் என்பவரின் குறிப்பு இது. 'விடுதலைக்கு ஒரு வாரம் முன்பு என்னுடன் வசித்த 2,000 தோழர்கள் கொல்லப்பட்டனர். நான் பிழைத்திருப்பது நிஜமாகவே அதிசயம்தான். இதை எழுதும் போது குழந்தைகளின் விளையாட்டு ஒன்று நினைவுக்கு வருகிறது. ஒரு குழந்தை கை நிறைய மணலை அள்ளுகிறது. 'இவ்வளவு குழந்தைகள் என்னிடம் இருந்தனர்.' அந்த மணலைக் காற்றில் பறக்க விடுகிறது. கீழே விழும் மணல் துளிகளைக் காட்டிச் சொல்கிறது. 'இவ்வளவு குழந்தைகள் இறந்துவிட்டன.' சில துகள்களைக் காற்றிலிருந்து தாவிப் பிடித்துவிட்டு அழுகிறது. 'இவ்வளவு பேர் பிழைத்துக்கொண்டார்கள்.' இப்படித்தான் ஐந்தாண்டுகள் எங்களைத் தூக்கித் தூக்கி வீசிக் கொண்டிருந்தார்கள்.' தெரெஸின்ஸ்டாட் முகாமிலிருந்து பிழைத்த ஒருவர் சொல்கிறார். 'முகாமைவிடவும் கொடுமையானது தனிமை என்பதை விடுதலைக்குப் பிறகு உணர்ந்து கொண்டேன். ஆம், நான் உயிருடன் இருக்கிறேன். ஆனால் குறிப்பிடும்படியாக வேறு எதையும் சொல்வதற்கில்லை. இலக்கு இல்லை. எதற்காக உயிர்வாழ்கிறேன் என்று தெரியாது. யாருக்காக? தெரியாது. எதற்காக நின்றுகொண்டிருக்கிறேன் என்று தெரியாது. நிற்கிறேன், அவ்வளவுதான். நிற்காதே, உட்கார் என்று சொன்னால் உட்கார்ந்துகொள்வேன்.'

இழப்பு குறித்த வேதனையை முகாமில் உணரமுடியாத பலர் வெளியில் வந்தபிறகே உணரத் தொடங்கினார். முகாம் அவர்களை இயந்திரத்தனமாக உருமாற்றியிருந்ததால் அவர்களால் வலி, துன்பம், நோய் எதையும் உணரமுடியாமல் இருந்தது. சுதந்தரம் அந்த உணர்வுகளையெல்லாம் அள்ளிக்கொண்டுவந்து குவித்திருந்தது. வீட்டில் இருந்து பிரிந்து சென்றது தொடங்கி முகாமிலிருந்து விடுவிக்கப்பட்டதுவரையிலான நிகழ்வுகள் அணை உடைக்கப்பட்ட வெள்ளம்போல் பாய்ந்து வந்தன. இன்னொருமுறை அனைத்தையும்

நின்று நிதானமாக அவர்கள் அனுபவிக்கவேண்டியிருந்தது. சுதந்தரத்துடன் கூடவே மூச்சுமுட்டச் செய்யும் தனிமையும் கிடைத்து விட்டதால் வேறு எதிலும் அவர்களால் நினைவுகளைச் செலுத்த முடியவில்லை. 'விடுதலை என்பது ஆரம்பம் என்பது புரிந்தது' என்கிறார் ஒரு கைதி.

கைதிகளை மட்டுமல்ல, விடுவித்தவர்களையும் முகாம் மாற்றி அமைத்தது. செக்கோஸ்லொவாக்கியாவில் செம்படையினரால் விடுவிக்கப்பட்ட பெலா பிரேவர் என்னும் கைதி விவரிக்கிறார். 'முகாம் காவலர் வந்து கதவைத் திறந்துவிட்டு, நீங்கள் எல்லாம் இனி போகலாம், உங்களுக்கு விடுதலை கிடைத்துவிட்டது என்று அறிவித்தார். ஒவ்வொரு மூலையிலும் நாய்களுடன் காவல் காக்கும் காவலர்களைக் காணமுடியவில்லை. எல்லாமே மறைந்துவிட்டன. நிச்சயம் பேரதிசயம்தான்! ரஷ்யர்கள் உள்ளே நுழைந்தனர். எங்களால் அசையக்கூட முடியவில்லை, யாரும் வெளியில் செல்லவும் இல்லை. நாங்கள் சிரிக்கவில்லை. நாங்கள் மகிழ்ச்சியாக இல்லை. எதுவுமே நடக்காததைப்போல் கிடந்தோம். ஒரு ரஷ்ய ஜெனரல் நெருங்கி வந்தார். அவர் ஒரு யூதர். 'உயிருடன் மக்களை நாங்கள் கண்ட முதல் முகாம் இதுவே' என்றார் அவர். சொல்லிவிட்டு அவர் அழத் தொடங்கினார். நாங்கள் அழவில்லை.'

மீண்டும் தற்கொலை

போர் முடிவடைந்த காலகட்டத்தில் அதாவது ஜூலை 1944 முதல் மே 1945 வரை, ஜெர்மனி தீவிர வன்முறையைச் சந்தித்தது. முன்னெப் போதும் இல்லாதபடி அதிக எண்ணிக்கையிலான ஜெர்மானிய வீரர்கள் இந்தக் காலகட்டத்தில் கொல்லப்பட்டனர். ஹிட்லரின் ஆட்சி முடிவுக்கு வந்துகொண்டிருப்பதைக்கண்டு கலவரமடைந்த ஜெர்மானிய வீரர்கள் பலர் தற்கொலையை நாடினர். ஹிட்லரை நம்பியிருந்த ஜெர்மானியர்களும் தற்கொலைக்குத் தள்ளப்பட்டனர்.

முன்பு யூதர்கள் கையில் தூக்க மாத்திரைகளோடு சுற்றியதைப்போல் ஜெர்மானியர்கள் இப்போது சயனைட்டைச் சுமந்துசென்றனர். பெண்கள் தங்கள் கைப்பையில் கத்தி அல்லது சவரம் செய்யும் பிளேட் ஆகியவற்றை வைத்திருந்தனர். தேவைப்படும் ஜெர்மானியர்களுக்கு சயனைட் தடையின்றி கிடைத்தது. ஹிட்லர் தன்னுடைய பணியாற்றிய காரியதரசிகள் வெளியேறும்போது இறுதிப் பரிசாக சயனைட் குப்பிகளை அளித்தார். 12 ஏப்ரல் 1945 அன்று 'ஹிட்லர் யூத்' என்னும் அணி பெர்லினில் தங்களுடைய இறுதி இசை நிகழ்ச்சியை நடத்தி முடித்தது. அப்போது பார்வையாளர்கள் அனைவருக்கும் பரிசாக நஞ்சு விநியோகிக்கப்பட்டது.

செம்படை நெருங்கிவரும் தகவல் கேட்டதும் பல ஜெர்மானியர்கள் தற்கொலை செய்துகொண்டனர். செம்படையினர் பற்றிய மிகைப் படுத்தப்பட்ட பிரசாரங்கள் நாஜிகளால் முன்னெடுக்கப்பட்டிருந்த தால் மக்கள் அச்சத்துடன் தங்கள் உயிரை மாய்த்துக்கொண்டனர். செம்படையினர் வந்தால் பெண்கள் பாதுகாப்பாக இருக்கமுடியாது என்று கெப்பல்ஸ் பல காலமாகச் சொல்லி வந்திருந்ததால் அதிக எண்ணிக்கையிலான பெண்கள் தற்கொலை செய்துகொண்டனர். பிப்ரவரி 1945 ஹன்னா என்பவர் தன் எட்டு வயது மகளுக்கு நஞ்சு கொடுத்துவிட்டு தானும் அதை உட்கொண்டு இறந்துபோனார். 1945ம் ஆண்டு நெடுகிலும் இடைவெளியின்றி நடைபெற்ற தற்கொலைக்கு அச்சம் மட்டும் காரணமல்ல, கோபமும் வெறுப்பும்கூடக் காரணம் என்கிறார்கள் வரலாற்றாசிரியர்கள். கெப்பல்ஸ் உள்ளிட்ட நாஜிகளின் பொய்ப் பிரசாரங்களைத் தினம் தினம் உட்கொண்டு வளர்ந்த ஜெர்மானியர்கள் தங்களை உலகின் மேலான பிறவிகளாகவும் உலகை வெற்றி கொள்ள அவதரித்தவர்களாகவும் கற்பிதம் செய்துகொண்டதால் அவர்களால் தோல்வியை ஏற்கமுடியவில்லை. ஹிட்லராலும் வீழ்ச்சியைச் சந்திக்கமுடியும் என்பதை அவர்களால் நம்பவும் முடிய வில்லை. ஜெர்மனி சந்தித்த தோல்வி உளவியல் ரீதியில் மக்கள் மனத்தில் பெரும் சேதத்தை ஏற்படுத்தியது.

எஸ்எஸ் அதிகாரியான ஆல்வின், 4 பிப்ரவரி 1945 அன்று தன் மனைவியுடன் சேர்ந்து தற்கொலை செய்துகொண்டார். நேச நாடுகள் தன்மீதும் தன் குடும்பத்தின்மீதும் பழி தீர்த்துக்கொள்ளும் என்னும் அச்சமே அவர் உயிரைப் போக்கியதாகச் சொல்லப்பட்டது. ஜெர்மனியின் தோல்வியை ஆல்வின் தன்னுடைய தனிப்பட்ட தோல்வியாகக் கருதியிருந்தார். இடா என்னும் 73 வயதுப் பெண் தன் வீட்டில் உள்ள காஸ் அடுப்பின்மூலம் தற்கொலை செய்துகொண்டார். அவர் வசித்த அதே போட்ஸ்டாம் பகுதியில் 36 வயது மர ஆச்சாரி எரிக் தன் மனைவியுடன் சேர்ந்து தற்கொலை செய்துகொண்டார். தற்போதைய சூழல் வாழ்வதற்கு ஏற்றதில்லை, எனவே விடைபெறு கிறோம் என்று மட்டுமே அவருடைய இறுதிக் கடிதம் குறிப்பிட்டது. 2 ஏப்ரல் 1945 அன்று கார்போரல் மாக்ஸ் தனது 8 வயது மகனையும் 15 வயது மகளையும் சுட்டுக்கொன்றபிறகு தன்னையும் சுட்டுக் கொண்டார்.

ஹிட்லரின் பங்கரில் இருந்தபடி கெப்பல்ஸின் மனைவி மகதா கெப்பல்ஸ் தனது இறுதிக் கடிதத்தை 28 ஏப்ரல் 1945 அன்று எழுதினார். தன் குழந்தைகளை எதற்காக அவர் கொன்றார் என்பதையும் எதற்காகத் தன்னையே மாய்த்துக்கொண்டார் என்பதையும் அவர் அதில் குறிப்பிட்டிருந்தார். ‘ஃபியூரரும் நாஜியும் இல்லாத ஓர் உலகம் வாழ

லாயக்கற்றது என்பதால் என் குழந்தைகளை நான் அழைத்துச் செல்கிறேன். அடுத்து நேரவிருப்பதைத் தாங்கிக்கொள்ளும் திராணி அந்தக் குழந்தைகளுக்கு இல்லை. அந்தக் கொடுமையிலிருந்து அவர்களைக் காக்கும் என் செயலை, கடவுள் புரிந்துகொள்வார் என்று நம்புகிறேன். எங்கள் லட்சியம் ஒன்றுதான். இறக்கும்வரை ஃபியூருக்கு விசுவாசமாக இருக்கவேண்டும். அவருடன் சேர்ந்து இறக்கும் பாக்கியம் எங்களுக்குக் கிடைத்ததே போதும்.'

நாஜிகளின் தற்கொலை கோழைத்தனத்தின் வெளிப்பாடு என்றார் தாமஸ் மான். இரண்டாம் உலகப் போர் தொடங்கியவுடன் ஜெர்மனியைவிட்டு வெளியேறி அமெரிக்காவில் குடிபெயர்ந்த இவர் ஒரு யூதப் பெண்ணைத் திருமணம் செய்துகொண்டவர். நாஜி தலைவர்கள் பலர் தற்கொலையை நாடுவது மகிழ்ச்சியளிக்கிறது என்றும் தன் டைரியில் எழுதினார். ஹிட்லரின் மரணச் செய்தியைக் கேள்விப்பட்ட அமெரிக்க எழுத்தாளர் வில்லியம் எல் ஷிரெர் பின்வருமாறு அறிவித்தார். 'இறுதியில் அவர் இப்படித்தான் செய்வார் என்று முன்பிருந்தே நான் உறுதியாக நம்பிவந்தேன்.'

ஹிட்லர் மட்டுமல்ல, அவருடைய கனவும்கூட இறுதியில் தற்கொலை தான் செய்துகொண்டது. தொடக்கத்தில் இருந்தே வன்முறையின்மீது அசைக்கமுடியாத நம்பிக்கை வைத்திருந்த நாஜிகள் அதே வன்முறை யால் அழிவைச் சந்தித்தனர். வரலாற்றாசிரியர்கள் பலரும் குறிப்பிடு வதைப்போல் அவர்களுடைய பேரரசு பெரும் குழப்பத்திலும் தோல்வியிலும் சிக்கி நொறுங்கிப்போனது. தோற்றுப்போன தேசமாக ஜெர்மனி இருக்கக்கூடாது என்று விரும்பினார் ஹிட்லர். தோல்வியைச் சுமந்து கொண்டு ஜெர்மானியர்கள் உயிர் வாழ வேண்டியதில்லை என்றும் அவர் குறிப்பிட்டார். நேச நாடுகளின் கையில் ஜெர்மனியின் கட்டுமானம் சிக்கக்கூடாது, நாம் உருவாக்கியவை அனைத்தையும் அழித்துவிடவும் என்று 19 மார்ச் 1945 அன்று உத்தரவிட்டார் ஹிட்லர். பேச்சுவார்த்தை நடத்தி அமைதியை வேண்டிப் பெறுவதைவிட அழிவு சிறந்தது என்பதே ஹிட்லரின் முடிவாக இருந்தது. 1 செப்டெம்பர் 1939 அன்று போலந்தின்மீது போர்ப் பிரகடனம் செய்யும்போதே ஹிட்லர் ஓர் உரையில் தெளிவாகக் குறிப்பிட்டார். 'தோல்வியடையவேண்டிய சூழல் ஏற்பட்டால் அதற்காக எத்தகைய தியாகத்தையும் செய்ய நான் சித்தமாக இருக்கிறேன். தற்கொலை செய்துகொள்ளக்கூடத் தயங்க மாட்டேன்.'

12

குரல்கள்

எத்தனை ஆண்டுகள் சென்றாலும் வரலாற்றில் புச்சன்வால்ட் விட்டுச்செல்லும் வாடை அகலாது. ஒருவேளை நாம் அதை மறந்து விட்டால், கடவுள்தான் மனித குலத்தைக் காப்பாற்றவேண்டும். அப்படி ஒருவேளை நடந்துவிட்டால், அந்த முகாமை உருவாக்கியவர்களைப் போல் நாமும் தாழ்ந்து போய்விடுவோம். மனிதகுலம் இனி அந்த அளவுக்குத் தாழக்கூடாது.

பெர்ஸி நாத்

'என் குடும்பத்தினர் மாயமாக மறைந்து போனார்கள்!'

வில்லியம் பென்சன் தன் குடும்பத்தினருடன் தங்கியிருந்த லீப்ஸிக் என்னும் பகுதியில் உரையாற்றுவதற்காக ஹிட்லர் வந்திருந்தார். அது 1934 அல்லது 1935ம் ஆண்டு. வில்லியம் அப்போது சிறுவன் என்பதால் ஆண்டு சரியாக நினைவில் இல்லை.

அங்கிருந்த ஒரு சதுக்கத்தில் ஹிட்லர் உரையாற்றிக்கொண்டிருந்தார். மற்ற சிறுவர்களுடன் சேர்ந்து வில்லியமும் வேடிக்கை பார்த்துக் கொண்டு நின்றுகொண்டிருந்தார். ஹிட்லர் பேசியதில் ஒரே ஒரு வார்த்தைகூட அவருக்குப் புரியவில்லை. அவரது ஜெர்மனி மோசமாக இருந்தது என்று பின்னாள்களில் நினைவுகூர்ந்தார் வில்லியம். 'ஒருவேளை அவருடைய உச்சரிப்பு

எனக்குப் புரியாமல் இருந்திருக்கலாம். தவிரவும், அவர் பேசவா செய்தார்? கத்து கத்து என்று கத்திக்கொண்டிருந்தார்.'

திரண்டிருந்த மக்களை அவர் கவனித்தார். 'அவர்கள் கண்களில் இருந்து நீர் பெருக்கெடுத்து ஓடிக்கொண்டிருந்தது. அவர்களுடைய முகங்களில் இருந்து கண்ணீர் துளிகள் வழிந்துகொண்டிருந்தன. வீட்டுக்கு ஓடிச் சென்று என் பெற்றோரிடம் நான் கண்டதைச் சொன்னேன். ஹிட்லர் பேசினார், சுற்றியிருந்தவர்கள் எல்லாரும் அழுதார்கள். ஏன் அவர்கள் அழுதார்கள்? அப்படி அவர் என்னதான் பேசினார்?' திருப்திகரமான பதில் எதுவும் அப்போது அவருக்குக் கிடைக்கவில்லை. ஆனால் ஒன்று மட்டும் புரிந்தது. அந்த மனிதர் மக்களை வசப்படுத்தி வைத்திருந்தார். மக்கள் அவருடைய வார்த்தை களுக்குக் கட்டுப்பட்டனர். ஏன் என்றுதான் புரியவில்லை.

ஜெர்மானியர்கள் மட்டுமல்ல, யூதர்களும்கூட ஹிட்லரைப் பெரியளவில் நம்பிய காலம் அது என்கிறார் வில்லியம். 'ஜெர்மானியர்களைவிடவும் அதிக ஜெர்மானியர்களாக யூதர்கள் இருந்தனர். குறிப்பாக பணம் படைத்த யூதர்களுக்கு ஹிட்லரை மிகவும் பிடித்திருந்தது. ஹிட்லர் கம்யூனிசத்தை வெறுத்ததுதான் அதற்குக் காரணம். யாரிடமெல்லாம் பணம் இருக்கிறதோ அவர்களெல்லாம் ஓ, ஹிட்லரா, அவர் ஒரு நல்ல மனிதர் என்றுதான் சிலாகிப்பார்கள்.'

ஹிட்லரையும் அவர் முன்வைத்த தீவிர தேசியவாதத்தையும் புரிந்து கொள்ளமுடியவில்லை என்றபோதும், யூதராக இருப்பது என்பதன் பொருள் என்ன என்பதை இளம் வயதிலேயே புரிந்துகொண்டார் வில்லியம். 'அப்போதெல்லாம் பால் வாங்கவேண்டுமென்றால் ஒரு சிறு பானையைக் கையோடு கொண்டுபோவேண்டும். அதில்தான் பாலை ஊற்றி தருவார்கள். ஒருநாள் என் அம்மா வீடு வந்ததும் பால் வாங்கி வருமாறு என்னை அனுப்பிவைத்தார். நானும் பானையை எடுத்துக்கொண்டு போனேன். பால் வாங்கினேன். ஆனால் வழியில் சிறுவர்கள் என்னை இடைமறித்தார்கள், என் கையிலிருந்த பாலை வாங்கி என் தலைமீது ஊற்றினார்கள். 'யூதப் பன்றியே...' என்று என்னைத் திட்டியபடி அவர்கள் சிரித்தார்கள். அம்மாவிடம் ஓடிவந்து கேட்டேன், யூதப் பன்றி என்றால் என்ன? நான் உண்மையில் யார்? என்னை ஏன் அவர்கள் பரிகசிக்கிறார்கள்?'

பள்ளியிலும்கூட வில்லியமைத் தனித்துப் பிரித்து ஆசிரியர் கோபப் படுவது வழக்கமாக இருந்தது. ஒரு சிறு தவறு செய்தாலும் அழைத்து, குனிய வைத்து பின்புறத்தில் கோலால் அடிப்பது வழக்கமாக இருந்தது. யூதக் குழந்தைகள் ஜெர்மானியர்கள் படிக்கும் பள்ளி களுக்குப் போகக்கூடாது என்று ஹிட்லர் தடை விதித்து விட்டதாக

அவர் தெரிந்துகொண்டார். யூதர்களுக்கான பள்ளியொன்றில் அவர் சேர்க்கப்பட்டார். பள்ளிகளில் மட்டுமல்ல, பொதுவிடங்களிலும் யூதர்கள் அந்நியப்படுத்தப்பட்டதை அவர் உணர்ந்தார். 'கிறிஸ்துமஸ் கொண்டாட்டத்தின்போது பெரிய பெரிய கடைகளைக் கடந்து செல்வோம். பல வண்ண பொம்மைகள் அந்தக் கடைகளில் காட்சிபடுத்தப்பட்டிருப்பதை வெளியில் இருந்தே காணமுடியும். நான் ஆர்வத்துடன் உள்ளே செல்வேன். அங்கே Juden Verboten என்று எழுதப்பட்டிருக்கும். ஆனால் அதைக் காணாதவாறு நான் உள்ளே செல்வேன். சில பொம்மைகளை எடுத்துப் பார்த்து விளையாடுவேன். பிறகு அங்கேயே அவற்றை வைத்துவிட்டு வெளியில் வந்து விடுவேன். ஏதோ திருடிக்கொண்டு வந்ததைப்போலவே உணர்வேன்.'

வியாபாரத்தில் ஈடுபட்டுவந்த வில்லியமின் அப்பாவுக்கு நிறைய ஜெர்மானிய நண்பர்கள் இருந்தனர். 'அவர் ஜெர்மானியர்களை நம்பினார். அவர்களை வீட்டுக்கு அழைத்துவந்தார். நட்புடன் பழகினார். இறுதிவரை அவர் ஜெர்மனியையும் ஜெர்மானியர் களையும் நம்புவதை நிறுத்திக்கொள்ளவேயில்லை.' 1937ம் ஆண்டு வில்லியமின் குடும்பத்தினர் ஜெர்மனியைவிட்டு வெளியேறினர். அதற்குமேல் அங்கு இருப்பது சாத்தியமல்ல என்பதால் அனைத்தை யும் அப்படியே போட்டுவிட்டு அவர்கள் தப்பிச்சென்றனர். 'இத்தாலி எனக்குப் பிடித்திருந்தது. அங்கிருந்தவர்கள் யூதர்களைப்போலவே சற்று நீள மூக்குடன் இருந்தார்கள். இங்கு பாதுகாப்பாக இருக்கலாம் என்று தோன்றியது. மிலனில் ஒரு பள்ளியில் சேர்ந்து நான் படிக்கத் தொடங்கினேன்.'

வில்லியமின் அப்பா திறமைசாலியாக இருந்ததால், அங்கும் அவர் தன் வர்த்தகத்தைத் தொடங்கி வெற்றிகரமாக நடத்த ஆரம்பித்தார். இங்கே எந்தப் பிரச்னையும் இருக்காது என்று நினைத்திருந்த வேளையில் முசோலினி ஹிட்லருடன் இணைந்துகொண்டார். 1914ம் ஆண்டுக்குப் பிறகு இத்தாலியில் குடியேறிய யூதர்கள் அனைவரும் வெளியேறிச் செல்லவேண்டும் என்று அவர் உத்தரவிட்டார். 'நாங்கள் எங்குதான் போவது? யூதர்களை வரவேற்க யாருமே தயாராக இல்லாதபோது எங்கு தப்பிப்பது?' மீண்டும் எல்லாவற்றையும் அப்படியே கைவிட்டுவிட்டு பிரான்ஸின் எல்லைப் பகுதிக்கு அவர்கள் குடிபெயர்ந்து சென்றனர். வில்லியம், அவருடைய இரண்டு சகோதரர்கள், அப்பா மற்றும் அம்மா.

பிரான்ஸில் ஓர் அடுக்குமாடிக் குடியிருப்பில் அவர்கள் ஒண்டிக் கொண்டனர். விட்ட இடத்திலிருந்து வாழ்க்கையைத் தொடங்குவதற்கான

திட்டங்கள் அனைத்தும் தீட்டப்பட்டுவிட்டன. ஆகஸ்ட் 1942ல் அவர் களுடைய இருப்பிடம் உடைக்கப்பட்டது. அப்போது வில்லியம் வீட்டில் இல்லை. மற்றவர்கள் உடனடியாக கைது செய்யப்பட்டு ஆஷ்விட்ஸ் முகாமுக்கு அனுப்பிவைக்கப்பட்டனர். 'அவ்வளவுதான் எனக்குத் தெரியும். அதற்குப் பிறகு அவர்கள் என்ன ஆனார்கள் என்று இன்றுவரை தெரியவில்லை. மாயமாக மறைந்துவிட்டார்கள்.'

அங்கிருந்து அமெரிக்காவுக்குத் தப்பிச்சென்ற ஒரு குழுவில் வில்லியமும் இடம்பெற்றிருந்தார். '1946ல் என் இரண்டாவது வாழ்க்கை அமெரிக்காவில் தொடங்கியது. அதற்கு முந்தைய வாழ்க்கை முடிவுக்கு வந்திருந்தது. ஜெர்மனி என்னைவிட்டு விலகிச் சென்றது.' அமெரிக்கச் சூழல் அவரை இன்னொரு உலகுக்குள் இழுத்துக்கொண்டது. தன் பெற்றோரையும் உறவுகளையும் மறந்தே ஆகவேண்டிய நிலைக்கு அவர் தள்ளப்பட்டார். சிறு வயதில் கண்ட ஹிட்லர், புகைபோல் நினைவுகளில் இருந்து விலகினார். ஜெர்மனில் அவர் வசித்த வீடு, திரிந்த வீதிகள், சிறு வயது நண்பர்கள் எல்லாம் மறந்துபோனது. வதைமுகாம் மட்டுமல்ல, ஜெர்மனி என்பதே மரணத்தோடு தொடர்புடையதாக, மறக்கவேண்டியதாக மாறிப்போனது. வாழ வேண்டும் என்னும் துடிப்பு மரணத்தை வென்றபோது ஜெர்மனி அவரிடமிருந்து முற்றிலுமாக விலகிப்போனது.

அல்லது அப்படித்தான் நினைத்துக்கொண்டார் வில்லியம். ஆனால் ஜெர்மனி விட்டு விலகுவதாக இல்லை. யாரேனும் அதை நினைவு படுத்திக்கொண்டே இருந்தார்கள். தொலைக்காட்சியில் ஜெர்மன் மொழி உச்சரிக்கப்படுவதை அவர் அவ்வப்போது கேட்கவேண்டி யிருந்தது. அது அவரைப் பாதித்தது. 'ஜெர்மன் மொழி பேசுபவர்களைப் பார்க்க நேரும்போதெல்லாம் அவர்களைத் திட்டுவேன். குறிப்பாக, அறுபது, அறுபத்தைந்து, எழுபது வயது ஜெர்மானியர்களைப் பார்க்கும் போதெல்லாம் கோபம் மூளும். கொலைகாரனே என்று கத்துவேன். அவர்கள் கொலைகாரர்கள் என்று எனக்குத் தெரியும். குறைந்தது 99 சதவிகிதம் பேர் அத்தகையவர்களே. நிலைமை படுமோசமடைந்தபோது அவர்கள் எல்லாரும் திடீரென்று, 'இப்படியெல்லாம் நடக்கும் என்று தெரியாமல் போய்விட்டது! இதெல்லாம் நாங்கள் கேள்விப் படவேயில்லை' என்று புலம்பினார் கள். அவர்கள் பொய்யர்கள்.'

வில்லியம் அவர்களை நம்ப மறுத்தார். அவர்கள் சொன்ன சாக்கு போக்குகள் அவரை வெகுவாகப் பாதித்தன.

ஹிட்லர் செய்ததையெல்லாம் நாங்கள் அறிந்திருக்கவில்லை என்று சொல்பவர்களையும், நாங்கள் என்றுமே ஹிட்லரை ஆதரித்ததில்லை,

தெரியுமா, என்று தங்கள் அப்பாவித்தனத்தை நிலைநிறுத்துபவர்களையும் வில்லியம் மனதார வெறுத்தார். ஆனால் அவர்களைத்தான் அவர் தொலைக்காட்சியில் மீண்டும் மீண்டும் காண நேர்ந்தது. அவர் மறக்கவிரும்பிய அனைத்தையும் அவர்கள் நினைவுபடுத்திக் கொண்டே இருந்தார்கள். புகைபோல் மறைந்த அனைத்துக் காட்சிகளையும் அவர்கள் நினைவுகளின் ரகசியத் துவாரங்கள் வழியாக வெளியில் இழுத்துவந்து போட்டார்கள். 'அவர்கள் எல்லோருமே ஹிட்லரிடம் இருந்தவர்கள்தாம்' என்கிறார் வில்லியம். 'எல்லாம் முடிந்தபிறகு ஹிட்லருக்கு எதிராக இப்போது திரும்பிவிட்டார்கள்.'

இந்த ஜெர்மானியர்களை என்ன செய்வது? வில்லியமால் கோபத்தைக் கட்டுப்படுத்தமுடியவில்லை. 'ஒட்டுமொத்த ஜெர்மனியையும் மிகப் பெரிய ஒரு பூங்காவாக மாற்றவேண்டும். அந்தப் பூங்கா அழகாக இருக்கவேண்டும். அந்தப் பூங்காவுக்கு இவர்கள் எல்லோரையும் உரமாகப் பயன்படுத்தவேண்டும். அப்படித்தான் எனக்குத் தோன்றியது. இப்போதும் அப்படித்தான் தோன்றுகிறது.'

'அப்பாவை மாடியில் இருந்து பார்த்தேன்!'

தன் தந்தை கைது செய்யப்படும்போது மார்கரெட் லீப் வெளியில் இருந்தார். அவர் அப்பா சோஷியல் டெமாக்ரடிக் கட்சியைச் சேர்ந்தவர். அட்டார்னியாக இருந்தவர், ஜெர்மன் நாடாளுமன்றத்தில் பணியாற்றியவர். கெஸ்டாபோ அவரைக் கைது செய்தது 1933ம் ஆண்டு. அப்போது யூதர்களைக் காட்டிலும் அரசியல் எதிரிகளும் மாற்றுக் கட்சிகளைச் சேர்ந்தவர்களும் கம்யூனிஸ்டுகளும் அதிகம் கைது செய்யப்பட்ட காலம். விசாரணை என்று சொல்லித்தான் முதலில் அழைத்துப் போயிருக்கிறார்கள். மார்கரெட்டின் அம்மா வாரத்துக்கு ஒருமுறை சிறைக்குச் சென்று அவரைப் பார்க்க அனுமதிக்கப்பட்டிருந்தார். இளம் மார்கரெட்டால் தினமும் சிறைக்குச் செல்லமுடிந்தது. மூன்று வேளையும் அப்பாவுக்கு உணவு கொண்டுசெல்லும் பணியை அவர் ஏற்றிருந்தார்.

சில தினங்களில் அவர், வேறு சில கைதிகளுடன் சேர்த்து, திறந்த டிரக்கில் வைத்து இன்னொரு சிறைக்குக் கொண்டுசெல்லப்பட்டார். சில கிராமப்புறங்களைக் கடந்து அந்த வண்டி செல்லவேண்டியிருந்தது. அப்போதெல்லாம் மக்கள் திரண்டுவந்து கைதிகளைப் பார்த்து சத்தம்போட்டு ஏசத் தொடங்கினார்கள். 'பார்ப்பதற்கே பயமாக இருந்தது' என்கிறார் மார்கரெட். ஓடியோடிச் சென்று அப்பாவைப் பார்க்கமுயன்றார் மார்கரெட், முடியவில்லை. ஒரு யோசனை தோன்றியது.

'அப்பாவின் அலுவலகம் அங்கே பக்கத்தில்தான் இருந்தது. வண்டி நிச்சயம் அந்த இடத்தைக் கடந்துசெல்லும் என்று எனக்குத் தெரியும். நான் ஓடோடிச் சென்று அப்பாவின் அலுவலகத்துக்குள் நுழைந்தேன். மேலே முதல் மாடிக்குச் சென்று அங்கே காத்திருக்கத் தொடங்கினேன். அப்பா நிச்சயம் இந்த இடத்தைக் கடந்துசெல்லும்போது ஒருமுறை கண்களை உயர்த்தித் தன் பழைய அலுவலகத்தைப் பார்ப்பார் என்று எதிர்பார்த்தேன்.' மார்கரெட்டால் மறக்கமுடியாத தருணமாக அது அமைந்துவிட்டது. 'அப்பா மிகச் சரியாகக் கண்களை உயர்த்திப் பார்த்தார். நான் அவரைப் பார்த்தேன். எனக்கு அதிர்ச்சியாக இருந்தது.'

அதற்குப் பிறகு ஒருநாள் திடீரென்று கூப்பிட்டு அனுப்பினார்கள். உன் அப்பா தற்கொலை செய்துகொண்டு இறந்துவிட்டார் என்று சொன்னார்கள். 'ஆனால் உண்மையில் என்ன நடந்தது என்பதை அப்பாவின் நண்பர்களிடமிருந்து தெரிந்துகொண்டேன். சாமான்களைக் கட்டி வைக்கும் கயிறுகொண்டு அப்பாவின் கழுத்தை முறித்துக் கொன்றிருக்கிறார்கள்.'

'சில விஷயங்கள் மாறுவதில்லை!'

ஹிட்லர் ஆட்சிக்கு வந்தபோது ஆர்மின் ஹெர்ட்ஸ் ஒன்பது வயதுச் சிறுவன். அப்பாவும் அம்மாவும் முன்பே விவாகரத்துப் பெற்றிருந்தனர். ஆர்மின் தன் தம்பியுடன் அம்மாவுடன் வசித்து வந்தார். பெர்லினில் அவர்களுக்கு ஒரு மரச்சாமான் கடை இருந்தது. அந்தக் கடையின் வாசலில் 'ஜூட்' (யூதன்) என்று கிறுக்கப்பட்டிருந்தது ஆர்மினின் நினைவில் தங்கிவிட்டது. அவர்களுடைய கடைக்கு அருகில் மற்றொரு போட்டியாளரின் கடையும் இருந்தது. 'எங்கள் கடை வாசலில் கூட்டம் வந்துவிட்டால் உடனே அவர்கள் ஓடிவந்து அனைவரையும் விரட்டியடிப்பார்கள். 'அவர்கள் யூதர்கள், அவர்களிடமிருந்து எந்தப் பொருளையும் வாங்காதீர்கள்' என்றும் எச்சரிப்பார்கள்' என்று நினைவு கூர்கிறார் ஆர்மின்.

'கடையில் மட்டுமல்ல பள்ளியிலும்கூட என்னையும் என் தம்பியையும் ஜெர்மானியர்கள் விரட்டிக்கொண்டே இருப்பார்கள். கிண்டலடிப்பார்கள். அவர்கள் 'ஹிட்லர் யூத்' பிரிவைச் சேர்ந்தவர்கள். எங்களைப் போன்ற யூதர்கள் அதிகம் பேர் இல்லை. எங்களைப் பார்க்கும்போதெல்லாம் அவர்கள் ஒரு பாடல் பாடுவார்கள். அதன் பொருள் இப்படி இருக்கும்: 'கத்தியில் இருந்து யூதர்களின் ரத்தம் சொட்டுவதைப் பார்த்தால்தான் நன்றாக இருக்கும்!' பிறகு ஒருநாள் கடை உடைக்கப்பட்டது. நாஜிகள் யூதர்களின் வழிப்பாட்டு இடங்களில் புகுந்து எல்லாவற்றையும் நாசப்படுத்த ஆரம்பித்தார்கள். அடுத்து அவர்கள் என்ன செய்வார்கள் என்பதை யூதர்களால் யூகிக்கமுடிந்தது.

பலரும் சிதறியோட ஆரம்பித்தார்கள். ஆர்மினின் அம்மா லண்டனுக்குத் தப்பிச் சென்றார். மாமா அமெரிக்காவில் இருந்தார். ஆர்மினும் தம்பியும் பெல்ஜியத்துக்கு தெரிந்தவர்களின் இல்லங் களுக்கு அனுப்பி வைக்கப்பட்டனர்.

10 மே 1940 அன்று பெல்ஜியத்தின்மீது ஜெர்மனி போர் தொடுத்தது. பெல்ஜியம், நெதர்லாந்து, பிரான்ஸ் மூன்றையும் பத்தே நாள்களில் ஜெர்மனி அடக்கி வசப்படுத்திவிட்டது. 'நாங்கள் இப்போது வீதிக்கு வந்துவிட்டோம். எங்களைப் பாதுகாக்க யாருமில்லை. எல்லாப் பொருள்களுக்கும் தட்டுப்பாடு நிலவியது. ரேஷன் கார்ட் வாங்குவதற் காக நாங்கள் சென்றோம். ஆனால் அதிகாரிகள் எங்களைக் கண்டு கொள்ளவில்லை. இரண்டு சிறுவர்கள் தனியே வாழ்வது சாத்திய மில்லை என்று அவர்கள் நினைத்தார்கள். நாங்கள் ரேஷன் கார்டை வாங்கி எங்கே விற்கிறோம் என்று சந்தேகப்பட்டு விரட்டியடித்தார் கள். நான் சின்னச் சின்ன வேலைகள் செய்யத் தொடங்கினேன். இந்த வேலைகளும் கிடைக்காமல் போனபோது பிச்சையெடுக்கத் தொடங்கினேன்.'

தம்பியை ஒரு யூதக் குடும்பம் தத்தெடுத்துக்கொண்டதால் ஆர்மின் இப்போது தனித்துவிடப்பட்டார். 'வதைமுகாம் என்றால் என்னவென்று அப்போது எனக்குத் தெரியாது. யூதர்கள் ஏதோ வேலைக்காக கும்பல் கும்பலாக அழைத்துச்செல்லப்படுகிறார்கள் என்று நினைத்துக் கொள்வேன். வேலை செய்யும் இடங்களில் அவர்களே உணவு தருவார்கள், பட்டினி கிடக்கவேண்டியதில்லை என்று பேசிக் கொண்டார்கள். உண்பதற்கு எல்லோருக்குமே சிறிதளவு உணவே கிடைத்தது என்பதால் பலர் இத்தகைய முகாம்களை நினைத்து ஏங்கவும் ஆரம்பித்தார்கள். அங்கே எப்படிச் சேர்வது என்றெல்லாம் கூட விசாரிக்கத் தொடங்கிவிட்டார்கள்.' ஆனால் விரைவில் அவர் களுக்கு உண்மை புரிந்துவிட்டது. முகாம்களுக்கு வேலை செய்யக் கிளம்பியவர்கள் யாருமே திரும்பி வருவதில்லை என்பது உறைத்தது.

'பிறகு ஒருநாள் நானும் வளைத்துப் பிடிக்கப்பட்டேன். அப்போது அவர்களுக்கு ஆண்கள் மட்டுமே தேவைப்பட்டார்கள். எங்களை ரயிலில் ஏற்றி பிரான்ஸுக்கு அனுப்பிவைத்தார்கள். அட்லாண்டிக் சுவர் ஒன்றை அமைக்கும் பணி அப்போது நடைபெற்றுவந்தது. நேச நாடுகளின் படை ஊடுருவாமல் தடுத்துநிறுத்துவதற்காக கடற்கரையை ஒட்டி இந்தச் சுவர் அமைக்கப்படவிருந்தது. அது மிகவும் கடினமான வேலை. சிமெண்ட், தண்ணீர் எடுத்துச்சென்று கொடுக்கும் வேலையை நான் செய்துவந்தேன். தண்ணீர் அருகிலேயே கிடைத்தது, பிரச்னையில்லை. ஆனால் சிமெண்ட் பைகளை, நீண்ட தொலைவு சுமந்து நடக்க வேண்டியிருந்தது.'

எந்தவித அடிப்படை வசதிகளும் இல்லை. கழிப்பறை என்று தனியாக இல்லை, குழியொன்றை வெட்டிக்கொள்ளவேண்டியதுதான். ஆர்மினுக்கு அடிக்கடி டைஃபாய்ட் காய்ச்சல் வந்தது. இதற்கிடையில் பிரான்ஸில் இருந்து மீண்டும் பெல்ஜியத்துக்கு இடமாற்றம். மெச்சிலின் என்னும் இடத்தில் உள்ள பழைய ராணுவ முகாமுக்கு அவர் அனுப்பிவைக்கப்பட்டார். இங்கே ஆண்கள், பெண்கள், குழந்தைகள் என்று யூதர்கள் மொத்தமாகத் திரட்டப்பட்டனர். அங்கிருந்து இன்னொரு ரயில் பயணம் ஆரம்பமானது. 'எங்களுக்கு ஓர் அட்டையைக் கொடுத்தார்கள். அதை நாங்கள் அனைவரும் கழுத்தில் மாட்டிக்கொண்டோம். இப்போது எங்கள் எல்லோருக்கும் தனித்தனியே எண்கள் அளிக்கப்பட்டிருந்தன. என்னுடைய எண், 569.' இது நடந்தது 31 அக்டோபர் 1942 அன்று.

ஆஷ்விட்ஸ் ஆர்மினை வரவேற்றது. 'ரயில் வந்து நின்றதும் நாங்கள் இறக்கிவிடப்பட்டோம். அங்கேயே ஆண்கள் ஒரு பக்கமாகவும் பெண்களும் குழந்தைகளும் இன்னொரு பக்கமாகவும் பிரிக்கப் பட்டனர். கோடு போட்ட உடைகளை அணிந்திருந்தவர்களை அங்கே கண்டோம். முதலில் அங்கே என்ன நடக்கிறது என்றே புரியவில்லை. பிறகு புரியத் தொடங்கியது. நடக்கமுடியாதவர்களுக்கு டிரக் வசதி இருப்பதைப் பார்த்தோம். பலவீனமாக இருந்த எங்களில் சிலர் அதில் ஏறிக்கொண்டார்கள். அவர்களை அதற்குப் பிறகு நான் பார்க்கவே யில்லை. அவர்கள் நேரடியாக காஸ் சாம்பருக்குக் கொண்டுசெல்லப் பட்டதாகப் பிறகு தெரிந்துகொண்டோம்.'

உள்ளே காலடி எடுத்து வைப்பதற்குமுன்பு ஆஷ்விட்ஸ் என்னும் பெயரையே ஆர்மின் கேள்விப்பட்டதில்லை. அவர் மட்டுமல்ல, மற்றவர்களுக்கும்கூட அது ஒரு பரிச்சயமற்ற பெயராகவே இருந்தது. 'மெதுவாக அடியெடுத்து வைக்கும் ஒவ்வொருமுறையும் யாரோ பின்னாலிருந்து தலையில் சுளீரென்று இடித்து முன்னே தள்ளினார்கள். ஆஷ்விட்ஸ் 1 என்னும் மெயின் கேம்புக்கு நாங்கள் கொண்டுசெல்லப் பட்டோம். இரண்டு மாடிகள் இருந்தன. கீழே 400 பேரும் மேலே 600 பேரும் நிறுத்தப்பட்டோம். முடிதிருத்துபவர்கள் வந்தார்கள். எங்கள் உடலில் இருந்த ரோமங்களை அகற்றினார்கள். பிறகு எங்கள் கரங்களில் எண்களைப் பதித்தார்கள். எனக்குக் கிடைத்தது 72552. எங்களிடமிருந்து அனைத்தும் பிடுங்கப்பட்டுவிட்டன. பைஜாமா போன்ற சீருடையும் மர காலணிகளும் வழங்கப்பட்டன.'

பிறகு அனைவரையும் நிற்கவைத்து ஒருவர் வந்து உரையாற்றினார். 'நீங்கள் அனைவரும் இங்கே வேலை செய்யவேண்டும். இது ஒரு முகாம். இங்கிருந்து யாராலும் தப்பிக்கமுடியாது. வெளியில்

போவதற்கு ஒரே ஒரு வழிதான் இருக்கிறது. அதோ அங்குள்ள சிம்னிதான் அந்த வழி.' ஆர்மினுக்கு இந்த வார்த்தைகள் எதுவும் புரியவில்லை. ஏற்கெனவே அதிர்ச்சியில் உறைந்துபோயிருந்த அவர் உடல் இப்போது நடுங்கிக்கொண்டிருந்தது. உரை முடிந்ததும் உடனடியாக ஆர்மினுக்கான பணி ஒதுக்கப்பட்டது. தண்ணீர் செல்வதற்கான குழாய்களைப் பதிக்கும் பணி நடந்துகொண்டிருந்தது. அதற்காக ஆர்மின் குழிகளை வெட்டவேண்டும். முகாம் முழுக்க பல்வேறு கட்டுமான வேலைகள் நடைபெற்றுவருவதை ஆர்மின் கவனித்தார்.

ஆஷ்விட்ஸ் அவரை உள்ளிழுத்துக்கொண்டது. 'அடுத்த இரண்டாண்டு களை நான் அங்கே கழித்தேன். முகாமின் மூலை முடுக்குகளெல்லாம் எனக்கு இப்போது தெரிந்திருந்தது. ஒரு எலிபோல் என்னால் அங்கே சுற்றிவரமுடியும். இரு கண்களையும் கட்டிவிட்டால்கூட வழி கண்டு பிடித்துவிடுவேன்.' 18 ஜனவரி 1945 அன்று எதிர்பாராத ஒரு திருப்புமுனை நிகழ்ந்தது. ரஷ்யப் படைகள் கிழக்கு நோக்கி முன்னேறி வருவதாகச் செய்திகள் கிடைத்தன. போர் அவர்களை நெருங்கி வந்தது. பீரங்கிகளின் முழக்கம் இப்போது சிறைக்குள்ளே கேட்கத் தொடங்கியது. இதற்குமேல் தங்கியிருக்கமுடியாது என்னும் நிலையில் கைதிகளை வேறிடத்துக்குக் கொண்டுசெல்ல முடிவெடுக்கப்பட்டது.

'ஜெர்மனியை நோக்கி நாங்கள் நடக்கத் தொடங்கினோம். அது ஒரு மரணப் பயணம். நடக்கமுடியவில்லை என்று யார் சொல்கிறார்களோ அவர்கள் அப்போதைக்கு அப்போதே சுட்டுக்கொல்லப்பட்டனர். குளிரும் பனியும் பசியும் வாட்டியெடுக்க நாங்கள் நடந்துகொண்டே இருந்தோம். நாள்கள் கடந்துகொண்டே இருந்தன. நாங்கள் பகல் பொழுதுகள் முழுக்க நடந்தோம். இரவுகளில் திறந்தவெளியில் உறங்கினோம். நூற்றுக்கணக்கானவர்கள் வழிநெடுகிலும் சுடப்பட்டனர். அவர்களுடைய உடல்களைத் தாண்டி நாங்கள் நடந்து கொண்டிருந் தோம். நாங்கள் ஆயிரக்கணக்கில் இருந்தோம். சிலர் திடீரென்று ஓடத் தொடங்கினர். பலர் சுடப்பட்டனர். சிலரால் தப்பவும் முடிந்தது.'

வெவ்வேறு இடங்களுக்குச் சென்றபிறகு புச்சன்வால்ட் முகாமுக்குக் கொண்டுசெல்லப்பட்டார்கள். அங்கு ஏப்ரல் 11ம் தேதி அமெரிக்கப் படைகள் வந்து முகாமில் இருந்தவர்களை விடுவித்தனர். எலும்பும் தோலுமாக இருந்த கைதிகளைக்கண்டு மனம் இளகிய அமெரிக்க வீரர்கள் தங்களிடமிருந்த உணவை அவர்களுக்கு அளித்தனர். 'இது பெரும் ஆபத்தாகிப்போனது. பலர் இப்படி நிறைய உணவை உண்டு இறந்துபோயினர். நீண்டகாலமாக உண்ணாமல் இருந்ததால்

அவர்களால் இந்தப் புதிய உணவு வழக்கத்தை ஏற்கமுடியவில்லை.'

மே 5ம் தேதி பிரஸ்ஸல்ஸ் வந்து சேர்ந்தார் ஆர்மின். 'ஓராண்டு காலம் இங்கே தங்கியிருந்தேன். மெல்ல மெல்ல, நடக்கும் பயிற்சியை மேற் கொண்டு நடக்கத் தொடங்கினேன். பிறகு என் தம்பியைக் கண்டு பிடித்தேன். அவன் பெல்ஜிய மலைப் பிரதேசத்தில் இவ்வளவு காலமும் ஒருவரிடமும் பிடிபடாமல் மறைந்திருந்தான். பிறகு இங்கிலாந்தில் இருந்த என் அம்மாவையும் தொடர்புகொள்ள முடிந்தது. அமெரிக்காவில் இருந்த மாமா எனக்கான ஆவணங்களை அனுப்பிவைத்தார். இதோ இப்போது அமெரிக்காவில் இருக்கிறேன்.'

'இப்போது எப்படி உணர்கிறீர்கள்?' என்று கேட்கப்பட்டபோது ஆர்மின் அளித்த பதில் இது. 'கடந்துபோன எதையும் நினைத்துப் பார்க்கக்கூடாது என்று மீண்டும் மீண்டும் சொல்லிக்கொள்வேன். ஆனால் அது அவ்வளவு சுலபமானதல்ல என்று புரிந்தது. கிட்டத்தட்ட 36 ஆண்டுகளாக எதைப்பற்றியும் பேசமுடியாமல் இருந்தேன். இப்போதுதான் அதைப்பற்றிப் பேசுகிறேன்.' அதேசமயம் தன்னால் பழைய வாழ்க்கைக்குத் திரும்பிச் செல்லமுடியாது என்பதையும் இயல்பான வாழ்க்கையைத் தொடரமுடியாது என்பதையும் அவர் உணர்ந்திருக்கிறார். 'எனக்குத் திருமணமாகிவிட்டது. இரண்டு மகள்கள். நான்கு பேரக்குழந்தைகள். ஆனால் இப்போதும் பல இரவு களில் வியர்வை பொங்க திடீரென்று திடுக்கிட்டு விழித்துக் கொள்கிறேன். இப்போதும் வீதியில் ஒரு காவலரைப் பார்த்தால் சாலையின் மறுமுனைக்குத் தாவிச் சென்றுவிடுகிறேன். சில விஷயங் கள் மாறுவதில்லை.'

'அவருக்கு மண்டையோடுகள் தேவைப்பட்டன'

'நாங்கள் மொத்தம் ஏழு பேர் இருந்தோம். பிராங்ஃபர்டில் பல் மருத்துவம் படித்துக்கொண்டிருந்தோம். அப்போதெல்லாம் எனக்கு ஒரே ஒரு கவலைதான். அப்பாவை ஒருவேளை பிடித்துக்கொண்டு போய்விட்டால் என்ன செய்வது? அம்மா என்னிடம் சொல்லி வைத்தார். வீட்டுக்குள் நுழையும்போது வாசல் விளக்கு எரிகிறதா என்று பார். விளக்கு எரிந்தால் அப்பா இல்லை என்று அர்த்தம். நீ எச்சரிக்கையுடன் நடந்துகொள்ளவேண்டும் என்று அர்த்தம். வீட்டு வாசலில் அந்நியர்கள் குழுமினாலும் நீ எச்சரிக்கையடையவேண்டும், புரிகிறதா?'

தன்னுடைய குடும்பம் தொடர்ந்து எஸ்எஸ், கெஸ்டாபோ ஆள்களால் கண்காணிக்கப்படுகிறது என்பதை முழு விழிப்புணர்வுடன் உணர்ந்திருந்தார் ஒரு கல்லூரி பேராசிரியரின் மகளான ஹில்ட்ருட்

குனெல். எப்போதும் கூக்குரல் கிளம்பலாம், எப்போதும் யாரும் வீட்டுக் கதவை தட்டலாம், அப்பாவை இழுத்துக்கொண்டு செல்லலாம். எப்போது என்று மட்டும்தான் தெரியவில்லை. ரகசியமாக வீட்டில் பிபிசி ரேடியோ வைத்து கேட்டுக்கொண்டே இருப்பார்கள். ரேடியோ சத்தம் வெளியில் கசிந்தால், தீர்ந்தது கதை. என்ன சாக்கு கிடைக்கும் என்று உலவிக்கொண்டிருந்த கெஸ்டாபோ உள்ளே புகுந்துவிடும்.

'வதைமுகாம்' என்றால் என்னவென்று அப்போதே எனக்குத் தெரிந்து விட்டது. சிலர் அதை 'வேலை முகாம்' என்று நினைத்தார்கள். அது ஒரு 'கொலை முகாம்' என்று எனக்குத் தெரியும். உள்ளே என்ன வெல்லாம் செய்கிறார்கள் என்று எங்களுக்கு அருகிலிருப்பவர்கள் பேசிக்கொள்வதை நான் கேட்டிருக்கிறேன். 1938 அல்லது 1939 என்று நினைக்கிறேன். அப்போதுதான் வதைமுகாம்பற்றி எனக்கு முதலில் தெரியவந்தது. பிராங்ஃபர்டில் நிறைய யூதர்கள் இருந்தார்கள். அவர்களுடைய அலுவலகங்களும் வீடுகளும் சூறையாடப்படும் செய்தி வந்துகொண்டே இருக்கும். நாங்கள் அழுவோம். அதற்குமேல் என்ன செய்வது என்று தெரியவில்லை.'

வீட்டுக்கு வருபவர்கள் எல்லாம், யூதர்கள் எப்படியெல்லாம் கொல்லப்படுகிறார்கள் என்று பேசிக்கொண்டார்கள். 'இவர்கள் மூலமே பல சம்பவங்களை நான் தெரிந்துகொண்டேன். 'Kristallnacht' பற்றி நிறையப் பேசினார்கள். காஸ் சாம்பர் பற்றி அவர்கள் பேசிக் கொண்டது இப்போதும் நினைவில் இருக்கிறது. விஷவாயுவைக் கொண்டு கும்பல் கும்பலாக மக்களைக் கொல்லமுடியும் என்று தெரிந்துகொண்டேன். இதைத் தவிர வேறு பேச்சுகள் இல்லை. திரும்பத் திரும்ப இதே போன்ற கதைகள். இதையெல்லாம் கேட்டபடியேதான் நான் வளர்ந்து வந்தேன்.'

'Kristallnacht' என்பது 9,10 நவம்பர் 1938 அன்று ஜெர்மனியில் நடை பெற்ற யூதர்களுக்கெதிரான நாடு தழுவிய தாக்குதல். எஸ்எஸ் படையினர் தடதடக்கும் பூட்ஸ் கால்களுடன் வீதிகளில் ஓடியபடி கண்ணில் கண்ட யூதர்களையெல்லாம் விரட்டிக் கொன்றனர். கட்டடங்கள்மீது தாக்குதல் நடைபெற்றது. வீடுகள், மருத்துவமனைகள், வழிபாட்டு இடங்கள் என்று பாரபட்சமின்றி எல்லா இடங்களும் பொடிப்பொடியாக உதிர்ந்தன. கிட்டத்தட்ட ஆயிரம் வழிபாட்டு இடங்கள் நொறுக்கப்பட்டன. 7,000 வர்த்தகக் கட்டடங்களும் கடைகளும் வீழ்த்தப்பட்டன. நூற்றுக்கணக்கான யூதர்கள் கொல்லப்பட்டனர். நாஜி ஆட்சிக்கு வந்தபிறகு நடைபெற்ற மிகப் பெரிய அரசு பயங்கரவாத நடவடிக்கையாக இதைப் பலர்

வர்ணிக்கின்றனர். ஜெர்மனி எத்திசையில் செல்லவிருந்தது என்பதைத் திட்டவட்டமாக உணர்த்தும் ஒரு திருப்புமுனை நிகழ்வாகவும் இதனைச் சிலர் காண்கின்றனர். பெர்லினைக் கடந்து உலகம் முழுவதிலும் அப்போது அதிகம் விவாதிக்கப்பட்ட ஒரு செய்தியாகவும் இது இருந்தது.

தனது கல்லூரியிலும் இதே பேச்சாக இருந்தது என்கிறார் ஹில்ட்ருட் குனெல். 'ஒருநாள் உடற்கூறியல் பற்றிய வகுப்பொன்று நடை பெற்றுவந்தது. ஆகஸ்ட் ஹிர்ட் என்னும் பேராசிரியர் பாடம் எடுத்துக் கொண்டிருந்தார். நான் கவனித்துக்கொண்டிருந்தேன். அப்போது திடீரென்று அவர் வதைமுகாம் பற்றிக் குறிப்பிட்டார். நான் வதை முகாமுக்குச் சென்றுவந்திருக்கிறேன் என்று அவர் அறிவித்தார். அங்கே பல மண்டையோடுகளை அவர் கண்டாராம். அவை யூதர் களின் மண்டையோடுகள். அவற்றைக் கையில் எடுத்துப் பார்த்தாராம். அளவுகளும் எடுத்துக்கொண்டாராம். மண்டையோட்டின் அளவு களை எடுப்பதும் குறித்து வைப்பதும் என்னுடைய பொழுதுபோக்கு என்றும் அவர் சொன்னார். நான் அதிர்ச்சியில் இருந்தேன். ஆனால் வகுப்பில் இருந்த மாணவர்கள் பலர் கைதட்டி மகிழ்ந்தார்கள். ஏதோ அற்புதமான செய்தியொன்றைக் கேட்டதுபோல் அவர்கள் மகிழ்ச்சியடைந்தார்கள்.'

ஜெர்மானிய மருத்துவர்களும் மனித உடற்கூறியல் நிபுணர்களும் ஆய்வாளர்களும் இந்த ஒரு விஷயத்துக்காக நிச்சயம் ஹிட்லருக்கு மனதார நன்றி தெரிவித்திருப்பார்கள். ஹிட்லர் மட்டும் யூதர்களை வெறுக்காமல் போயிருந்தால், போதும் போதும் என்னும் அளவுக்கு மனித உடல்கள் இப்படிக் கொட்டிக் கிடக்குமா? வரலாற்றில் இதற்குமுன் இப்படியொரு பெரும் பரிசு ஆய்வாளர்களுக்குக் கிடைத்தது எப்போது? ஆகஸ்ட் ஹிர்ட் பேரார்வத்துடன் யூதர்களின் மண்டையோடுகளைத் தாராளமாகப் பயன்படுத்திக்கொண்டார். 'இறந்த மண்டையோடுகளை மட்டும் அவர் பார்வையிடவில்லை. அவற்றை மட்டும் அவர் அளவெடுக்கவில்லை. வதைமுகாமில் உயிரோடிருந்த யூதர்களையும் அவர் பார்வையிட்டுக்கொண்டே நடந்திருக்கிறார். எனக்கு இந்த மண்டையோடு தேவைப்படுகிறது என்று உயிருடன் உள்ள ஒருவரைச் சுட்டிக்காட்டி அவர் கேட்டிருக்கலாம். நிச்சயம் அவர் கேட்டதை அங்கிருப்பவர்கள் கொடுத்திருப்பார்கள்.'

'சோப்பு தயாரித்தார்கள்'

1935ம் ஆண்டு சார்லாந்தில் ஒரு வாக்கெடுப்பு நடத்தப்பட்டது. ஜெர்மனிக்கு தென்மேற்கே அமைந்திருந்தது இந்தப் பகுதி. ஜெர்மனி யுடன் இணையவேண்டுமா, வேண்டாமா என்பதைத் தீர்மானிக்க

வேண்டிய பொறுப்பு இப்பகுதி மக்களிடம் வந்துசேர்ந்தது. எதிர்பார்த்த படியே 98 சதவிகிதம் பேர் ஜெர்மனியுடன் இணைய வேண்டும் என்று வாக்களித்தனர். லட்சக்கணக்கானவர்கள் வேலையின்றித் தவித்துக் கொண்டிருந்த காலகட்டம் அது என்பதால் ஜெர்மனியுடன் இணைவதன் மூலம் நம்முடைய வாழ்வாதாரத்தைப் பெருக்கிக்கொள்ளமுடியும் என்னும் எதிர்பார்ப்புடன் அளிக்கப்பட்ட வாக்கு அது. இதே நம்பிக்கையுடன்தான் நாஜி கட்சியிலும் பலர் சேர்ந்துகொண்டனர். எர்னஸ்ட் வால்டர்ஸ் அவர்களில் ஒருவர். 'டாக்டர் கெப்பல்ஸ் அணிந்திருந்த அதே சீருடை எங்களுக்கும் அளிக்கப்பட்டது. நியூரம்பர்கில் கட்சி மாநாடு நடக்கும்போது அங்கே இலவசமாகக் கூட்டிப்போவார்கள். இதெல்லாம் எங்களுக்கு மிகப் பெரிய அங்கீகாரமாக இருந்தது.'

பிறகு போர் வந்தது. 'ஐந்து ஆண்டுகளை எனக்குக் கொடுங்கள். ஜெர்மனியை நான் அடியோடு மாற்றிக் காட்டுகிறேன் என்றார் ஹிட்லர். அப்போது 8 முதல் 9 லட்சம் பேர் வேலையில்லாமல் இருந்தார்கள். போர் வந்ததும் நிலைமை மாறியது. எல்லாரும் சுறுசுறுப்படைந்தார்கள். வேலையில்லாதவர்கள் என்று ஒருவரையும் நீங்கள் காணமுடியாது. அதுகாறும் பசியோடு இருந்தவர்களுக்கு திடீரென்று வேலை கிடைத்தது. நாம் முன்பைவிட இப்போது நன்றாக இருக்கிறோம் என்று மக்கள் நிஜமாகவே நம்பினார்கள். என்னாலும் சம்பாதிக்கமுடிந்தது. ஒரு மோட்டார் பைக் வைத்திருந்தேன். எல்லாம் இனிமையாக இருந்தது.'

காற்று வேறு திசையில் வீசத் தொடங்கியதை 1942 வாக்கில் எர்னஸ்ட் வால்டர்ஸ் உணர்ந்தார். அப்போது அவர் ஹிட்லரின் போர் வீரர். ரோமானியாவில் உள்ள புகாரெஸ்டில் அவர் நியமிக்கப்பட்டிருந்தார். 'வீதிகளில் மக்கள் சுற்றி வளைக்கப்பட்டிருந்ததைப் பார்த்தேன். முதியோர்களும் சிறிய பைகளைச் சுமந்துகொண்டு நிற்கும் குழந்தைகளையும் பார்த்தேன். அவர்கள் அனைவரும் சரக்கு ரயில்களில் ஏற்றப்பட்டனர். நான் அங்கே சென்று எஸ்எஸ் ஆள்களிடம் விசாரித்தேன். இங்கே என்ன நடக்கிறது என்று கேட்டேன். அவர்கள் யூதர்கள் என்று பதில் வந்தது. அவர்கள் மூக்கின் அமைப்பைப் பார்த்தே அவர்கள் யூதர்கள் என்று சொல்லிவிடலாம்தான். ஜெர்மானியப் படைகள் எங்கு சென்றாலும் அங்கிருந்த யூதர்கள் சுற்றிவளைக்கப்பட்டனர். ஐரோப்பா முழுவதும் இது நடந்தது. நான் அப்போது Wehrmacht போக்குவரத்துத் துறையில் இருந்தேன். நான் ஒரு குருடனல்ல என்பதால் என்னால் எல்லாவற்றையும் பார்க்கமுடிந்தது. நிச்சயமாக எனக்குக் கவலையாக இருந்தது.'

யூதர்களுக்கு என்ன நிகழ்ந்துகொண்டிருக்கிறது என்பதை முதலில் உணர்ந்த தருணத்தை அவரால் மறக்கமுடியவில்லை. 'என் பெற்றோரைப் பார்ப்பதற்காக நான் மோட்டார் சைக்கிளில் சென்று கொண்டிருந்தேன். பின் இருக்கையில் ஒருவர் அமர்ந்திருந்தார். நாங்கள் துரிங்கியா என்னும் நகரத்தைக் கடந்துசென்று கொண்டிருந் தோம். அது எப்படிப்பட்ட இடம் என்று எனக்குத் தெரியாது. அங்கே வண்டியைச் சிறிது நேரம் நிறுத்தினோம். அந்த இடம் நாற்றமடித்துக் கொண்டிருந்தது. இதென்ன நாற்றம் என்று கேட்டேன். அங்கே ஒரு வதைமுகாம் இருக்கிறது. அதிலிருந்துதான் இந்த நாற்றம் வருகிறது என்று பதில் கிடைத்தது. அங்கேதான் யூதர்களின் உடல்கள் எரிக்கப் படுகின்றன என்றும் யூதர்களின் உடல்களில் இருந்து சோப்பு தயாரிக்கப்படுகிறது என்றும் பதில் கிடைத்தது.'

அந்த ஒரு செய்தி புதியதாக இருந்தாலும் வதைமுகாம் பற்றி அவர் நன்கு அறிந்துவைத்திருந்தார். 'யூதர்கள் மட்டுமல்ல நோயாளிகள், குறிப்பாக வலிப்பு நோய் கொண்டவர்கள், ஊனமுற்றோர், கம்யூனிஸ்டுகள் போன்றவர்கள் வதைமுகாம்களில் அடைக்கப் பட்டதும் கொல்லப்பட்டதும் பலருக்கும் தெரியும். பலர் காணாமல் போய்விட்டதாகவும் பேசிக்கொண்டார்கள். எல்லாவற்றையும் கட்சிதான் கவனித்துக்கொண்டது. யார் காணாமல் போகவேண்டும், யாரை வதைமுகாமில் அடைக்கப்படவேண்டும் என்பதெல்லாம் கட்சியின் முடிவுதான். அந்த சோப்பு சொன்னேனே? அது யூதர்களின் எலும்புகளில் இருந்த தயாரிக்கப்படுவதாக அறிந்துகொண்டேன்.'

'ஜெர்மனி வெல்லக்கூடாது'

போருக்கு முன்பு ஆடம் குரோல்ஷ் பிபிசி ரேடியோ கேட்டதில்லை. ஒரு ஜெர்மானிய வீரராக ரஷ்யாவுக்கு அனுப்பப்பட்டபோதுதான் பிபிசி கேட்க ஆரம்பித்தார். 'நான் பிபிசி கேட்க ஆரம்பித்ததற்குக் காரணம் அதிகாரபூர்வமான ஜெர்மானிய செய்திகளைக் கடந்தும் போர் குறித்து நான் தெரிந்துகொள்ள விரும்பினேன். இங்கிலாந்தில் இருந்து பிபிசி செய்திகள் ஒலிபரப்பாகின. செய்திகளை வாசித்தவர்கள் ஜெர்மானியர்கள். அநேகமாக யூதர்களாக இருக்கக்கூடும். எங்கள் மேலதிகாரிகளுக்கு நாங்கள் பிபிசி கேட்பது தெரியாது.'

படிப்பு முடிந்ததும் ஆடம் ரஷ்யாவுக்கு அனுப்பிவைக்கப்பட்டார். அங்கே அனுப்பப்பட்ட ஆரம்பகட்ட வீரர்களில் அவரும் ஒருவர். 1941 முதல் 1945 வரை அவர் ரஷ்யாவில் இருந்தார். அதாவது, போர் தொடங்கியதுமுதல் தோற்றுப்போய் ரஷ்யாவில் இருந்து தப்பியோடி வரும்வரை ரஷ்யாதான். போரிடுவதற்கு ஏற்ற உடல்நிலையில் இல்லாததால் செய்தித் தொடர்புப் பிரிவில் பொறியாளராக ஆடம்

பணியாற்றவேண்டியிருந்தது. அதனால் ரேடியோ கருவிகளை அவரால் விருப்பப்படிக் கையாளமுடிந்தது. 'ரஷ்யாவில் இருந்து எங்கள் ஜெர்மானியப் படைகள் பற்றியும்கூட பிபிசியால் எல்லாவற்றையும் சொல்லமுடிந்தது ஆச்சரியமாக இருந்தது. இடம், பெயர், ஊர் எல்லாம் குறிப்பிட்டு அவர்கள் சொல்லும்போது, எப்படி அவர்களுக்கு மட்டும் இந்தத் தகவல்கள் எல்லாம் கிடைக்கின்றன என்று யோசிப்பேன். இன்றுவரை எனக்கு விடை தெரியவில்லை.'

ஆடமுக்கு 13 வயதானபோது ஹிட்லர் ஆட்சியில் அமர்ந்திருந்தார். 'அப்போது ஹிட்லரை ஒரு கடவுளாகவே எல்லாரும் கண்டனர். என் அப்பா 1933ம் ஆண்டு மரணடைந்தபோது அவருக்கு வேலையில்லை. ஹிட்லர் வந்தபிறகு வேலையில்லாத் திண்டாட்டம் ஒழிக்கப்பட்டது என்பதை எல்லோரும் ஒப்புக்கொள்வார்கள். ஹிட்லர் வந்தால் நிலைமை மாறும் என்று என் அப்பா சொல்லிக்கொண்டிருப்பார். ஆனால் அந்த மாற்றத்தைக் காண அவர் உயிருடன் இல்லை. அப்போது 13 வயது சிறுவனாக எனக்கு என்ன நடக்கிறது என்றே புரியவில்லை. ஒரு போரைத் தொடங்குவதன்மூலமே அவர் எல்லாருக்கும் வேலை கொடுத்தார் என்பது இன்று தெரிகிறது.'

ஆடமின் அம்மா ஃபியூரரின் வார்த்தைகளை கடவுளின் வார்த்தை களாகவே எடுத்துக்கொண்டார். 'அவர் மட்டுமல்ல, அவரைப் போன்ற அனைவருக்கும் ஹிட்லர் சரியான முடிவுகளை மட்டுமே எடுக்கமுடிந்த ஒரு தலைவர். அவரால் தப்பித்தவறியும் தவறுகள் இழைக்கமுடியாது. உண்மை என்பது அவர் வாயிலிருந்து வருவது மட்டும்தான். இன்று பார்க்கும்போது ஆச்சரியமாக இருக்கிறது. ஆசிரியர்கள், பெண்கள், நடுத்தர ஜெர்மானியர்கள் அனைவரும் ஹிட்லரை அவ்வளவு பலமாக அன்று ஆதரித்தார்கள். 1933ம் ஆண்டுக்குப் பிறகு ஹிட்லர்தான் அவர்களுடைய ஒரு தேவையாக மாறிப்போனது.' ஜெர்மனிக்கு நிகழ்ந்த மிகப் பெரிய நன்மை நாஜி கட்சி என்று ஆடமின் அம்மா நம்பினார். 'ஆனால் என்னால் அவர்களுடன் ஒன்றமுடியவில்லை. காரணம் எனக்கு மிகவும் பிடித்த இலக்கியங்களை நாஜி தடை செய்திருந்தது. வெளிநாடுகளுக்குச் செல்லக்கூடாது என்று அது தடை விதித்திருந்தது.'

ஆனால், போர் ஆடமை ராணுவத்துக்குள் இழுத்துப் போட்டுக் கொண்டது. மாஸ்கோ சென்றார். போரில் கலந்துகொண்டார். உடல் நலன் சரியில்லாதபோது ரேடியோவுக்கு அருகில் அமரும் வாய்ப்பு வந்தது. பெலாரஸில் உள்ள பின்ஸ்க் அவருடைய பணியிடமாக இருந்தது. அப்போதுதான் அவருக்கு சில விஷயங்கள் தெரியவந்தன. 'பின்ஸ்கில் ஒரு கெட்டோ இருந்தது. அதில் 25,000 கைதிகள்

இருந்தார்கள். இரண்டே நாள்களில் அவர்கள் கொல்லப்பட்டு விட்டனர். நாஜிகளின் உத்தரவின் பேரில் இந்தப் பெரும் நாசம் நிகழ்த்தப்பட்டது. அதை நான் என் கண்களால் கண்டேன். பிறகு என் மனைவிக்கு ஒரு கடிதம் எழுதினேன். எக்காரணம் கொண்டும் ஜெர்மனி இந்தப் போரில் வெல்லக்கூடாது என்று அதில் குறிப்பிட்டேன். நான் கண்ட படுகொலைகளை, சித்திரவதைகளை, மனித வதைகளை என்னால் விவரிக்கக்கூட முடியவில்லை.'

'குழிகளை அவர்களே வெட்டிக்கொண்டார்கள்'

போர் தொடங்கியதுமே பொதுவாக ராணுவத்துக்குத்தான் ஆள்களைப் பிடித்து இழுப்பார்கள். ஆல்பர்ட் எம்மெரிச் காவல்துறைக்குத் தேர்ந்தெடுக்கப்பட்டார். 1943ம் ஆண்டு அவர் உக்ரேனுக்கு அனுப்பி வைக்கப்பட்டார். அங்கு என்னென்ன வேலைகள் நடைபெறுகின்றன என்பது அவருக்கு விளக்கப்பட்டது. ஒருநாள் 26 வயது போர்வீரர் ஒருவர் ஆல்பர்ட்டைத் தனியே அழைத்துச் சென்று ஓரிடத்தைக் காட்டினார்.

'நான் உனக்கு ஓரிடத்தைக் காட்டுகிறேன், அதை நீ அவசியம் பார்க்க வேண்டும் என்று சொல்லி அவன் என்னை அழைத்துப் போனான். அது ஒரு குழி. 'உள்ளே பார்' என்றான். நான் பார்க்கும்போதே அவன் விவரித்தான். 'நீ பார்த்துக்கொண்டிருப்பது மூன்று கல்லறைகளை. ஒவ்வொன்றிலும் 300 பிணங்கள் புதைக்கப்பட்டிருக்கின்றன. எல்லோரும் யூதர்கள். இந்தச் சம்பவம் நடக்கும்போது நானும் உடனிருந்தேன். எங்கள் எல்லோருக்கும் சுட்டுக்கொல்லும் வேலை ஒப்படைக்கப்பட்டிருந்தது. அவர்கள் அனைவரையும் வரவழைத்து உடைகளைக் களையச் செய்தோம். இளையவர்கள், முதியோர் என்று வேறுபாடில்லாமல் எல்லோரும் நிர்வாணமாக நின்றார்கள். குழந்தை களை வைத்திருக்கும் பெண்களும் இதில் விதிவிலக்கல்ல. குழந்தை, அம்மா இருவருமே ஆடைகளைக் கழற்றியாகவேண்டும். எல்லோரை யும் பின்னாலிருந்து சுட ஆரம்பித்தோம். பின்னங்கழுத்தில் குண்டு பாயுமாறு பார்த்துக்கொண்டோம். அவர்களுக்கு முன்பு குழிகள் இருந்தன என்பதால் அப்படியே குண்டடிப்பட்டு அவர்கள் முன்புறம் சரிந்துவிழுந்தார்கள். பிறகு அடுத்த 300 பேரை வரவழைத்தோம். இதேபோல் சுட்டோம். அவர்களுக்கான குழிகளை அவர்களேதான் தோண்டிக்கொள்ளவேண்டும் என்று கட்டளையிடப்பட்டிருந்தது. சில சமயம் குழிகளை வெட்டிமுடித்தபிறகு இரண்டு, மூன்று தினங்கள் கழித்தபிறகே அவர்களைச் சுடுவோம். ஆனால் எல்லோருமே அவர்களே வெட்டிய குழியில்தான் அடக்கம் செய்யப்பட்டனர்.'

பார்வைகள்

எரிக் ஏ. ஜான்சன், கார்ல் ஹீன்ஸ் ரியூபாண்ட் இருவரும் மேற்காணும் நேர்க்காணல்களைத் தொகுத்திருக்கிறார்கள். யூதர்கள், ஜெர்மானியர்கள், சாமானிய மக்கள், நாஜிக்காகப் பணியாற்றியவர்கள் என்று பலருடன் இவர்கள் உரையாற்றினார்கள். 1933ம் ஆண்டு ஹிட்லர் அதிகாரத்துக்கு வந்தபிறகு யூதர்களுக்கும் யூதர் அல்லாதோருக்கும் இடையிலான உறவு முழுக்கவே சிதிலமடைந்தது என்பதை இந்த அனுபவங்கள் நமக்கு உணர்த்துகின்றன. யூதர்கள் இளம் வயதிலேயே தாங்கள் பாகுபடுத்தப்படுவதை உணர்ந்திருந்தனர். ஆனால் ஜெர்மானியர்கள் பலர், யூதர்கள் பாகுபடுத்தப்பட்டதை நாங்கள் அறிந்திருக்கவில்லை என்றே சொல்லியிருக்கின்றனர். நாங்கள் ஜெர்மானியர்கள் அல்லது ஆரியர்கள் என்னும் பெருமித உணர்வு சிலருக்கு இருந்திருக்கிறது. வதைமுகாம்கள் இயங்கிவருவதை சாடைமாடையாகப் பலர் உணர்ந்திருந்ததாகவும் வெகு சிலரே திட்டவட்டமாக முகாமுக்குள் என்ன நடக்கிறது என்பதைத் தெரிந்துவைத்திருந்ததாகவும் சொல்லியிருக்கிறார்கள்.

இரண்டாம் உலகப் போர் தொடங்கிய பிறகு ஜெர்மனியில் தங்கியிருந்த யூதர்களிடம் ஒரு கேள்வி கேட்கப்பட்டது. உங்களுக்கு அக்கம் பக்கத்தில் வசிக்கும் ஜெர்மானியர்களில் எவ்வளவு பேர் நாஜிகளைத் தீவிரமாகவோ அல்லது மிதமாகவோ ஆதரிப்பவர்கள் என்று நினைக்கிறீர்கள்? அவர்கள் அளித்த பதில், 80%. அதே சமயம், யூதர்களுக்கு உதவிசெய்த அல்லது ஏதேனும் ஒரு வகையில் அவர்களை ஆதரித்த யூதரல்லாதோரும் இருக்கவே செய்தனர். ஆனால் சக ஜெர்மானியர்களால் கைவிடப்பட்ட யூதர்களுடன் ஒப்பிட்டால் இந்த எண்ணிக்கை சொற்பமானது. நாஜிகள், எஸ்எஸ், கெஸ்டாபோ ஆகியோரைப் போலவே சிவிலியன்களாலும் தாங்கள் அவமானப்படுத்தப்பட்டதாகவும் மிரட்டப்பட்டதாகவும் கொள்ளையடிக்கப்பட்டதாகவும் தாக்கப்பட்டதாகவும் யூதர்கள் நினைவுகூர்ந்தார்கள். 'ஹிட்லர் வருவதற்கு முன்பு இவர்களெல்லாம் இத்தனை வெறுப்பைச் சுமந்துகொண்டுதான் எங்களுடன் பழகிவந்தார்களா?' என்னும் அதிர்ச்சியை பல யூதர்கள் வெளிப்படுத்தினார்கள். இயான் கெர்ஷா தனது நூலில் குறிப்பிடுவதைப்போல், 'ஆஷ்விட்ஸுக்கான வழி வெறுப்பால் உருவாக்கப்பட்டிருந்தது. புறக்கணிப்பால் மெழுகப்பட்டிருந்தது.'

13

இருவர்

பிரைமோ லெவியின் படைப்புகளைப் பார்க்கும்போது, வன்முறையாளர்களான காவலர்கள், கோழைகளாகத் தெரிகிறார்கள். ஆனால் அந்தக் கோழைகள் வீரமிக்கவர்களைக் காட்டிலும் ஆபத்தானவர்கள்.

டோனி மாரிசன்

வதைமுகாம்கள் குறித்து இதுவரை எழுதப்பட்ட நூல்களின் எண்ணிக்கையைத் தோராயமாகக்கூட யூகிப்பது சாத்தியமில்லை. முகாம்களில் சிறை பட்டு மீண்டவர்களின் நேரடி சாட்சியங்கள், முகாம்களில் இறந்துபோனவர்களின் டைரிக் குறிப்புகள், பலியானவர்களின் குடும்பத்தினர் மற்றும் நண்பர்களின் நினைவுக்குறிப்புகள், அதிகாரிகள், சிறைக்காவலர்கள், மருத்துவர்களின் நினைவுகள் ஆகியவற்றின் குவியல்கள் ஒரு பக்கம். இன்னொரு பக்கம், இந்தப் பிரதிகளையெல்லாம் கொண்டு நிகழ்த்தப்படும் விவாதங்கள், முன் வைக்கப்படும் பார்வைகள், கண்டறியப்படும் உண்மைகள் ஆகியவை மலைக்க வைக்கும் அளவுக்கு உயர்ந்துநிற்கின்றன.

புதினம், கவிதை நூல்களின் எண்ணிக்கையைத் தோராயமாகக் கணக்கிடுவது சாத்தியமில்லை. வரலாற்றுத் துறை சார்ந்த ஆய்வார்களோடு அரசியல், சமூகவியல், மானுடவியல் ஆய்வாளர் களும் வதைமுகாமை ஆராய்ந்துகொண்டிருக் கிறார்கள். இந்தத் துறை இன்னமும்

வளர்ந்துகொண்டிருக்கிறது. வதைமுகாமில் இருந்து பிழைத்தெழுந்த இரு எழுத்தாளர்களை அடுத்துப் பார்க்கலாம். இருண்டுகிடந்த முகாமின் மீது புத்தொளி பாய்ச்சியதன்மூலம் நம் புரிதலை விசாலப் படுத்தியவர்கள் அவர்கள்.

எலி வீஸெல்

என் முகத்தை நானே கிள்ளிப் பார்த்துக்கொண்டேன். நான் பார்ப்பது நிஜம்தானா? வதைமுகாமுக்கு வந்த முதல் நாளே எலி வீஸெல் தன் வாழ்வின் மிகப் பெரிய அதிர்ச்சியையும் குரூரத்தையும் அங்கே கண்டார். பெரியதாக வெட்டப்பட்ட ஒரு குழியில் நெருப்பு அடர்த்தி யாகப் பற்றி எறிந்துகொண்டிருந்தது. சிறிய குழந்தைகளை ஒவ்வொன்றாகக் கைகளில் ஏந்தி அதில் வீசிக்கொண்டிருந்தார்கள்.

'நான் உயிருடன்தான் இருக்கிறேனா? நான் விழிப்புடன்தான் இருக்கிறேனா? என்னால் நம்பவே முடியவில்லை. எப்படி அவர்கள் மக்களை இப்படிக் கொல்கிறார்கள்? குழந்தைகளை எப்படிக் கொல்லமுடிகிறது அவர்களால்? இப்படிச் செய்வதன்மூலம் உலகை அமைதியாக்கிவிடலாம் என்று அவர்கள் நம்புகிறார்களா? இல்லை. இதெல்லாம் உண்மையில்லை. இது ஒரு கொடுங்கனவாகத்தான் இருக்கவேண்டும்.'

கண்களைத் திறந்துவைத்துக்கொண்டே கொடுங்கனவுகள் காண்பதாக அவர் நினைத்துக்கொண்டார். காண்பதெல்லாம் நிஜத்தில் நடப்பவை தாம் என்பதை அவரால் முதலில் ஏற்கவேமுடியவில்லை. ஏன் இப்படி நடக்கிறது என்பதைத் தர்க்கரீதியாகப் புரிந்துகொள்ள முயன்றார். ஒவ்வொருமுறையும் தோல்வியே கிடைத்தது. அவர் காணும் சக கைதிகள் ஜபித்துக்கொண்டிருக்கிறார்கள். இறந்தவர்களுக்காக ஓதப்படும் யூதப் பிரார்த்தனைகளை அவர்கள் படித்துக் கொண்டிருந்தார்கள்.

'அந்த இரவை என்னால் மறக்கமுடியவில்லை. முகாமில் நான் சந்தித்த முதல் இரவு, என் வாழ்வையே ஒரு நீண்ட, முடிவற்ற இரவாக மாற்றிவிட்டது. அன்று எழுந்த புகை மண்டலத்தை என்னால் மறக்க முடியவில்லை. நெருப்பில் வீசப்பட்ட சின்னஞ்சிறு குழந்தைகளின் முகத்தை என்னால் மறக்கமுடியாது. அமைதியான நீலநிற வானத்தின் கீழ் அந்த உடல்கள் புகைகளாக மாறிப் பரவிக்கொண்டிருந்தன.

'அந்தப் பெரும் நெருப்பு என் இறை நம்பிக்கையை நிரந்தரமாக எரித்துச் சாம்பலாக்கிவிட்டது. வாழவேண்டும் என்னும் துடிப்பை அன்றைய இரவின் அமைதி அழித்துவிட்டது. என்னால் எதையும் மறக்க முடியாது. அந்தக் கணங்களில் என் கடவுள் கொல்லப்பட்டு

விட்டார். என் ஆத்மாவும் கொல்லப்பட்டுவிட்டது. என் கனவுகள் அனைத்தும் தூசியாக மாறிப்போனதை என்னால் மறக்கமுடியாது. நீண்டகாலம் வாழும்படி நிர்பந்திக்கப்பட்டாலும் என்னால் இவற்றையெல்லாம் மறக்கவேமுடியாது. முடியவே முடியாது.'

வாழ்க்கை முடிவுற்றதைப்போல் இருந்தது வீஸெலுக்கு. அதே சமயம், வாழ்வு நீண்டு நீண்டு சென்றுகொண்டிருப்பதைப்போலவும் இருந்தது. முகாமில் நடைபெறும் எதுவுமே நிஜமல்ல என்று சில சமயம் தோன்றியது. இல்லை, நீ காண்பதெல்லாம் நிஜம்தான் என்று உண்மை முகத்தில் அறைந்து, உரக்க அறிவிக்கவும் செய்தது. கனவும் நிஜமும், இருளும் பகலும் பிரித்தறியமுடியாதபடிக்கு ஒன்றுபோல் இருந்தன. இந்த முரண்பாடுதான் முகாமில் அவருக்குக் கிடைத்த மிகப் பெரிய தண்டனை.

ஆனால் வீஸெல் சந்தித்த எல்லாரும், இந்த நம்பிக்கை வறட்சியைப் பகிர்ந்துகொண்டார்கள் என்று சொல்லமுடியாது. பலர் புதிய விளக்கங் களை நாடி தங்களுடைய ஆன்மிக நாட்டத்தை அதிகப்படுத்திக் கொண்டிருந்தனர். 'இவ்வளவு அவதிகளுக்கு யூதர்கள் ஆளாகிறார்கள் என்றால் அதற்கொரு காரணம் அவசியம் இருந்தாக வேண்டும்; கடவுள் நம் மனவுறுதியைச் சோதிக்கவே இத்தனை சிரமங்களை அளிக்கிறார், நாம் துவண்டுவிடக்கூடாது; மனிதர்களுக்குள்ளே சாத்தான் புகுந்திருப்பதால்தான் கொடூரங்கள் அரங்கேறுகின்றன; அடுத்தடுத்து சோதனைகளைத் தந்துகொண்டே இருக்கிறார் என்றால் நிச்சயம் கடவுள் நம்மை நேசிக்கிறார் என்றுதான் அர்த்தம்; கடவுள் நம்மைக் கைவிடவே மாட்டார்.' வீஸெல் ஒரு நாத்திகவாதியாக மாறிவிடவில்லை என்றாலும் இத்தகைய அபத்தவாதங்களோடு அவரால் ஒத்துப்போக முடியவில்லை. இப்போது உதவாத கடவுள் எப்போது உதவுவார்?

தீமை என்பது கடவுளின் கருவிதான் என்னும் வியாக்கியானத்தை மற்ற இறை நம்பிக்கையாளர்களைப்போல் வீஸெலால் ஏற்கமுடிய வில்லை. ஒரு மனிதன் எப்போது தன் நம்பிக்கையைக் கைவிடுவான் என்று கடவுள் எதிர்பார்த்துக்கொண்டிருக்கவேண்டிய அவசியம் என்ன? மனிதன் சறுக்கிவிழும்படியாக இத்தனை தடைகளை அவன் உருவாக்க வேண்டிய அவசியம் என்ன? அவன் தடுமாறவேண்டும் என்பதுதான் கடவுளின் இறுதி லட்சியமா? இறை நம்பிக்கை யாளர்களின் வியாக்கியானங்களால் முகாமில் நிலவும் துயரங்களைத் துளியும் தணிக்கமுடியவில்லை என்பது வீஸெலுக்குப் புரிந்தது. இன்னமும் பல விரிவான, குழப்பமான தத்துவார்த்த விளக்கங்கள் அளிக்கப்பட்டன என்றாலும் எவற்றாலும் என் துன்பம் வடியவில்லை

[167]

என்று அவர் வருந்தினார். வருத்தமும் ஆற்றாமையும் கோபமும் அவருக்குள் ஒரு கலகத்தை ஏற்படுத்தியது. 'நான் எதற்காகக் கடவுளின் பெயரை ஜெபிக்கவேண்டும்? இறைவனே நன்றி என்று எதற்காக நன்றிக்கடன் செலுத்தவேண்டும்? அவர் எனக்கு அளித்திருப்பது என்ன? அமைதியாக இருக்கும் அவருடன் நான் எப்படி உரையாடுவது?'

ஒருமுறை முகாமில் புத்தாண்டு வழிபாட்டை யூதர்கள் முன்னெடுத்தனர். அன்று கடவுள், அரசராக முன்னிறுத்தப்பட்டார். கடவுளால் தேர்ந்தெடுக்கப்பட்ட இடமாக இஸ்ரேல் அறிவிக்கப்பட்டது. வீஸெல் இத்தகைய ஆரவாரங்களால் எரிச்சலுற்றார். எதற்காக இந்த அர்த்தமற்ற சடங்கு? எதற்காக வெற்று முழக்கம்? நம்பிக்கை, வழிபாடு, கொண்டாட்டம் ஆகியவற்றுக்கும் இந்த முகாமுக்கும் ஏதேனும் தொடர்பு இருக்கமுடியுமா? 'இந்தப் புத்தாண்டு நான் இறைவனைத் தொழவில்லை. என்னால் கடவுளிடம் இறைஞ்சமுடிய வில்லை. மாறாக, நான் குற்றம்சாட்டுபனாக இருந்தேன். கடவுள் குற்றம் சாட்டப்பட்டவராக மாறினார். என்னைச் சுற்றிலும் தனிமை சூழ்ந்திருந்தது. மனிதர்களும் கடவுளும் என்னுடன் இல்லை. கருணையும் அன்பும் காணாமல் போயிருந்தன. என்னைச் சுற்றிலும் தொழுகை நடைபெற்றுக்கொண்டிருந்தது. ஓர் அந்நியன் போல் அவர்களை நான் வெறுமனே பார்த்துக்கொண்டு நின்றேன்.'

ஹிட்லரின் இனவொழிப்பைக் குறிக்க, 'ஹாலோகோஸ்ட்' என்னும் சொல் இன்று பரவலாகப் பயன்படுத்தப்படுவதற்குக் காரணம் எலி வீஸெல் என்று சொல்லப்படுகிறது. 1960களில் அவர் இதனை அறிமுகம் செய்துவைத்தார். வதைமுகாம்களில் இருந்து உயிருடன் மீண்டெழுந்த வீஸெல், தன் அனுபவங்களை 'நைட்' என்னும் தலைப்பில் எழுதினார். நாஜிகள் நிகழ்த்திய ஒழுங்குபடுத்தப்பட்ட, கொடூரமான சித்திரவதைகளைக் குறிக்க ஒரு சொல் தேவை என்று அவர் கருதியதால் 'ஹாலோகோஸ்ட்' பிறந்தது. இது அவரே உருவாக்கிய சொல்லல்ல. யூதர்களின் பைபிளில் இச்சொல் இடம் பெற்றுள்ளது. பேரழிவு என்பதே இதன் பொருள் என்றாலும், மிகக் குறிப்பாக யூதர்களுக்கு நேரும் பேரழிவையே பைபிள் ஹோலோகாஸ்ட் என்று அழைக்கிறது.

ரோமானிய நாட்டில் உள்ள சிகெட் என்னும் பகுதியில் 1928ம் ஆண்டு பிறந்தவர் எலி வீஸெல். ஆழமான மத நம்பிக்கையும் ஆன்மிகத் தேடலும் நிறைந்த குடும்பம் என்பதால் இளவயதிலேயே வீஸெலுக்கு யூத மதநூல்கள் அறிமுகப்படுத்தப்பட்டுவிட்டன. ஜெர்மானிய மொழிக்குடும்பத்தைச் சேர்ந்த இத்திய மொழியில்தான்

(ஆங்கிலத்தில் இத்திஷ்) வீட்டில் உரையாடுவார்கள். 'நைட்' புத்தகத்தை இந்த மொழியில்தான் வீஸெல் எழுதினார். ஹீப்ரு, ஜெர்மன், ஹங்கேரிய, ரோமானிய மொழிகளையும் அவர் கற்றறிந்தார். தன் தாயின் ஊக்கத்தால் யூத மத மற்றும் அற நூலான தோராவை அவர் கற்றுக் கொண்டார். யூத விவிலியத்தின் முதல் ஐந்து நூல்கள் இவை. மனிதகுலத்துக்காக கடவுளால் அருளப்பட்ட உபதேசங்களின் தொகுப்பு. என் அம்மா இறை நம்பிக்கையையும் அப்பா மனிதாபிமானத்தையும் எனக்கு ஊட்டினர் என்று குறிப்பிடுகிறார் வீஸெல்.

மார்ச் 1944ல் ஜெர்மனி ஹங்கேரியை ஆக்கிரமித்தபோது, வீஸெல் வசித்த சிகெட் பகுதி நாஜிகளின் கட்டுப்பாட்டின்கீழ் வந்துசேர்ந்தது. அங்கிருந்த யூதர்களோடு வீஸெலும் அவருடைய குடும்பத்தினரும் வளைத்துச் சிறைபிடிக்கப்பட்டனர். அப்போது வீஸெலுக்கு 15 வயது. தன் அம்மாவையும் தங்கையையும்விட்டு வீஸெல் பிரியநேர்ந்தது. அதற்குப் பிறகு அவர்களை அவர் பார்க்கவேயில்லை. அப்பாவுடன் ஒண்டிக்கொண்டார் வீஸெல். சிகெட்டில் மொத்தம் இரண்டு முகாம் கள் உருவாக்கப்பட்டிருந்தன. ஒன்றில் வீஸெல் அடைக்கப்பட்டார். இரண்டு மாதங்கள் கழித்து ஆஷ்விட்ஸ் முகாமுக்கு கைதிகள் மாற்றப்பட்டனர். முகாமுக்கு அழைத்துச்செல்லும் வழியில் காவலர் கள் ஒரு யூத குடும்பத்தைப் பார்த்து கத்திக்கொண்டிருந்ததை வீஸெல் கேட்டார். 'இங்கே எதற்காக வந்து தொலைத்தீர்கள்? ஆஷ்விட்ஸில் என்ன இருக்கிறது என்று உங்களுக்குத் தெரியாதா? பேசாமல் வீட்டிலேயே தூக்கு மாட்டித் தொங்கியிருக்கவேண்டியதுதானே?'

வீஸெலின் தாயாரும் இளம் தங்கையும் உடனே கொல்லப்பட்டனர். அப்பாவும் மகனும் மட்டும் எஞ்சியிருந்தனர். பிறகு மீண்டும் இடமாற்றம். இந்த முறை ஜெர்மனியில் உள்ள வீமர் என்னுமிடத்தில் ஈட்டர் மலைப்பகுதியில் உருவாக்கப்பட்டிருந்த புச்சன்வால்ட் வதைமுகாமில் வீஸெல் அடைக்கப்பட்டார். ஜெர்மனியில் ஆரம்பிக்கப்பட்ட முதல் சில முகாம்களில் இதுவும் ஒன்று. அளவில் பெரியதும்கூட. இங்கு கொண்டுவரப்படுபவர்களில் 90 சதவிதம் பேர் கொன்றொழிக்கப்படுவது வழக்கம். தன் தந்தை மட்டுமாவது உயிருடன் இருக்கவேண்டுமே என்று ஏங்கித் தவித்துக் கொண்டிருந்தார் வீஸெல். என் அப்பாவுக்காகவாவது நான் உயிர் பிழைக்கவேண்டும் என்று முணுமுணுத்துக்கொண்டார்.

வீஸெலின் தந்தை ஷ்லோமோ எட்டு மாதங்கள் மட்டுமே பிழைத்திருந்தார். கடுமையாக அவர் உழைக்கவேண்டியிருந்தது. அடிக்கடி அப்பா உதைக்கப்படுகிறார் என்னும் தகவல்

வரும்போதெல்லாம் துடித்துப் போவார் வீஸெல். கோபத்தைவிட அவமானம் அவரைப் பிய்த்து தின்றது. அவர் இறந்து சில வாரங்களில், 11 ஏப்ரல் 1945 அன்று அமெரிக்கப் படைகள் முகாமை விடுவித்தன.

இரண்டாம் உலகப் போருக்குப் பிறகு பாரிஸ் நகருக்குக் குடிபெயர்ந்தார் வீஸெல். 19 வயதில் ஒரு பத்திரிகையாளராக மாறினார். பத்தாண்டுகள் முகாம் பற்றி வாய் திறக்காமலேயே இருந்தார் வீஸெல். தனக்கு என்ன நேர்ந்தது என்பதைப் புரிந்துகொள்ள இந்த இடைவெளி அவருக்குத் தேவைப்பட்டது. ஏன் என் குடும்பம் ஒட்டுமொத்தமாக என்னிடமிருந்து பிரித்தெடுக்கப்பட்டது? எதனால் அழிக்கப்பட்டது? நான் மட்டும் ஏன் தப்பிப் பிழைத்திருக்கிறேன்? இதற்கான விடைகளை அரசியலில் தேடவேண்டுமா மதத்தில் தேடவேண்டுமா அல்லது தத்துவத்திலா? அவர் தேடல் நீண்டுகொண்டே போனது.

பிறகு தனது அமைதியை உடைத்துக்கொண்டு, தன்னுடைய முகாம் அனுபவங்களை எழுதி வெளியிட்டார். 1950களில் நியூ யார்க் சென்றவர், அங்கிருந்த யூதப் பத்திரிகையொன்றில் பணியாற்றத் தொடங்கினார். 1960ம் ஆண்டு ‘நைட்’ என்னும் பெயரில் அவருடைய புத்தகம் அமெரிக்காவில் வெளிவந்தது. மூவாயிரம் பிரதிகள் அச்சிட்டார்கள். அதற்கு மேல் விற்காது என்பது அவர்கள் நம்பிக்கை.

ஆன் ஃபிராங்கின் மிதமான அனுபவங்களைக் கண்டே கலங்கிப் போயிருந்த அமெரிக்க வாசகர்களுக்குத் தன்னுடைய முகாம் அனுபவங்கள், ஹோலோகாஸ்டின் தீவிரத்தை உணர்த்தும் என்று வீஸெல் நம்பினார். ஆனால் அமெரிக்கப் பதிப்பாளர்கள் வதைமுகாம் புத்தகங்கள் விற்காது என்னும் முடிவுக்கு அப்போது வந்து சேர்ந்திருந்தனர். கும்பல் கும்பலாக மக்கள் கொல்லப்பட்டதை யார்தான் விழுந்து விழுந்து வாசிப்பார்கள் என்று அவர்கள் நினைத்தனர். ஆனால் வீஸெல் நம்பிக்கையுடன் இருந்தார். ‘வதை முகாம்களைப் பற்றி ஆன் ஃபிராங் மூலம் நன்றாகத் தெரிந்து கொண்டு விட்டோம் என்று அமெரிக்கர்கள் நினைக்கிறார்கள். அவர்கள் தெரிந்துகொண்டது, மிதந்துகொண்டிருக்கும் ஐஸ் மலையின் ஒரு துளி மட்டுமே. ஆன் ஃபிராங்கின் புத்தகம் எங்கே முடிவடைகிறதோ அங்கே என் புத்தகம் ஆரம்பமாகிறது’ என்னும் அறிவிப்புடன் வீஸெலின் புத்தகம் தொடங்குகிறது.

பதிப்பாளர்கள் சொன்னது சரிதான். வீஸெலின் புத்தகம் அவர் எதிர்பார்த்தபடி விற்கவில்லை. 900 பக்கங்களுக்கு எழுதிவைத்தால் இப்படித்தான் ஆகும் என்று சொல்லிவிட்டார்கள். அவர்கள் சொல்வதில் உள்ள நியாயத்தைப் புரிந்துகொண்ட வீஸெல் மீண்டும் தன் பிரதியில் பணியாற்ற ஆரம்பித்தார். இரக்கமின்றிப் பக்கங்களை

வெட்டியெடுத்து, சிறிதாக்கி மீண்டும் வெளியிட்டார். இப்போது நல்ல விமரிசனங்கள் கிடைத்தன, மதிக்கத்தக்க ஆளுமைகளிடமிருந்து பாராட்டுகள் குவிந்தன. இருந்தும் விற்கவில்லை. ஆனால் எதிர்பாராத வகையில் பல சிக்கல்கள் முளைத்தன. முதலில் வெளிவந்தபோது புதினம் என்னும் தலைப்பில் வெளிவந்த நைட், பின்னர் நினைவுக் குறிப்புகள் என்று மாற்றப்பட்டு வெளிவந்தது. நியாயப்படிப் பார்த்தால், இந்தக் குழப்பம் அந்தப் புத்தகத்தின் வாழ்வை மட்டுமல்ல, அதை எழுதியவரின் பணியையும் சேர்த்தே பாதித்திருக்கவேண்டும். இது போதாதென்று, வீஸெல் இன்னொரு வரின் புத்தகத்தில் இருந்து அடியொற்றி எழுதியிருக்கிறார் என்னும் குற்றச்சாட்டும் எழுந்தது. 'தி பெயிண்டெட் பர்ட்' என்பதுதான் அந்த இன்னொரு புத்தகம். எனக்குப் பிடித்த புத்தகம் என்று வேறு வீஸெல் இதை முன்பே குறிப்பிட்டிருக்கிறார்.

இந்நிலையில் 1986ம் ஆண்டு வீஸெலுக்கு அமைதிக்கான நோபல் பரிசு வழங்கப்பட்டது. நத்தையாக நகர்ந்துகொண்டிருந்த நைட்டுக்கு இறக்கைகள் முளைத்தன. அதற்குப் பிறகு ஒவ்வோராண்டும் 4 லட்சம் பிரதிகள் விற்பனையாகத் தொடங்கின. நைட் போக, ஏராளமான நாவல்களையும் வீஸெல் எழுதினார். 2 ஜூலை 2016 அன்று வீஸெல் மான்ஹாட்டன் நகரில் உள்ள தன் வீட்டில் காலமானார். அப்போது அவர் வயது 87. வதைமுகாம் பற்றிய அவருடைய சுருக்கமான தீர்ப்பு இதுதான். 'மனிதன் மட்டும் அங்கே இறக்கவில்லை. மனிதன் என்னும் கருத்தாக்கமும் இறந்துவிட்டது.'

பிரைமோ லெவி

எலி வீஸெலைப் போலவே பிரைமோ லெவியும் ஆஷ்விட்ஸ் முகாமிலிருந்து மீண்டவர்தான். வீஸெலைப் போலவே இவரும் தன் முகாம் அனுபவங்களைப் பதிவு செய்திருக்கிறார். எழுத்தாளர் என்றல்ல, வேதியியலாளர் என்றே தன்னை அழைத்துக்கொள்ள விரும்பினார் பிரைமோ லெவி. எழுதும்போதுகூட ஓர் எழுத்தாளராகத் தன்னைப் பாவித்துக்கொள்ளாமல் வாழ்வை உடனிருந்து கண்ட ஒரு பார்வையாளர் போலவே எழுதினார். தன் வாழ்க்கையைக்கூட அவர் அவ்வாறுதான் சற்றே விலகி நின்று நிதானமாக அணுகினார், அப்படியேதான் எழுதவும் செய்தார்.

பிரைமோ லெவி ஓராண்டு காலம் வதைமுகாமில் இருந்திருக்கிறார். பிறகு, இத்தாலியில் உள்ள மிலான் நகரில் ஒரு வேதியியலாளராகப் பணியாற்றியிருக்கிறார். இவை போக, தன் வாழ்நாளின் பெரும்பாலான பகுதியை, அதாவது கிட்டத்தட்ட 68 ஆண்டுகளை

டூரினில் உள்ள அடுக்குமாடிக் குடியிருப்பில்தான் அவர் கழித்தார். சுமார் 25 ஆண்டுகளுக்கு முன்புவரை பிரைமோ லெவி அதிகம் அறியப்படாத வராகத்தான் இருந்தார். தன்னுடைய வதைமுகாம் அனுபவங்களை அவர் எழுதிமுடித்து ஓர் இத்தாலியப் பதிப்பாளரிடம் கொண்டுசென்றபோது அவர் அதனை ஏற்க மறுத்துவிட்டார். பதிப்புலகம் அதுவரை கண்டிராத எழுத்து வகையாக அவருடைய பிரதி இருந்தது ஒரு காரணம். மேலும், இதுபோன்ற நினைவுகளைப் பதிப்பிப்பதற்கான நேரம் இன்னமும் வரவில்லை என்று அவர்கள் கருதினார்கள். ஆனால் இன்று அவருடைய செல்வாக்கு, வியப்பூட்டும் இடங்களிலெல்லாம், எதிர்பாராத துறைகளிலெல்லாம் பரவியிருக்கிறது. பிரைமோ லெவியை ஆராயும் நூலொன்றின் அறிமுகத்தில் மிலிசெண்ட் மார்கஸ், ரிஸா சோடி இருவரும் குறிப்பிடுவதைப் போல், பாப் பாடல்கள், இந்திய நடனம், திரைப்படம், நாடகம், நுண்கலைகள் என்று எல்லாவற்றிலும் லெவி இடம்பெற்றிருக்கிறார். வரலாறு, அரசியல் துறை சார் ஆய்வுகள் தனி.

மிகுந்த சிரமங்களுக்கு இடையில்தான் தனது நினைவுகளை லெவி எழுதவேண்டியிருந்தது. பல்வேறு ரசாயன நிறுவனங்களிலும் வார்னிஷ் ஆலைகளிலும் பணியாற்றிக்கொண்டே லெவி எழுதினார். இயற்பியல்தான் அவருடைய முதல் ஆர்வம் என்றும் பின்னர் வேதியியலுக்கு அவர் திசை மாறவேண்டியிருந்தது என்றும் சொல்லப் படுகிறது. லெவியின் பணிக்கும் எழுத்துக்கும் உள்ள தொடர்பை மருத்துவரும் எழுத்தாளருமான சித்தார்த் முகர்ஜி 'தி கார்டியன்' இதழில் பொருத்தமாகச் சுட்டிக்காட்டியிருக்கிறார். 'ஆய்வுக் கூடங்களில் ரசாயனப் பரிசோதனைகள் நிதானமாகவும் கவனமாகவும் நடத்தப்படுவது வழக்கம். லெவியின் எழுத்துகளும் அவ்வாறே நிதானமான ஒரு போக்கைக் கொண்டிருக்கிறது. தீராத் துயரங்களையும் வலிகளையும் எழுதும்போதுகூட அவர் மிதமான, உணர்ச்சிகளற்ற சொற்களையே தேர்ந்தெடுத்து எழுதினார்' என்கிறார் முகர்ஜி. 'கடுமையான வார்த்தைகளைப் பிரயோகிக்கலாம்தான், ஆனால் அப்படிப்பட்ட வார்த்தைகள் இருப்பதாகத் தெரியவில்லை' என்று ஓரிடத்தில் குறிப்பிடுகிறார் லெவி. வதைமுகாம்கள் பற்றி எழுதுவதற்குத் தோதான கடினமான மொழி நம்மிடம் இல்லை என்கிறார் அவர்.

மனிதகுலத்தின் முதல் வீழ்ச்சி ஆதாம் என்றால் இரண்டாவது வதைமுகாம் என்கிறார் லெவி. வதைமுகாம் என்பது ஒரு தொடர்ச்சி. லெவியைப் பொருத்தவரை அது நடந்துமுடிந்துவிட்ட ஒன்றல்ல. ஒவ்வொரு காலகட்டமும் தனக்கான பாசிசத்தைக் கண்டெடுத்துக்

கொள்கிறது. எங்கெல்லாம் அதிகாரம் ஒன்றுகுவிக்கப்படுகிறதோ, அங்கெல்லாம் பாசிசத்துக்கான அறிகுறிகள் தெரியத் தொடங்கி விடுகின்றன. அங்கெல்லாம் மனிதர்கள் சுதந்தரமாகத் தங்கள் உணர்வுகளை வெளிப்படுத்தவோ சுயமாக நடந்துகொள்ளவோ முடிவதில்லை. இந்நிலையை அடைய காவல்துறை ஒடுக்குமுறை மட்டுமே தேவைப்படும் என்றில்லை. மக்களுக்குத் தேவையான தகவல்கள் மறுக்கப்படலாம், திரிக்கப்படலாம். நீதித்துறையின் அடித்தளம் அறுக்கப்படலாம். கல்வித்துறை முடக்கப்படலாம். இவையெல்லாம் பாசிசத்தின் அறிகுறிகள் என்றார் லெவி.

ஒரு யூதராக இருப்பது என்பதன் பொருள் என்ன? அவருடைய சுயசரிதையான 'தி பீரியாடிக் டேபிள்' அளிக்கும் நையாண்டி கலந்த பதில் இது. 'யூதன் என்பவன், கிறிஸ்துமஸ் வரும்போது மரத்தை அலங்கரிக்காதவன். சலாமி அவனுக்கு மறுக்கப்பட்டிக்கும், ஆனால் அதைச் சாப்பிடுவான். பதின்மூன்று வயதில் ஹீப்ரு கற்றுக்கொண்டு, பிறகு மறந்துபோய்விடுவான்.' ஒரு யூதராக இருப்பது எவ்வளவு வேதனையானது என்பதை நேரடியாக உணர்ந்தவர் லெவி. படிப்படியாக யூத வெறுப்பு இத்தாலியில் பரவி வந்ததை அவர் கண்டார். வானொலி அறிவிப்புகள் யூதர்களுக்கு எதிரானவையாக இருந்தன. செய்தித்தாள்களில் இடம்பெறும் கட்டுரைகள் யூதர்களை வெறுத்தன. அயல்நாட்டு யூதர்கள் இத்தாலியில் இருந்து விரட்டியடிக் கப்பட்டனர். குழந்தைகளுக்காக எழுதப்பட்ட நாவல்கள், யூதர்களை வெறுக்கக் கற்றுக்கொடுத்தன. சட்டமே யூதர்களை இத்தாலிய குடிமக்களாகப் பார்க்கவில்லை.

ஜெர்மனிபோல் இத்தாலியில் யூத எதிர்ப்பு தொடக்கத்திலிருந்தே இருந்ததில்லை. 1922ம் ஆண்டு பாசிசம் அரசு தத்துவமாக மாறியபோதும்கூட யூத எதிர்ப்பு மனநிலை உருவாகிவிடவில்லை. நாஜி ஜெர்மனியுடன் பாசிச இத்தாலி ஒப்பந்தம் போட்டுக்கொண்ட பிறகே நிலைமை மாறியது. 1938ம் ஆண்டு இனவாதத்தின் பிரகடனம் (சார்டர் ஆஃப் ரேஸ்) வெளியிடப்பட்டது. யூதர்களுக்கு இத்தாலியக் குடியுரிமையைப் பறிக்கவும், அரசுப் பணிகளில் இருந்து யூதர்களை அப்புறப்படுத்தவும் இந்தப் பிரகடனம் சட்டபூர்வமான அங்கீகாரத்தை வழங்கியது. முசோலினிமீது ஹிட்லர் எந்த அளவுக்குச் செல்வாக்கு செலுத்தியிருந்தார் என்பதற்கு, இந்தப் பிரகடனம் ஓர் எடுத்துக்காட்டு. ஹிட்லரின் ஜெர்மனியை அடியொற்றி அடுத்தடுத்து பல யூத எதிர்ப்புச் சட்டங்களை முசோலினி இயற்றினார். இத்தாலியில் யூத வெறுப்பு காலூன்றாது என்று நம்பியிருந்த லெவி அதிர்ந்துபோனார். இரண்டாம் உலகப் போர் வெடித்தபோது, லெவி தலைமறைவு ராணுவ இயக்கம் ஒன்றில் சேர்ந்துகொண்டார்.

தன் வாழ்நாளின் பெரும்பகுதியில் லெவி மனஅழுத்தத்துக்கு உள்ளாகியிருந்தார். லெவியை வீஸெலுடன் ஒப்பிடுவது வழக்கம். வீஸெல் கிட்டத்தட்ட 60 ஆண்டுகள் கடவுள் குறித்து உரையாடல் நிகழ்த்தியவர். அவர் முற்றிலுமாக இறை நம்பிக்கையைக் கைவிட்டுவிடவில்லை. ஆனால் லெவி ஒரு நாத்திகவாதியாகவே இறுதிவரை இருந்தார். ஆஷ்விட்ஸில் இருந்தபோதுதான் நான் ஒரு யூதனாக மாறினேன் என்கிறார் லெவி. இன்னோரிடத்தில் சொல்கிறார். 'ஆஷ்விட்ஸ் இருக்கிறது. எனவே கடவுள் என்றொருவர் இருக்க முடியாது.'

1943ம் ஆண்டு இத்தாலியில் உள்ள ஒரு வதைமுகாமில் லெவி அடைக்கப்பட்டார். அடுத்த ஆண்டு பிப்ரவரி மாதம் ஆஷ்விட்ஸ்க்கு மாற்றப்பட்டார். ஜனவரி 1945ல் விடுவிக்கப்படும்வரை மோனோவிட்ஸ் முகாமில் இருந்தார் லெவி. 'நான் முகாமில் இருந்தபோது, என் கதையைச் சொல்லவேண்டும் என்னும் உணர்வு அழுத்தமாக இருந்தது. அந்த ஜெர்மானிய பரிசோதனைக் கூடத்தில், அந்தக் கடும் குளிரில், போரில், ஊடுருவும் கண்களுக்கு இடையில் என் கதையைப் பதிவு செய்யத் தொடங்கினேன். சிறிய துண்டுக் காகிதங்களில் எழுதினேன். ஆனால் இவற்றையெல்லாம் எந்த நிலையிலும் பத்திரப்படுத்தி வைக்க முடியாது என்பது தெரிந்தது. பிறகு இத்தாலிக்குத் திரும்பியதும் எழுதவேண்டும் என்னும் நிர்ப்பந்தத்தை உணர்ந்தேன். சில மாதங்களில் 'Survival in Auschwitz' புத்தகத்தை எழுதினேன். பதினைந்து ஆண்டுகளுக்குப் பிறகு 'The Reawakening' என்னும் நூலை எழுதினேன்.'

லெவியின் எழுத்துகளில் காணப்படும் ஓர் ஆச்சரியமூட்டும் விஷயம் அவரிடம் சிறிதளவு வெறுப்பும் தென்படவில்லை என்பதுதான். அவர் ஏன் ஜெர்மானியர்களையும் பாசிஸ்டுகளையும் நாஜிகளையும் வெறுக்காமல் இருந்தார்? எவ்வாறு இருக்கமுடிந்தது? எப்படி அவரால் வெறுப்பைக் கட்டுப்படுத்திக்கொள்ளமுடிந்தது? 'வெறுப்பு என்பது மிருகத்தனமானது. என் சிந்தனைகளும் செயல்பாடுகளும் பகுத்தறிவோடு இருக்கவேண்டும் என்று விரும்புகிறேன். தவிரவும், ஒரு குறிப்பிட்ட இனத்தின்மீது வெறுப்பை ஒட்டுமொத்தமாகத் திணிப்பதை என்னால் ஏற்கமுடியாது. உதாரணத்துக்கு, எல்லா ஜெர்மானியர்களையும் என்னால் வெறுக்கமுடியாது. ஒருவேளை நான் அப்படிச் செய்தால் நானும் நாஜிகளின் உதாரணத்தைப் பின்பற்றுகிறேன் என்றாகிவிடும். தேசியம் சார்ந்த, இனம் சார்ந்த வெறுப்பை நாஜிகள் முன்வைத்தனர்... ஒருவேளை முகாமில் குற்றமிழைத்தவர்கள், எனக்கு நன்கு அறிமுகமான முகங்கள் என் முன்னால் தோன்றினால் என்ன செய்வேன்? அவர்களை வெறுக்கவேண்டும், வன்முறையைக்

கையாளவேண்டும் என்றெல்லாம்கூடத் தோன்றலாம். ஆனால் நான் அந்தத் தூண்டுதல்களுக்கு இரையாக மாட்டேன். ஏனென்றால் நான் ஒரு பாசிஸ்ட் அல்ல. நான் ஒரு நாஜியும் அல்ல.'

அப்படியானால் நாஜிகளின் கொடுந்தவறுகளை அவர் மன்னித்து விட்டார் என்று கொள்ளலாமா? பாசிசத்தையும் நாஜிசத்தையும் அவர் அமைதியாக ஏற்றுக்கொண்டுவிட்டார் என்றாகிவிடாதா? 'இல்லை. நான் கிரிமினல்களை மன்னித்துவிடவில்லை. ஒரே ஒருவரைக்கூட மன்னிக்க நான் தயாராகயில்லை. எப்போது மன்னிப்பேன் தெரியுமா? அவன் தன் குற்றங்களை ஒப்புக்கொள்ளும்போது. வாயளவில் அல்ல, மனதார தன் குற்றங்களை அவன் உணரவேண்டும். தன் தவறுகளை உணர்வதோடு அவற்றை அவன் நீக்கவும் முன்வரவேண்டும். தன் சிந்தனைகளில் இருந்து அவன் அவற்றை நீக்கவேண்டும். மற்றவர் களிடமுள்ள குற்றங்களையும் கண்டறிந்து அவன் களையவேண்டும். என்னுடைய எதிரி இவ்வாறு செய்தால், அவனை நான் மன்னிப்பேன். அப்போது அவன் என் எதிரியாக இருக்கமாட்டான்.'

லெவியின் மனம் விசாலமானது. பாதிக்கப்பட்ட ஒருவரின் வாக்கு மூலமாக அவருடைய பதிவைக் காணமுடியாது. லெவியின் எழுத்துகள் புலம்புவதில்லை. குறை கூறுவதில்லை. பழிவாங்க வேண்டும் என்று துடிப்பதில்லை. அதில் கழிவிரக்கம் இல்லை. சுய பச்சாதாபம் இல்லை. கோபம் இல்லை, வெறுப்பு இல்லை. அசாதாரணமான சம்பவம் ஒன்று நிகழ்ந்தது. அது கொடுமையாக இருந்தது. அதை நான் பார்த்தேன். அதில் நானும் பங்கேற்றேன். பாதிக்கப்பட்டேன் என்று மட்டுமே சொல்கிறார் லெவி. அதுவும் அடக்கமாக, மிகவும் பண்புடன். 'பொதுவாக எழுதப்படுவதைப் போல் என்னை மையப்படுத்தாமல், என்னை விலக்கி வைத்துவிட்டு எழுதும்போது, மிகையாக உணர்ச்சி வசப்படாமல் எழுதும்போது என் கதை நம்பத்தகுந்ததாக இருக்கும் என்று நம்புகிறேன்' என்கிறார் லெவி.

விடுவிக்கப்பட்ட பிறகு1965, 1982 என்று இரண்டு முறை ஆஷ்விட்ஸ் முகாமுக்குச் சென்று பார்வையிட்டார் லெவி. தனக்கே உரித்தான வகையில், தான் தரிசித்ததை அவர் விவரித்தார். 'சுமார் 40 வளாகங்களைக் கொண்டது ஆஷ்விட்ஸ் வளாகம். போலிஷ் அரசு அதை ஒரு தேசிய நினைவகமாக மாற்றியிருந்தது. முகாம்கள் சுத்தப்படுத்தப்பட்டிருந்தன. வண்ணம் அடிக்கப்பட்டிருந்தது. மரங்களை நட்டு வைத்திருக்கிறார் கள். பூந்தொட்டிகள் வரிசையாக அடுக்கிவைக்கப்பட்டிருக்கின்றன. அருங்காட்சியகம் ஒன்று இருக்கிறது. கடந்துபோனதை நினைவு படுத்த சில பொருள்கள் இருக்கின்றன. டன் கணக்கில் மனித முடி,

லட்சக் கணக்கில் மூக்குக் கண்ணாடிகள், சீப்புகள், ஷேவிங் பிரஷ்கள், பொம்மைகள், குழந்தைகளின் காலணிகள்... செயற்கையான முறையில் ஒழுங்குபடுத்தப்பட்டிருந்தது அந்த அருங்காட்சியகம். நான் தங்கியிருந்த மோனோவிட்ஸ் இப்போது இல்லை.'

பெரும்பாலானவர்கள் முகாமை மறக்கவே விரும்பினார்கள். லெவி அவர்களில் ஒருவர் அல்லர். அவர் முகாமை நினைவில்வைத்திருந்தார். 'முகாமில் இருந்தவர்களின் அனுபவங்கள் பொருளற்றவையல்ல. முகாம் என்பது ஒரு விபத்தல்ல. அது ஓர் எதிர்பாராத வரலாற்று நிகழ்வு. நான் மட்டுமல்ல, உலகமும் அதை நினைவில் வைத்திருக்க வேண்டும்.'

14

முகாம்

இனி நாம் கதைகள் பேசலாம். மூளையற்ற காலங்களைப் பற்றியும் மூளையற்ற மனிதகுலத்தைப் பற்றியும் பேசலாம்.

எலி வீஸெல்

பிரைமோ லெவி குறிப்பிடுவதைப்போல் முகாமை நாம் அதன் விரிவான வரலாற்றுப் பொருளில் புரிந்துகொள்ளவேண்டியது அவசியம். அதற்கு ஜெர்மனியைக் கடந்து சில விஷயங்களைப் பேசியாகவேண்டும். நாஜி ஜெர்மனி பற்றிய நேரடி சாட்சியங்களில் முக்கியமானது, ஜெர்மானிய யூதரான விக்டர் கிளெம்பெரர் எழுதிய டைரி குறிப்புகள். டச்சாவ் முகாமில், முதல் கைதிகள் வந்து சேர்ந்த 1933ம் ஆண்டு அவர் எழுதிய ஒரு குறிப்பு இது. 'இனி வரும் காலங்களில் வதைமுகாம் என்று சொன்னாலே ஹிட்லரின் ஜெர்மனிதான் எல்லோருடைய நினைவுக்கும் வரும். ஆம், ஹிட்லரின் ஜெர்மனி மட்டும்தான்.' இது இப்போது உண்மையாகியிருக்கிறது. வதைமுகாம்கள் என்றால் உடனே ஹிட்லரும் நாஜிகளும் யூதர்களும் தான் நம் நினைவுக்கு வருகிறார்கள். ஆனால், வதைமுகாம் என்பது ஹிட்லரின் கண்டுபிடிப்பு அல்ல. முதல் வதைமுகாம் ஜெர்மனியில் உருவாகவும் இல்லை.

1995ம் ஆண்டு பிரிட்டிஷ் போலிஷ் சமூகவியலாளர் ஸிக்மண்ட் பாமன் கேள்வியொன்றை எழுப்பினார்.

அறிவொளி காலகட்டம், புரட்சிகளின் காலகட்டம் என்றெல்லாம் நூற்றாண்டுகளை வகைப்படுத்துகிறோம். இருபதாம் நூற்றாண்டை எப்படி அழைப்பது? இந்தக் காலகட்டம் எதைக்கொண்டு அறியப் பட்டது? அதை எப்படி மதிப்பிடவேண்டும்? விடையை அவரே அளிக்கிறார். 'எதிர்வரும் சந்ததியினர் இருபதாம் நூற்றாண்டை முகாம்களின் நூற்றாண்டு என்றே நினைவு கூர்வார்கள்.' நாஜிகளின் முகாம்களை மட்டுமல்ல, வெவ்வேறு இடங்களில் உலகெங்கும் முளைத்த முகாம்களை ஆராய்ந்தபிறகே அவர் இந்த முடிவுக்கு வந்துசேர்ந்தார்.

வதைமுகாமை ஒரு புதிய வடிவத்தில் தொடங்கிவைத்த ஒரு முக்கிய மான நிகழ்வாக முதல் உலகப் போர் கருதப்படுகிறது. இந்தப் போரின்போது கிட்டத்தட்ட 3,000 ஜெர்மானியர்களும், ஆஸ்திரியர் களும் ஆஸ்திரேலியாவில் உள்ள முகாம்களில் அடைக்கப்பட்டனர். முதல் உலகப் போர் நடைபெறுவதற்குக் காரணமாக இருந்த நிகழ்வாகச் சொல்லப்படும் ஆஸ்திரிய ஹங்கேரி ஆர்க்டியூக் ஃபெர்டினாண்ட் படுகொலை ஒரு செர்பியரால் நடத்தப்பட்டது என்பதால் செர்பியர்கள் பெரும் எண்ணிக்கையில் சிறைபிடிக்கப்பட்டு வதைமுகாம்களில் அடைக்கப்பட்டனர்.

இரண்டாம் உலகப் போரின்போதும் காளான்களைப் போல் முகாம்கள் அடுத்தடுத்து முளைத்தன. ஜப்பான் ஹாங் காங்கை ஆக்கிரமித்தபோது தன் எதிரிகளை முகாம்களில் முடக்கிவைத்தது. டிசம்பர் 1941 தொடங்கி தென் கிழக்கு ஆசியாவைக் குறிவைத்து ஆக்கிரமித்த ஜப்பான் பல்லாயிரக்கணக்கான போர்க் கைதிகளை முகாம்களில் அடைத்தது. ஒரு கணக்கின்படி, நேச நாட்டுப் படைகளைச் சேர்ந்த 1,30,000 வீரர்கள் ஜப்பானால் சிறைபிடிக்கப்பட்டனர். இந்த முகாம்களில் பலவற்றில் கைதிகள் கட்டாயப் பணியில் ஈடுபடுத்தப் பட்டனர். கடினமான சூழலில், பசியிலும் நோயிலும் வாடும்படி விடப்பட்டனர். டச்சுப் பெண்கள் பலர் பாலியல் பலாத்காரம் செய்யப்பட்டனர். ஜப்பானியர்களின் குரூரமான சித்திரவதைகள் பற்றி பலவிதமான சாட்சியங்கள் காணக்கிடைக்கின்றன.

டென்மார்க்கில் போர்க் கைதிகள் முகாம்களில்தான் அடைத்து வைக்கப்பட்டனர். மார்க்சியத்துக்கு எதிரான போர் என்னும் பெயரில் அர்ஜெண்டினாவின் ராணுவ ஆட்சியாளர்கள் 1974 முதல் 1983 நடத்திய தீவிர வேட்டையின்போது நாடு முழுக்க 300 ரகசிய வதைமுகாம்கள் உருவாக்கப்பட்டு பல்லாயிரக்கணக்கானவர்கள் சித்திரவதை செய்யப் பட்டுக் கொல்லப்பட்டனர். கைதிகளின் சொத்துகள் பறிமுதல் செய்யப் பட்டன. வதைமுகாம்களில் பிறந்த குழந்தைகளும்கூட உடனுக்குடன் கொல்லப்பட்டன.

கம்போடியாவில், போல் போட்டின் கைமர் ரூஜ் சர்வாதிகார அரசு வதைமுகாம்களை உருவாக்கி 20 லட்சத்துக்கும் அதிகமானவர்களைக் கொன்றுகுவித்தது. சிலியில் பினோசெட் அரசு எழுபதுகளிலும் எண்பது களிலும் பல வதைமுகாம்களை உருவாக்கி ஆயிரக்கணக்கானவர் களைக் கொன்றொழித்தது. கிட்டத்தட்ட 80,000 பேர் முகாம்களில் அடைக்கப்பட்டனர். முப்பதாயிரத்துக்கும் அதிகமானோர் சித்திர வதை செய்யப்பட்டனர். பின்லாந்தில் உள்நாட்டுப் போர் வெடித்த போது மே 1918 வாக்கில் கிட்டத்தட்ட 80,000 பேர் வதைமுகாம்களில் இருந்தனர். பசி, நோய் காரணமாகப் பலர் மாண்டுபோயினர். அல்ஜீரியாவை பிரான்ஸ் ஆக்கிரமித்தபோது அராபியர்களை, பெர்பியர்களை, துருக்கியர்களை முகாம்களில்தான் தடுத்துவைத்தது. 1830 முதல் 1950 வரை 15 முதல் 25 சதவிகித அல்ஜீரியர்கள் இந்த முகாம்களில் கொல்லப்பட்டனர்.

கொரியா, லிபியா, நெதர்லாந்து, நியூ சிலாந்து, வட கொரியா, சீனா, ஸ்பெயின், கென்யா, அயர்லாந்து, இத்தாலி, மாண்டிநீக்ரோ, போஸ்னியா, செர்பியா, ஸ்லொவாக்கியா என்று தொடங்கி முகாம் களில் அடைக்கப்பட்ட, வதைக்கப்பட்ட, கொல்லப்பட்ட பல்வேறு நாடுகளைச் சேர்ந்த கைதிகளின் எண்ணிக்கையைக் கணக்கிடுவது நடைமுறை சாத்தியமற்றது. க்யூபாவில் உள்ள குவந்தனாமோ பே சிறைச்சாலையை அமெரிக்காவின் வதைமுகாம் என்று அழைக்க முடியும். இலங்கை ஒரு சமீபத்திய உதாரணம். உலகம் பல முகாம்களை ஹிட்லருக்கு முன்பே கண்டிருக்கிறது என்னும் உண்மை அழுத்தமாகச் சொல்லப்படுவதில்லை.

முகாம் என்றால் என்ன?

கேம்ப் என்பதற்குப் பொருளகராதிகள் பின்வரும் விளக்கங்களை அளிக்கின்றன. தாற்காலிகமாகத் தங்குவதற்காக உருவாக்கப்படும் கூடாரம் அல்லது கட்டடம்; அதற்குண்டான நிலம். ஆள்கள் தங்குவதற்கான திறந்த வெளிப் பிரதேசம். மக்கள் தொகுதி. ஒரு குறிப்பிட்ட சித்தாந்தத்தை அல்லது கோட்பாட்டை முன்வைப்பவர் களைக் குறிக்கும் சொல் (லிபரல் கேம்ப், கன்சர்வேடிவ் கேம்ப்). சித்தாந்த நிலைப்பாடு. ராணுவச் சேவையை அல்லது வாழ்வைக் குறிக்கும் சொல்.

முகாம் என்பது ஒரு தாற்காலிகத் தங்குமிடம். இயல்பான வாழ்விடத் தில் இருந்து பிரிந்திருப்பதால் அது ஓர் அசாதாரணமான இடமும்கூட. இங்கு நுழைபவர் தன் அடிப்படை குடியுரிமையை இழக்கிறார். அவரிடமிருந்து அடிப்படைக் உரிமைகள் பறிக்கப்படுகின்றன.

அரசாங்கத்துக்கு தேவையற்றவர்கள் முகாமில் தொகுக்கப் படுகிறார்கள். அவர்கள் எதிரிகளாக இருக்கலாம், தேவையற்றவர் களாக இருக்கலாம், தீமை விளைவிப்பவர்கள் என்று கருதப்பட்டவர் களாக இருக்கலாம். வெளியில் உள்ள வாழ்வுக்கும் இதற்கும் தொடர்பில்லை. அதுவரையிலான உங்கள் வாழ்வு துண்டிக்கப்பட்டு புதிய வாழ்வு உள்ளே தொடங்குகிறது. பழைய வாழ்க்கை விதிகளை மறந்துவிட்டு முகாமுக்கென்றே வகுக்கப்பட்ட பிரத்தியேக விதிகளை இனி நீங்கள் பின்பற்றியாகவேண்டும். இந்த விதிகள் எப்படி இருக்கவேண்டும் என்பதைவிட எப்படியெல்லாம் இருக்கக்கூடாது என்பதை வலியுறுத்துகின்றன. எது சரியானது என்பதைவிட எதெல்லாம் தவறானவை என்பதை ஒருவர் இங்கே கற்றுக் கொள்கிறார்.

வரலாற்றில் என்னென்ன காரணங்களுக்காக முகாம்கள் உருவாக்கப் பட்டன என்பதை, இதுபற்றி ஆராய்ந்துள்ள நிகோலஸ் வாக்ஸ்மன் விவரிக்கிறார். போரின்போது பிடிபட்ட அதிக எண்ணிக்கையிலான கைதிகளை அடைத்து வைக்க முகாம்கள் தேவைப்பட்டன. கைதிகளைக் கட்டாயப் பணியில் ஈடுபடுத்தி அவர்களுடைய உழைப்பைப் பயன்படுத்திக்கொள்ள பல நாடுகள் முகாம்களை பயன் படுத்தத் தொடங்கின. அகதிகளைத் தங்கவைக்க இடம் தேவைப்பட்ட போது முகாம்கள் முளைத்தன. முகாம்களை உருவாக்குவது எளிதான தாகவும் சிக்கனமானதாகவும் இருந்தது. ஓரிடத்தைத் தேர்ந்தெடுத்து மக்களைக் குவித்து, ஒரு கூரை போட்டு, சுற்றிலும் இரும்பு முள் வேலியைப் போட்டுவிட்டால் அது ஒரு முகாமாக மாறியது. கம்பி வேலிகள் விலை குறைவானதாகவும் அதிகம் கிடைக்கக் கூடியதாகவும் இருந்ததால் இந்த ஏற்பாடு லாபகரமானதாக இருந்தது. கைதிகள் தப்பிவிடாமல் இருக்கவும் அவர்களை அச்சத்தில் ஆழ்த்தி வைக்கவும் முகாமுக்கு வெளியில் இயந்திரத் துப்பாக்கி தரித்த வீரர்கள் நிறுத்தப்பட்டனர்.

ஸ்பெயின் க்யூபாவை அடிமைப்படுத்தி ஒரு காலனி நாடாக உருமாற்றியபோது, அந்நிய ஆதிக்கத்துக்கு எதிராக அவ்வப்போது க்யூபர்கள் கிளர்ந்தெழுந்தனர். இந்த எழுச்சி ஒரு கட்டத்தில் தீவிரமடைந்தபோது ராணுவ ஜெனரலாகப் பணியாற்றிய வலேரியானோ வெய்லர் கவர்னர் ஜெனரலாக நியமிக்கப்பட்டார். கடுமையான ஒடுக்குமுறை நடவடிக்கைகள்மூலம் எதிர்ப்புகளை ஒடுக்கிய இவர், 1890 வாக்கில் க்யூபா முழுக்க முகாம்களை உருவாக்கி பெரும் எண்ணிக்கையிலான க்யூபர்களைச் சிறைபடுத்தினார். சிவிலியன்களைப் புரட்சியாளர்களிடமிருந்து தனிமைப்படுத்தவே இந்த ஏற்பாடு என்று சொல்லப்பட்டது. கிட்டத்தட்ட மூன்று லட்சம்

பேர் தங்களுடைய குடியிருப்புகளில் இருந்து அப்புறப்படுத்தப் பட்டனர். அவர்களில் பல்லாயிரக்கணக்கானவர்கள் வெய்லரின் கடுமையான ஒடுக்குமுறைக்கு இரையாகி இறந்துபோயினர். கசாப்புக் கடைக்காரர் வெய்லர் என்று புனைப்பெயரைப் பெறும் அளவுக்கு அவருடைய முகாம்கள் கொடூரமானவையாக இருந்தன.

வதைமுகாமின் தோற்றம்

கான்சன்ட்ரேஷன் கேம்ப் எனப்படும் வதைமுகாமை முதலில் உருவாக்கிய நாடு பிரிட்டன். இந்தப் பதத்தை முதலில் பயன்படுத்திய வர்களும் அவர்கள்தாம். 1899 முதல் 1902 வரை தென் ஆப்பிரிக்காவில் நடைபெற்ற போயர் போரின்போது வதைமுகாம் பொருளளவிலும் செயலளவிலும் பயன்பாட்டுக்கு வந்தது. ஸ்பெயின் க்யூபாவை ஆக்கிரமித்ததைப்போல் தென் ஆப்பிரிக்காவை ஆக்கிரமித்திருந்த தன்னுடைய காலனியை அங்கு வளர்த்தெடுத்தது பிரிட்டன். பிரிட்டனின் காலனியாதிக்கத்தை போயர் கெரில்லா பிரிவினர் கிளர்ந்தெழுந்து ஆயுத வழியில் எதிர்த்தனர். போயர்களை ஒடுக்க பிரிட்டிஷ் காலனி அதிகாரிகள் வதைமுகாம்களை உருவாக்கினர். போயர் நிலப்பகுதியில் வசித்த ஆண்கள், பெண்கள், முதியோர், குழந்தைகள் என்று அனைத்துக் கருப்பினத்தவரும் சிறைபிடிக்கப்பட்டு இந்த முகாம்களில் அடைக்கப்பட்டனர்.

தென் ஆப்பிரிக்கா முழுக்க 45 தாற்காலிகச் சிறைச்சாலைகளை பிரிட்டன் உருவாக்கியது. இவையே வதைமுகாம்கள் என்று அழைக்கப்பட்டன. போராடும் புரட்சியாளர்களுக்கு ஆயுதம், உணவு உள்ளிட்ட உதவிகள் கிடைக்காதவண்ணம் அவர்களைத் தனிமைப் படுத்த இந்த முகாம்கள் தேவைப்பட்டன என்று பிரிட்டன் தன் செயலை நியாயப்படுத்தியது. அதிகாரபூர்வப் புள்ளிவிவரங்களின்படி இந்த முகாம்களில் மொத்தம் 1,16,572 போயர்கள் அடைக்கப் பட்டனர். போராளிகள் எதிரிகளாகக் கருதப்பட்டதால் அவர்களுடைய குடும்பத்தைச் சேர்ந்த கைதிகளுக்கு குறைவான உணவே அளிக்கப் பட்டது. இதனால் கடுமையான பசியிலும் ஊட்டச்சத்து குறைபாட்டி லும் பெண்களும் குழந்தைகளும் தத்தளித்தனர். சுகாதாரமற்ற முறையில் வதைமுகாம்கள் இயங்கியதால் தொற்று நோய்களும் பெருகத் தொடங்கின. நோயுற்றவர்களுக்கு மருத்துவ உதவியும் கிடைக்கவில்லை. போருக்குப் பிந்தைய புள்ளி விவரங்களின் படி, கிட்டத்தட்ட 42,000 பேர் வதைமுகாம்களில் இறந்து போயினர். அவர்களில் 22,000 பேருக்கும் அதிகமானோர் 16 வயதுக்குக் கீழானவர் கள். முகாமில் அடைக்கப்பட்டவர்களில் கிட்டத்தட்ட 25 சதவிகிதம் பேர் கொல்லப்பட்டனர்.

பிரிட்டன் உருவாக்கிய மனிதத்தன்மையற்ற வதைமுகாம்களைப் பற்றி பிரிட்டிஷ் பொதுமக்களுக்கு வெளிச்சம் போட்டுக் காட்டியவர் எமிலி ஹாப்ஹவுஸ். ஒரு செயற்பாட்டாளராக தென் ஆப்பிரிக்கா சென்ற எமிலி அங்கிருந்த பிரிட்டிஷ் வதைமுகாம்களைப் பார்வையிட்டபோது அவர் உள்ளம் கொதித்தது. ஒரு துண்டு இடத்தில் ஆட்டு மந்தைகளைப் போல் கைதிகள் அடைக்கப்பட்டதை அவர் பார்த்தார். ஒரு நாளைக்கு 50 குழந்தைகள் என்னும் விகிதத்தில் மரணங்கள் நிகழ்வதை அவர் கண்டார். 'வதைமுகாம் என்பது மிகப் பெரிய குரூரம். குறிப்பாக, குழந்தைகளை வதைமுகாம் கொன்று குவிக்கிறது' என்றார் எமிலி. தான் கண்டதை எமிலி ஓர் அறிக்கையாகத் தயாரித்தார்.

'வதைமுகாமை மக்களின் நினைவுகளில் இருந்து அழித்துவிட முடியாது. குழந்தைகளை அது மிகுந்த பாதிப்புக்குள்ளாக்குகிறது... ஒட்டுமொத்த கிராமங்களும் பெயர்த்து எடுக்கப்பட்டு விநோதமான வறண்ட இடங்களில் குப்பையைப்போல் குவிக்கப்பட்டிருக்கின்றன. அங்கிருந்த பெண்கள் அற்புதமானவர்கள். அவர்கள் அதிகம் புகார் செய்வதில்லை, அதிகம் அழுவதில்லை. இதையெல்லாம் அவர்கள் கடந்துவந்துவிட்டார்கள். தங்கள் குழந்தைகள் துவண்டு விழும்போது தான் அவர்களுடைய உணர்வுகள் வெளிப்படுகின்றன.

'இன்று நான் முகாமுக்குச் சென்று பார்வையிட்டேன். ஒரு நர்ஸ் படுக்கையில் சரிந்துகொண்டிருந்தார். அவர் சரியாக உண்டிருக்க வில்லை என்பதும் அளவுக்கு அதிகமாக உழைத்துக்கொண்டிருந்தார் என்பதும் பார்த்தவுடனே தெரிந்தது. பக்கத்து முகாமில் சுவாசிக்க சிரமப்பட்டுக்கொண்டிருந்த ஒரு ஆறு வயதுக் குழந்தை தன் அம்மாவின் மடியில் படுத்துக்கொண்டிருந்தது. 21 வயது இளம்பெண் ஒருவர் இறந்துகொண்டிருந்தார். தன் மகளுக்கு அருகில் அவருடைய போயர் தந்தை மண்டியிட்டு அமர்ந்திருந்தார். பக்கத்து முகாமில் அவருடைய மனைவி தன் ஆறு வயது குழந்தையைக் கவனித்துக் கொண்டிருந்தார். அந்தக் குழந்தையும் இறந்துகொண்டுதான் இருந்தது. எதுவுமே செய்யமுடியாத நிலையில் அனைத்தையும் பார்த்துக் கொண்டு நின்றேன்.'

முகாம் எப்படி இருந்தது என்பதையும் எமிலி விவரித்தார். 'வெளியில் கடும் சூடு, உள்ளே மூச்சுத்திணறல்... திரும்பும் பக்கமெல்லாம் அடர்த்தியாக ஈக்கள் மொய்த்துக்கொண்டிருந்தன. குழந்தைகள் வெவ்வேறு உபாதைகளால் துன்புற்றிருந்தனர்... சோப்பு இங்கே அரிதாகவே கிடைக்கிறது. தண்ணீரைக் காய்ச்சிக் குடிக்கும் அளவுக்கு எரிபொருள் இல்லை என்பதால் அப்படியே அருந்துகிறார்கள். நோய்

பெருகிக்கொண்டிருந்தது. மருத்துவரைச் சந்தித்து விசாரித்தேன். மரணங்கள் அதிகரிக்கப்போகின்றன என்றார் அவர். கருணைகூட வேண்டாம், ஓரளவு சிந்திக்க முடிந்தாலே இந்த முகாம் எவ்வளவு கொடூரமான ஒரு நடைமுறை என்பது ஆங்கிலேயர்களுக்குப் புரியவரும். அது சாத்தியமானால், வயதானவர்கள், நலிந்தவர்கள், குழந்தைகள் அனைவரையும் துன்புறுத்தும் இந்த முகாமை அவர்கள் எதிர்ப்பார்கள்.'

எமிலி மட்டுமல்ல, பலரை இந்த வதைமுகாம் உலுக்கியெடுத்தது. சார்லஸ் ஆகெட் என்னும் பாதிரியார் வதைமுகாம் பிரிட்டிஷ் சாம்ராஜ்ஜியத்தின் கோழைத்தனத்தைச் சுட்டிக்காட்டுகிறது என்று டிசம்பர் 1901ல் குறிப்பிட்டார். காட்டுமிராண்டித்தனமான வழிமுறை களைப் பின்பற்றி பிரிட்டன் இந்தப் போரை நடத்துகிறது என்றும் அவர் விமரிசித்தார். வதைமுகாம் என்பது உண்மையில் கொலை முகாம்தான் என்றும் குறிப்பிட்டார்.

நாஜி முகாம்

பிரிட்டிஷ் வதைமுகாம்கள் பற்றி இங்கே குறிப்பிடுவதற்கு ஒரு காரணம் இருக்கிறது. ஏப்ரல் 1941ல் நாஜிகளின் ஆதரவுடன் ஒரு திரைப்படம் ஜெர்மனியில் வெளியிடப்பட்டபோது, கும்பல் கும்பலாக ஜெர்மானியர்கள் திரண்டுவந்து அதைக் கண்டு களித்தனர். அந்தப் படத்தின் இறுதிக்காட்சியில் சிறைக் கைதிகள் காட்டப் படுகிறார்கள். அவர்கள் அனைவரும் அப்பாவிகள் என்றாலும் சிறைபட்டுக்கிடக்கிறார்கள். பரிதாபகரமாக நலிந்தும், மெலிந்தும் இருக்கிறார்கள். வீரமிக்க ஒரு போர் வீரன் தூக்கிலிடப்படுகிறான். அவன் மனைவி சுட்டுக்கொல்லப் படுகிறார். மற்றவர்களும் அடுத்தடுத்து கொல்லப்படுகிறார்கள்.

இந்தப் படத்தின் வில்லன்கள் பிரிட்டிஷ் காலனியாதிக்க அதிகாரிகள். அவர்களுக்குப் பலியானவர்கள் ஆப்பிரிக்க போயர்கள். இந்தச் சம்பவங்களெல்லாம் நடைபெறுவது வதைமுகாமில். இந்தப் படத்தின் செய்தியை ஜெர்மானியர்கள் படித்துக்கொள்ளவேண்டும் என்பதற்காகத்தான் நாஜிகள் இதைத் திரையிட்டார்கள். ஆஷ்விட்ஸ் முகாமில் உள்ள காவலர்களும் பார்க்கும் வண்ணம் அங்கும் இப்படம் திரையிடப் பட்டது. படத்தின் பெயர் 'Ohm Kruger'. பிரிட்டனுக்கு எதிராகப் போரிட்டுக்கொண்டிருந்த ஜெர்மனி அந்தப் போரின் ஒரு பகுதியாகவே இந்தப் பிரசாரப் படத்தைப் பயன்படுத்திக்கொண்டது.

இந்தப் படம் திரையிடப்படுவதற்கு சில மாதங்களுக்கு முன்பு ஹிட்லர் ஒரு பொதுக்கூட்டத்தில் இப்படி முழங்கினார். 'கான்சன்ட்ரேஷன்

கேம்ப் என்பது ஜெர்மனியின் கண்டுபிடிப்பு அல்ல. ஆங்கிலேயர்கள் தான் அதைக் கண்டுபிடித்தார்கள். மற்ற நாடுகளின் முதுகுத்தண்டைச் சிறிது சிறிதாக உடைத்தெடுக்கவே அவர்கள் இதைக் கண்டுபிடித்தார்கள்.' ஆம், ஜெர்மனியில் வதைமுகாம்கள் இருக்கின்றன. ஆனால் அதற்காக நீங்கள் வருத்தப்படவோ அவமானம் கொள்ளவோ பதறவோ வேண்டாம். பிரிட்டனும் இதை வைத்திருந்தது. அவர்கள்தான் அதைக் கண்டுபிடிக்கவும் செய்தனர் என்று சொல்வதன் மூலம் ஜெர்மானியர்களின் கலங்கிய மனசாட்சியை வருடிக்கொடுக்க விரும்பினார் ஹிட்லர்.

முன்பே ஒருமுறையும்கூட இதைத் தெளிவுபடுத்தியிருக்கிறார் ஹிட்லர். 'வதைமுகாம் என்னும் அமைப்பை நாம் பிரிட்டனிடம் இருந்து கடன் வாங்கியிருக்கிறோம். வதைமுகாமை மட்டும்தான், அவர்களுடைய சித்திரவதைகளை அல்ல.' ஒருமுறை, இருமுறை அல்ல, தொடர்ச்சியாக ஹிட்லர் பிரிட்டனையும் போயர் வதை முகாமையும் ஜெர்மானியர்களுக்கு நினைவூட்டிக்கொண்டே இருந்தார். போர் வெடித்தபோது இந்தப் பிரசாரம் அதிகரிக்கவே செய்தது. பிரிட்டனின் வதைமுகாம் குறித்த கட்டுரைகள் வெளி வந்தன. உரைகள் நிகழ்த்தப்பட்டன. இதன்மூலம் பிரிட்டனைத் தாக்க முடிந்தது, சொந்த நாட்டிலுள்ள முகாம்களை நியாயப்படுத்தவும் முடிந்தது. எஸ்எஸ் தலைவர் ஹென்ரிச் ஹிம்லர் 1939ம் ஆண்டு உரையாற்றியபோது குறிப்பிட்டார். 'வதைமுகாம் என்பது அயல்நாடுகளில் காலம் காலமாக இருந்துவரும், மதிக்கத்தக்க ஒரு நிறுவனம்' என்றார். 'அவர்களோடு ஒப்பிடும்போது ஜெர்மனியின் முகாம்கள் மிதமானவை' என்று அறிவிக்கவும் அவர் தயங்கவில்லை.

15

தேடல்

எனக்குப் பைத்தியம் பிடித்திருக்கக்கூடும். போரின் போது அல்ல, முடிந்தபிறகு. என்னுடைய மூளை பிறழ்ந்திருக்கக்கூடும். அல்லது என்னுடைய உயிரையேகூட நான் இழந்திருக்கக்கூடும். என்னால் நல்லவற்றையும் தீயவற்றையும் நினைவுபடுத்திக் கொள்ள முடிந்ததால்தான் தொடர்ந்து மனிதனாக நீடித்திருக்கமுடிந்தது.

எலி வீஸெல்

நாஜிசம் என்றால் என்ன?

நாஜிசம் என்பது எத்தகைய கோட்பாடு என்பதைத் திட்டவட்டமாக விவரிப்பது கடினமானது. நாஜி களுக்கு மத்தியிலேயே அதைப் பற்றிய ஒருமித்த கருத்து இருந்ததில்லை. நாஜிசத்தைப் பலரும் பலவிதமாக அர்த்தப்படுத்திக்கொண்டார்கள். எளிமையாகச் சொல்லவேண்டு மானால் நாஜிசம் என்பது ஜெர்மானிய தேசியவாதத்தின் தீவிர வடிவம். முதல் உலகப் போர் ஏற்படுத்திய அழிவிலிருந்தும் அவமானத்திலிருந்தும் ஜெர்மானியர்களை மீட்டெடுப்பதற்காகத் தோன்றிய சித்தாந்தம் இது.

எஸ்எஸ் அமைப்பு (Schutzstaffel) என்பது என்ன என்பதில் அநேகமாக யாருக்கும் குழப்பங்கள் இருந்ததில்லை. யூஜெனிக்ஸ், இனப்படுகொலை ஆகியவற்றின் அடிப்படையில் சமூகத்தைச் சுத்தப்படுத்துவதே எஸ்எஸ் அமைப்பின் லட்சியம். அரசியல், மானுடவியல், அறம் ஆகிய துறைகள்

சார்ந்து தாங்கள் செயல்படுவதாக எஸ்எஸ் அமைப்பினர் நம்பினர். வதைமுகாம் என்பது உலகிலுள்ள கசடுகளை நீக்குவதற்கான ஓர் ஏற்பாடு. யூதர்கள் உள்ளிட்டவர்களை அழித்தொழிப்பதன்மூலம் நாகரிகத்தின் பெருமிதத்தை மீட்கமுடியும் என்று அவர்கள் நம்பினார்கள். ஹிம்லர், ஹெய்ட்ரிச் ஆகியோர் இதைப்பற்றிப் பேசியிருக்கிறார்கள், எழுதியிருக்கிறார்கள்.

இனவொழிப்பு ஏன் நடந்தது?

நாஜிகள் எதற்காக அவ்வளவு யூதர்களை கொன்றொழித்தார்கள்? இந்தக் கேள்விக்குத் தெளிவான, நேரடியான பதில் இல்லை என்பதே உண்மை. இத்தனை ஆண்டுகள் கழிந்தபிறகும் வரலாற்றாசிரியர்களும் தத்துவவியலாளர்களும் உளவியலாளர்களும் வெவ்வேறு பார்வை களையும் காரணங்களையும்தான் முன்வைக்கிறார்களே தவிர அனைவரும் ஒத்துக்கொள்ளும் ஒரே எளிய விடையை அவர்கள் அளிக்கவில்லை. இதிலிருந்து நமக்குத் தெரிவது ஒன்றுதான். அப்படியொரு விடை இருக்கவில்லை. யூதர்களைக் கொல்ல வேண்டும் என்பது நாஜிகளின் நோக்கமாகத் தொடக்கம்முதலே இருந்துவந்திருக்கிறது என்கிறார்கள் சிலர். இல்லை, போர்தான் யூத இனவொழிப்பைத் தூண்டிவிட்டது என்கிறார்கள் வேறு சிலர். நாஜிசம் என்றால் என்ன என்னும் கேள்விக்கும்கூட இதேபோன்ற மாறுபட்ட பதில்கள்தான் கிடைக்கின்றன.

யூத இனவொழிப்பு போன்ற ஒரு குரூரமான பைத்தியக்காரத் தனத்துக்கு அறிவுபூர்வமான, தர்க்கரீதியிலான காரணம் இருக்கும் என்று எதிர்பார்ப்பதே தவறு என்னும் வாதமும் முன்வைக்கப் படுகிறது. ஏதோ ஒரு குறிப்பிட்ட காரணம் அல்லது காரணங்களுக் காகத்தான் இனவொழிப்பு நடந்தது என்பதை நாம் கண்டுபிடித்தால் அதில் ஈடுபட்ட அனைவரையும் நாம் அறிவுபூர்வமாகச் சிந்திக்கும் மனிதர்களாக மாற்றிவிடுவோம் என்கிறார்கள் அவர்கள். அறிவிழந்த மூடர்களும் ரத்தவெறி பிடித்த காட்டுமிராண்டிகளும் இழைத்த கொடுமைகள்தான் இனவொழிப்பு என்று சொல்வதும் பயனில்லை. அப்படிச் சொல்லிவிட்டால் இனவொழிப்பை அறிவுபூர்வமாக ஆராயவோ புரிந்து கொள்ளவோ முடியாமல் போய்விடும்.

தத்துவார்த்த விளக்கங்களுக்குள் புகுந்து சிரமப்படாமல் இனவொழிப்புக்கு இட்டுச்சென்ற மூன்று முக்கிய நிகழ்வுகளைப் பார்க்கலாம். முதலாவது, யூதவெறுப்பு. வரலாற்றில் நீண்டகாலமாக நிலவிவரும் யூதவெறுப்புதான் ஹிட்லரிடமும் நிலவிவந்தது. நாஜி களின் சித்தாந்தம், செயல்திட்டம், நடவடிக்கைகள் அனைத்திலும் யூத வெறுப்புணர்வு நிறைந்திருந்தது. இரண்டாவது, இனத் தூய்மை

வாதம். சுத்தமான ஜெர்மானிய இனத்தின் மேலாதிக்கம் நிலவ வேண்டும் என்று நாஜிகள் விரும்பினர். அதற்கு அசுத்தமான இனங்களை அவர்கள் அகற்றவேண்டியிருந்தது. மூன்றாவது, இறுதித் தீர்வு. முதலிரண்டு சிந்தனைகளின் தொடர்ச்சியே இனப்படுகொலை.

புரிந்துகொள்வதில் உள்ள சவால்கள்

இனவொழிப்புப் பற்றி விவாதிக்கும்போது, ஆலன் ரோஸன்பர்க் சுட்டிக்காட்டும் ஒரு முக்கியமான முரண்பாட்டைப் பார்க்க வேண்டும். 'ஏன் இப்படியொரு பெரும் அழிவு ஏற்பட்டது என்பதை நாம் புரிந்து கொள்ளவேண்டும்; அப்போதுதான் இப்படியொரு அழிவு இன்னொரு முறை ஏற்படாதவாறு நம்மைப் பாதுகாத்துக் கொள்ளமுடியும் என்று பலர் சொல்கிறார்கள். ஆனால் அவர்களே தான் ஹாலோகாஸ்ட் புரிதலுக்கு அப்பாற்பட்டது என்றும் சொல்கிறார்கள். ஆயிரமாயிரம் புத்தகங்கள் எழுதப்பட்டாலும், ஆயிரமாயிரம் தத்துவார்த்த, உளவியல், சமூகவியல் விளக்கங்கள் அளிக்கப்பட்டாலும் ஹாலோகாஸ்ட் எந்தவொரு தர்க்கத்துக்கும் கட்டுப்படாதது என்றும் அவர்களே கை விரிக்கிறார்கள். எனில், என்னதான் செய்வது? வரலாற்றில் தனித்துவமானதாகவும் தவிர்க்க முடியாத அளவுக்கு ஆழமான அதிர்வுகளை ஏற்படுத்திய ஒரு நிகழ்வாகவும் இருக்கும் இதனை எப்படி அணுகுவது?' என்று கேள்வி எழுப்புகிறார் ஆலன். 'வார்த்தைகளால் விவரிக்கமுடியாதது என்று சொல்லப்பட்டாலும் முகாம் அனுபவங்கள் வார்த்தைகளால்தான் நமக்குக் கிடைத்துள்ளன. காட்சிபடுத்த முடியாதது என்று சொல்லப் பட்டாலும் காட்சிகளால் வடிக்கப்பட்ட அனுபவங்கள் நமக்குக் கிடைத்துள்ளன. ஓவியம், இசை, நாடகம், கவிதை, ஆய்வு என்று பல வடிவங்களில் வதைமுகாம்கள் நம்மை வந்தடைந்துள்ளன. அவற்றை எப்படி உள்வாங்கிக்கொள்வது?'

ஆஷ்விட்ஸில் மனிதன் மட்டும் இறக்கவில்லை, மனிதன் என்னும் கருத்தாக்கமும் இறந்துவிட்டது என்கிறார் எலி வீஸெல். மேற்கத்திய நாகரிகத்தின் நம்பிக்கை, கனவு இரண்டும் தோல்வியடைந்துவிட்டதை வதைமுகாம்கள் உணர்த்துகின்றன என்கிறார்கள் சிலர். உலகை எப்படி நாம் கண்டுவந்தோமோ அந்தப் பார்வையை வதைமுகாம்கள் மாற்றியமைத்துவிட்டன. இனி நாம் காணும் உலகம் வேறானதாகவே இருக்கும் என்கிறார் ஒருவர். வதைமுகாமை வரலாற்றின் மையத்தில் பொருத்தி, முந்தைய காலம், பிந்தைய காலம் என்று இரண்டாகச் சிலர் பிரிக்கிறார்கள். உலக வரலாற்றைத் திசைதிருப்பிய, மாற்றியமைத்த ஒரு நிகழ்வு என்றும் அவ்வப்போது குறிப்பிடுகிறார்கள். ஆனால் எந்த வகையில் ஹாலோகாஸ்ட் உலகின் போக்கைத் திசைதிருப்பியது?

புரிந்துகொள்ளமுடியாத, வார்த்தைகளுக்குள் அடங்க மறுக்கும், தர்க்கத்துக்கும் விளக்கத்துக்கும் அகப்படாத ஒரு நிகழ்வால் உண்மையிலேயே நீடித்த தாக்கத்தை ஏற்படுத்தமுடியுமா? 11 மில்லியன் மரணங்களுக்குக் காரணமான ஒரு நிகழ்வு நம் சிந்தனைகளை உண்மையில் பாதித்திருக்கிறதா? இன்னமும் அதன் தாக்கம் நம்மிடையே நீடிக்கிறதா?

ஆம், நீடிக்கிறது என்று வெறுமனே சொன்னால் மட்டும் போதாது, அதற்கான ஆதாரங்களையும் காட்டியாகவேண்டும் என்கிறார் ஆலன் ரோஸன்பர்க். பொதுவாக நாம் அதிகம் காணும் பதிவுகள் வதை முகாம்களின் கொடூரங்களை விவரிப்பவை. இந்த வகைப் பதிவுகளின் தேவையைப் புரிந்துகொள்ளமுடிகிறது. அதே சமயம் இந்தப் பதிவுகள் நம் உணர்வுகளைப் பாதித்தாலும் நம் புரிதலை அதிகரிப்பதில்லை என்கிறார் ஆலன். வதைமுகாம் என்பது அதில் சிக்கியவர்களின் கொடுமையான அனுபவங்கள் மட்டுமேயல்ல. அவை நம்மை உலுக்கியெடுக்கும் அதே சமயம், நம்மை ஒருவகையில் மழுங்கடிக்கவும் செய்கின்றன. 'ஐயோ! கொடுமை!' என்பதே நம் அதிகபட்ச உணர்வு வெளிப்பாடாக இருக்கிறது.

ஹாலோகாஸ்ட் நம்மை அறிவுபூர்வமாகச் சிந்திக்க வைப்பதில்லை. நம் புரிதலைப் பாதிப்பதில்லை. அதற்கு வதைமுகாம் அனுபவப் பதிவுகளைத் தாண்டி நாம் சென்றாகவேண்டும் என்கிறார் இவர். வதைமுகாம் ஏன் நிகழ்ந்தது, அதை சமூகம் எப்படி உள்வாங்கிக் கொண்டது என்பதை ஆராயும் படைப்புகள் குறைவானவை. ஹாலோகாஸ்ட் செலுத்திய தாக்கத்தை ஆராய்ந்த வெகுசில சிந்தனையாளர்களில் குறிப்பிடத்தக்கவர், ஹன்னா அரெண்ட். மற்றபடி சார்தர், ஆல்பர்ட் காம்யூ, ஹெடெகர் என்று தொடங்கிப் பலர் இந்நிகழ்வை விரிவாக ஆராயவில்லை என்கிறார் ஆலன்.

இந்தக் குறையைப் போக்க ஆலன் ரோஸன்பர்க் முன்வைக்கும் யோசனை இது. 'முதலில் ஒரு தத்துவார்த்த அமைப்பை உருவாக்க வேண்டும். அரசியல், வரலாறு, சமூகவியல், மானுடவியல், உளவியல், பொருளாதாரம் என்று பல்வேறு துறைகளில் நடைபெற்ற ஆய்வுகளோடு தத்துவ ஆய்வுகளையும் இணைத்து இந்த அமைப்பை உருவாக்கவேண்டும். இந்த அமைப்பு ஹாலோகாஸ்டை அணுகுவதற்கும் அதைப் புரிந்துகொண்டு மேலதிகம் சித்தாந்தரீதியில் விவாதிப்பதற்கும் உதவவேண்டும். இரண்டாவதாக, ஹாலோகாஸ்ட், இனவொழிப்பு போன்ற கருத்தாக்கங்கள்மீது தத்துவம் ஒளி பாய்ச்ச வேண்டும். மூன்றாவதாக, ஹாலோகாஸ்ட் நம்முடைய மதிப்பீடுகளை, கலாசாரத்தை, உலகப் பார்வையை, நுண் உணர்வுகளை எப்படி மாற்றின என்பதை விவாதிக்கவேண்டும். உதாரணத்துக்கு,

அறிவியலும் தொழில்நுட்பமும் நம் வாழ்வையும் சிந்தனைகளையும் எப்படி அடியோடு மாற்றியமைத்தன என்பது விரிவாக ஆராயப் பட்டுள்ளது. அப்படியே ஹாலோகாஸ்ட்டும் ஆராயப்படவேண்டும்.'

என்ன கற்றுக்கொள்ளவேண்டும்?

வதைமுகாம் பலவற்றைக் கற்றுக்கொடுத்திருக்கிறது. அவற்றி லிருந்து சிலவற்றைக் கீழே காண்போம்.

நவீன உலகம், நாகரிகம் ஆகியவற்றுக்கு நாம் சில இலக்கணங்களை வகுத்து வைத்திருக்கிறோம். இசை, கலை, குடும்பம் என்னும் உணர்வு, காதல், அழகை ஆராதிக்கும் மனம், அறிவுக்கூர்மை, கல்வி ஆகியவற்றை நாம் மதித்துப் போற்றுகிறோம். ஆனால் வதைமுகாம் இந்தக் கண்மூடித்தனமான கற்பிதத்தைத் தலைகீழாகத் திருப்பிப் போட்டிருக்கிறது. ஒரு நாகரிகமான மனிதனும் கொல்வான். நவீன உலகில் கீழ்த்தரமான, குரூரமான படுகொலைகள் சாத்தியம் என்பதை வதைமுகாம் நமக்கு உணர்த்தியிருக்கிறது. பூக்களையும் நாய்க்குட்டி களையும் நேசிக்கும் ஒரு சாமானிய மனிதனால் சக மனிதர்களைக் கொல்லமுடியும். நாஜிகளும் எஸ்எஸ் ஆள்களும் மோசமான, படிக்காத கிரிமினல்கள் அல்ல. மெத்தப் படித்தவர்கள். அவர்களுக்கு உதவியவர்கள் மருத்துவர்கள், வழக்கறிஞர்கள், கல்வியாளர்கள், மானுடவியலாளர்கள், அறிவியல் ஆய்வாளர்கள் ஆகிய சான்றோர்கள்.

அறிவியலாக இருந்தாலும் சரி, அரசியலாக இருந்தாலும் சரி. எதையும் புனிதமான, மேலான அமைப்பாகக் கருதி வழிபடமுடியாது. வதைமுகாமில் அறிவியல் பயன்படுத்தப்பட்டிருக்கிறது. அதை அரசியல் சாத்தியமாக்கியிருக்கிறது. உயிர் காக்கும் துறையான மருத்துவத்தைப் பயன்படுத்தி உயிரை எடுக்கமுடியும்.

மனித இனம் உயர்வானது, மனிதர்கள் அடிப்படையில் மேலானவர் கள் என்பன போன்ற கற்பனாவாத நம்பிக்கை நம் புரிதலை அதிகப்படுத்த உதவாது. வாழும் சூழலுக்கேற்ப மனிதர்கள் மாற்ற மடைகிறார்கள். தேவை மனிதனை உருமாற்றுகிறது. நல்ல மனிதர் களால் படுமோசமாக நடந்துகொள்ளமுடியும், படுபாதகச் செயல் களைப் புரியமுடியும் என்பதை முகாம் உணர்த்தியுள்ளது. அதேபோல் மோசமான மனிதர்களால் அசாதாரணமான சூழலில் நற்செயல்கள் புரியமுடியும் என்பதையும் அதே முகாம் சுட்டிக்காட்டுகிறது.

எப்போதும் எங்கும் பெரும் தீமை முளைக்கலாம், வளர்ந்து செழிக்கலாம். பெரும் அழிவுகள் இனி நேராது என்று ஒருபோதும் இனி சொல்லமுடியாது. மோசமாக எதுவும் நடந்துவிடாது

என்றுதான் இனவொழிப்பு தொடங்கியபிறகும் பலரும் நம்பிக்கை யுடன் திரும்பத் திரும்பச் சொல்லிக்கொண்டிருந்தார்கள். நம்பிக்கை யின் அடிப்படையில் உலகைப் புரிந்துகொள்ளமுடியாது. கணிப்பு களை முன்வைக்கவும் முடியாது.

ஆபத்தான தருணங்களில் உதவி கிடைக்கும் என்று எதிர்பார்க்க முடியாது. இனப்படுகொலைகள் பெரும்பாலும் நமக்கு மிக அருகில் தான் நடக்கின்றன. அவற்றை ஒருவராலும் தடுக்க முடிவதில்லை. யூதர்களுக்குப் பெரும்பாலும் உதவி கிடைக்கவில்லை அல்லது மிகச் சிறிய அளவில்தான் கிடைத்தது.

நட்புடன் இயல்பாகப் பழகும் சாமானியர்களிடம் அடர்த்தியான வெறுப்பு மண்டிக் கிடக்கலாம். அது உள்ளேயே மறைந்துகிடப்பதால் அதை நம்மால் உணரமுடியாமல் போகிறது. நெருக்கடி ஒன்று முளைக்கும்போது அந்த வெறுப்பு தவிர்க்கவியலாதபடி வெடித்து வெளியில் வந்து விழுகிறது. சாமானியர்களிடம் இருந்த தெறித்து விழுந்த வெறுப்புத் துளிகளுக்குப் பலியான யூதர்கள் கணிசமானவர்கள்.

தேவாலயங்களால் ஹிட்லரைத் தடுத்துநிறுத்தமுடியவில்லை. அப்படிப்பட்ட முயற்சிகளைத் தேவாலயங்கள் மேற்கொள்ளவும் இல்லை. வதைமுகாமில் இருந்த இறையுணர்வுமிக்க கைதிகளைக் கூடக் கடவுள் காப்பாற்றவில்லை. இறக்கை முளைத்த தேவதைகள் வானத்திலிருந்து பறந்துவந்து நீதியையும் நியாயத்தையும் நிலை நாட்டி விடவில்லை. எப்போது பேசியிருக்கவேண்டுமோ அப்போது மதம் அமைதி காத்தது.

மேற்கத்திய உலகும் அதன் மக்களும் இனவொழிப்பிலிருந்து பாடம் கற்றிருப்பார்கள் என்று எதிர்பார்க்கமுடியாது. முதல் உலகப் போரின் அழிவைப் பார்த்தபிறகும் இரண்டாம் உலகப் போர் மூண்டது. அதற்குப் பிறகும் போர்கள் முடிவடைந்துவிடவில்லை. கொல்லப் பட்டவர்களைப் பார்த்து மனிதத்தன்மையைக் கற்றுக்கொள்வதற்குப் பதில் கொன்றவர்களிடமிருந்து வெறுப்பு அரசியலைக் கற்றுக் கொண்டுவிட்டனர்.

யூதர்களின் தாயகமாக அறிவிக்கப்பட்ட இஸ்ரேலும் யூத இன வொழிப்பில் இருந்து பாடம் படித்துக்கொள்ளவில்லை என்பது பாலஸ்தீனர்களை அது நடத்தும் விதத்தில் இருந்து தெரிகிறது. யூதர்கள் ஹிட்லரின் கரங்களில் மாபெரும் துயரங்களைச் சந்தித்தனர் என்பதில் மாற்றுக் கருத்து இல்லை. 'ஆனால் இந்தத் துயரங்கள் எந்த வகையிலும் யூதர்களை மேலானவர்களாக மாற்றிவிடாது. அவர்

களுக்கு எந்தவிதப் பிரத்தியேக சிறப்பு உரிமைகளையும் அளித்து விடாது' என்கிறார் பிரைமோ லெவி. மற்ற எல்லோரையும்போல் யூதர்களும் அறத்தையும் மனித விழுமியங்களையும் கடைபிடிக்க வேண்டும் என்கிறார் லெவி. ஒரு யூதர் என்பதால் இஸ்ரேலைக் கண்மூடித்தனமாக ஆதரித்து நிற்பதைவிட ஒரு மனிதனாக இருந்து இஸ்ரேலின் தவறுகளை விமரிசிப்பதும் கண்டிப்பதும் அவசியம் என்று லெவி கருதினார். பட்டவர்த்தனமாக இஸ்ரேலைக் கண்டிக்க அவர் தயங்கவில்லை.

முகாமிடமிருந்து நாம் கற்றுக்கொள்ளவேண்டியது ஒன்றுதான். அதை எலி வீஸெல் வார்த்தைகளில் பார்ப்போம். 'ஒரே ஒரு மனிதனைக் காப்பாற்ற முயற்சி செய். தீமையைக் கண்டால் உடனே எதிர்த்து நில். காத்திருக்காதே. அது தானாகவே மறைந்துவிடாது.'

நாஜிகளைவிடவும் நாம் கண்டு அஞ்சவேண்டியது, அவர்களை அனுமதித்த சாமானிய மக்களைக் கண்டுதான். இவர்களில் கணிசமானவர்கள் நடுத்தர வர்க்கத்தினர். இன்னொருவரின் அழிவின் மூலம்தான் உங்கள் முன்னேற்றம் சாத்தியம் என்று சொல்லப்பட்ட போது அதை அவர்கள் நம்பினர். அதற்கான விலையை அவர்கள் பின்னர் கொடுக்கவேண்டியிருந்தது. இரண்டாம் உலகப் போர் முடிவடைந்தபோது யூதர்கள் மட்டுமல்ல, ஹிட்லரைத் தெரிந்தும் தெரியாமலும் ஆதரித்த சாமானிய ஜெர்மானியர்களும் சேர்ந்தேதான் பெரும் அழிவைச் சந்தித்திருந்தனர்.

எலி வீஸெல் எழுதிய நாவல் ஒன்றில் மைக்கேல் என்னும் இளைஞன் இடம்பெறுகிறான். முகாமிலிருந்து விடுவிக்கப்பட்டுத் தன் சொந்த ஊருக்குச் செல்லும் அவன் தன் வீட்டைக் கண்டடைகிறான். ஒரு சதுக்கத்தை அவன் கடக்கவேண்டியிருக்கிறது. அங்கே வைத்துத்தான் யூத ஆண்களும் யூதப் பெண்களும் குழந்தைகளும் மிருகத்தனமாக ஒன்றுதிரட்டப்பட்டனர். அங்கிருந்துதான் அவர்கள் வதைமுகாம் களுக்கு மூட்டை மூட்டையாக அனுப்பப்பட்டனர். மைக்கேல் மேலே பார்க்கிறான். சுற்றிலும் வீடுகள். கண்ணாடி பொருத்தப்பட்ட ஜன்னல்கள். அங்கிருந்துதான் பலர் வேடிக்கை பார்த்தனர். யூதர்கள் தாக்கப்பட்டபோது, அவர்கள் வரிசையில் நிற்க வைக்கப்பட்டபோது, பல மணி நேரம் ஒரே இடத்தில் நிற்க வைக்கப்பட்டபோது அவர்கள் அங்கிருந்துதான் பார்த்துக்கொண்டிருந்தனர். பார்த்துக்கொண்டே இருந்தனர். பத்து ஆண்டுகள் கழித்து மைக்கேல் இப்போது அந்த வீடுகளைக் காண்கிறான். தனக்குத் தெரிந்த ஒரு வீட்டுக்குள் அவன் நுழைகிறான். அதே வீடு. அந்த வீட்டுக்காரரைக்கூட அவனுக்குத் தெரியும். அவரைச் சந்திக்கிறான். அவர் மைக்கேலைக் கண்டு

பிடித்துவிடுகிறார். ஆனால் அதே பழைய விழிகளுடன் அவனைப் பார்க்கிறார். மைக்கேல் ஒரு முடிவுக்கு வருகிறான்.

'இறுதியாக எல்லாமே எனக்குப் புரிந்துவிட்டது. தெள்ளத்தெளிவாகப் புரிந்துவிட்டது. எல்லாக் காரணங்களுக்கும் பின்னாலுள்ள அசலான காரணம் அங்கே இருந்தது. போர் தொடங்கியதிலிருந்து இதைத்தான் நான் புரிந்துகொள்ள முயன்றுகொண்டிருந்தேன். வேறு எதையும் அல்ல. ஒரு மனிதனால் எப்படிக் கண்டும் காணாமல் அலட்சியமாக வாழமுடியும்? கொன்றொழித்தவர்களை என்னால் புரிந்துகொள்ள முடிகிறது. சிரமமானது என்றாலும் பலியானவர்களைப் புரிந்துகொள்ள முடிகிறது. மற்றவர்கள்? எங்களுக்கு ஆதரவாகவும் இல்லாமல் எதிராகவும் இல்லாமல் இருந்த மற்றவர்களை? வெறுமனே வேடிக்கை மட்டும் பார்த்துக்கொண்டிருந்தவர்களை? என்னோடு நெருக்கமாக இருந்தவர்களைத்தான் இத்தனை காலம் புரிந்துகொள்ள முடியாமல் இருந்தது.'

16

அசாதாரணம்

வாழ்வில் முழுமையான மகிழ்ச்சி என்றொன்று இல்லை என்பதை நாம் நிச்சயம் ஒருநாள் உணர்ந்து கொள்வோம். அதேபோல் முழுமையான துன்பம் என்பதும் இல்லை.

பிரைமோ லெவி

*அ*ளவுக்கு அதிகம் போகும்போது வன்முறை எந்தவிதச் சலனத்தையும் ஏற்படுத்துவதில்லை என்கிறார்கள் முகாமில் இருந்து மீட்கப்பட்டவர்கள். பிர்கெனா முகாமில் இருந்த ஹாஃப்னர் விவரிக்கிறார்.

'துரதிர்ஷ்டம் பிடித்த கைதிகளின் உணர்வுகள் மெல்ல மெல்ல மழுங்கடிக்கப்பட்டன. எவ்வளவு பயங்கரமானதாக இருந்தாலும் ஒரே மாதிரியான நிலையை மீண்டும் மீண்டும் எதிர்கொள்ளும்போது அதன் வீரியம் குறைந்துவிடுகிறது. தொடர்ச்சியாக நிகழும் மரணங்கள் ஒரு கட்டத்துக்குமேல் எந்தவிதத் தாக்கத்தையும் செலுத்தாமல் போய் விடுகிறது. மற்றவர்களை விடுங்கள், தம்மை மரணம் நெருங்கி வருவதைக்கூட அவர்கள் உணர்வதில்லை. கழுத்தை நெறிக்கும் சத்தத்தையோ பீறிட்டு அலறும் குரல்களையோ கேட்கும்போது அவர்கள் இப்போதெல்லாம் திரும்பிக்கூடப் பார்ப்பதில்லை. கைதிகள் தூக்கிலிடப்படுவதைப் பார்த்தவாறே உணவருந்திக்கொண்டிருந்த சிலரை நான் சந்தித்திருக்கிறேன்.'

விக்டர் ஃபிராங்கல் நினைவு கூர்கிறார். 'அவதிகள், நோய்கள், மரணங்கள், சடலங்கள். இவையெல்லாம் நன்கு பழக்கப்பட்டுப் போன விஷயங்களாக மாறிவிட்டன. சில வாரங்கள் முகாமில் இருந்து விட்டால் பிறகு இவற்றை நீங்கள் பொருட்படுத்தமாட்டீர்கள்.' போலந்தைச் சேர்ந்த டெட்டி என்பவர் கேஸ் சாம்பரை அருகில் இருந்து பார்த்தவர். 'முதல் முறை பார்த்தபோது என் உடல் கொதிக்கத் தொடங்கிவிட்டது. இரண்டாவது, மூன்றாவது முறை பார்த்தபோதும் மிகவும் பாதிப்படைந்தேன். அதற்குப் பிறகு பார்ப்பதை நிறுத்திக்கொண்டேன்.'

முகாமில் நடைபெற்ற உரையாடல்களில் பெரும் பகுதி மரணம் பற்றியதாக இருந்தது. என் மரணம் எப்படி நிகழும் என்று ஒவ்வொருவரும் கற்பனை செய்துபார்த்துக்கொண்டனர். அதைப் பற்றி வெளிப்படையாகப் பேசவும் செய்தனர். இந்த முகாமைவிட்டு வெளியில் செல்வோம் என்று நம்பியவர்கள் குறைவானவர்களே. ஜீன் ஆமெரி என்பவர் எழுதுகிறார். 'காஸ் சாம்பரில் சிக்கிக்கொண்டால் நச்சு வாயு உங்களைத் தாக்க எவ்வளவு நேரம் ஆகும் என்பதைப் பற்றிக்கூட கைதிகள் பேசிக்கொண்டார்கள். விஷ ஊசி போட்டால் எவ்வளவு வலிக்கும் என்று கேள்வி எழுப்பினார்கள். ஒரேயடியாகத் தலையில் அடித்து சாகவேண்டுமா அல்லது சிறிது சிறிதாகச் சாகவேண்டுமா என்று கேட்டுக்கொண்டார்கள். அவர்கள் இதைப் பற்றியெல்லாம் பேசத் தயங்கவேயில்லை. ஆக, அவர்கள் மரணத்தைக் கண்டு அஞ்சவில்லை. வலியூட்டும் சில வகையான மரணங்கள் பற்றி மட்டுமே அஞ்சினார்கள்.'

அதேபோல் முகாமின் எழுதப்படாத சட்டத்திட்டங்களை, அவை எவ்வளவு அபத்தமானவையாக இருந்தாலும் சரி, கைதிகள் உடனே ஏற்றுக்கொண்டனர். சிலரை எஸ்எஸ் ஆள்கள் அடிக்கவேண்டி யிருந்தது உண்மை. ஆனால் மிகப் பெரும்பாலானோர் தங்களுடைய சூழலைப் பார்த்துப் புரிந்துகொண்டு அதற்கேற்றாற்போல் தங்களைத் தகவமைத்துக்கொண்டார்கள். உதாரணத்துக்கு, அதுநாள்வரை தன் உடலை மிகக் கவனமாகப் பாதுகாத்து வந்த ஓர் இளம்பெண் எஸ்எஸ் அதிகாரி உத்தரவிட்டவுடன் தயங்காமல் ஆடைகள் அனைத்தையும் களைந்தெறிந்தாள். மொட்டையடிக்கப்பட்ட தன் முகத்தைப் பார்த்து அதிர்ச்சியும் அவமானமும் அடைந்த பல பெண்கள் மிக விரைவில் மீண்டு தங்களுடைய புதிய அடையாளத்தோடு வாழப் பழகிக் கொண்டனர். முகாமுக்குப் புதிதாக வருபவர்களுக்கு அங்குள்ள விதிமுறைகளைக் கவனமாக அவர்கள் கற்றுக்கொடுக்கவும் செய்தனர்.

முகாம் நடைமுறைகளை ஆராய்ந்த உளவியல் நிபுணர்கள் கைதிகளிடம் இருந்த குழந்தைத்தன்மையைப் பற்றிக் குறிப்பிடுகிறார்கள். என்ன, ஏது என்று புரியாவிட்டாலும் அப்பா கடிந்துகொண்டவுடன் அவர் கொடுக்கும் உத்தரவுகளைப் பின்பற்றும் குழந்தையைப்போல் கைதிகள் முகாமின் கட்டளைகளை ஏற்றுக்கொண்டனர் என்கிறார்கள் அவர்கள். கொந்தளிக்கும் உணர்வுகளுடன் வந்துசேரும் யூதர்கள் நாள்பட நாள்பட குழந்தைகளாக மாறிவிடுகிறார்கள். இனியும் அறிவுபூர்வமாகவோ உணர்வுபூர்வமாகவோ சிந்திப்பதில் பலனில்லை என்னும் முடிவுக்கு அவர்கள் வந்துவிடுகிறார்கள். கட்டுப்படுவது மட்டுமே இங்கே செல்லுபடியாகும் என்பதை உணர்ந்து அவர்களாகவே தங்களைக் குழந்தைகளாக மாற்றிக்கொண்டிருக்கவும் வாய்ப்பிருக்கிறது.

நாம் பலவீனமானவர்கள் என்பதைக் கைதிகள் தெளிவாக உணர்ந்திருந்தனர். தினம் தினம் புறப்பட்டுவரும் கீழ்த்தரமான வசவுகளும் மிருகத்தனமான தாக்குதல்களும் அவர்களுடைய தன்மானத்தை நிரந்தரமாகவே குலைத்திருந்தது. ஓர் எஸ்எஸ் அதிகாரி நினைத்தால் தன்னை அவருடைய பூட்ஸ் காலின்கீழே போட்டு நசுக்கிவிடமுடியும் என்று ஒவ்வொருவரும் நம்பினர். அதனால் தானோ என்னவோ அவர்கள் நாஜிகளை அசாதாரண பலசாலிகளாகக் கண்டனர். நாஜி, எஸ்எஸ் பலத்துக்குக் கட்டுப்படுவது தவிர்க்க வியலாதது என்று அவர்கள் தங்களைச் சமாதானப்படுத்திக்கொண்டனர். இல்லாவிட்டால் இத்தனை லட்சம் யூதர்களை அவர்களால் அடிமைப் படுத்தியிருக்கமுடியுமா?

இதன் மற்றொரு எல்லையில், காபோக்கள் நாஜிகளை நேசித்த விசித்திரமும் நிகழ்ந்தது. நாஜிகளின் பலத்தை விரும்பிய அவர்கள் தங்களையும் நாஜிகளாகக் கற்பனை செய்துகொண்டதோடு நாஜிகளின் வன்முறையையும் அப்படியே ஏற்றுப் பின்பற்றத் தொடங்கினர். யூதர்களாக இருந்தபோதும் சக யூதர்களை அவர்கள் தீவிரமாக ஒடுக்கினர். வன்முறையைப் பிரயோகிப்பதன்மூலம் தங்களைப் பலசாலிகளாக அவர்கள் கருதிக்கொண்டனர். அதனாலும் கூட அவர்கள் தங்களை நாஜிகளுடன் இணைத்துக்கொண்டனர். ஓர் உதாரணம். கைதிகளுக்கு உணவு பரிமாறி முடித்தபிறகும் உணவு மிஞ்சியிருந்தால் இரண்டாவது முறையாக பரிமாறும் நிலை ஏற்படுவதுண்டு. அப்போது காபோ தன்னுடைய ஸ்பூனைக் காட்டி, யாருக்கெல்லாம் இரண்டாவது முறை உணவு பரிமாறலாம் என்று உத்தரவிடுவார். காபோவின் கணக்கு எளிமையானது. தோற்றத்தில் ஓரளவுக்கு பலசாலிகளாக இருப்பவர்களுக்கு மட்டுமே கூடுதல் உணவு தேவை. பலவீனமானவர்கள் எப்படியும் மரிக்கத்தான் போகிறார்கள், எதற்கு அவர்களுக்குக் கொடுத்து உணவை

வீணாக்கவேண்டும்? ஒரு நாஜி வீரரால் மட்டுமே இப்படிச் சிந்திக்கமுடியும்.

பலவீனமானவர்கள் நாஜிகளாலும் காபோக்களாலும் மட்டுமல்ல, பல சமயங்களில் சக கைதிகளாலும்கூட ஒடுக்குமுறைக்கு ஆளாவ துண்டு. உடல் வலிமை கொண்ட ஒரு கைதி பலவீனமான ஒரு கைதியின் உணவை மிரட்டியோ அடித்தோ கைப்பற்றிக்கொள்ளமுடிந்தது. ஏதேனும் காரணங்களுக்காக வாக்குவாதம் ஏற்பட்டால் சுலபமாக பலவீனமானவர்களைத் தாக்கவும் முடிந்தது. தங்களுடைய ஆத்திரத்தையும் இயலாமையையும் பலவீனமான சக கைதிகளிடம் வெளிப்படுத்துவதன்மூலம் சில கைதிகள் மன ஆறுதல் அடைந்தனர். வன்முறை குறித்தும் அறம் குறித்தும் அவர்கள் கொண்டிருந்த மதிப்பீடுகளை முகாம் மழுங்கடித்திருந்ததாலும் அவர்கள் இப்படி மாறியிருக்கக்கூடும்.

உடல்ரீதியான பாதிப்புகளுக்குச் சமமாக உளவியல் பாதிப்புகளையும் வதைமுகாம்கள் ஏற்படுத்தின. இயல்பான சிந்தனையோட்டத்தை முகாம் தடுத்து நிறுத்தியது. அது மன வளர்ச்சியில் ஆழ்ந்த தாக்கத்தை ஏற்படுத்தியது. முகாமுக்கு வெளியில் நிலவும் விழுமியங்களுக்கு நேர் எதிரானவை முகாமின் விழுமியங்கள். முகாமிடம் இழந்தவர்களைப் போலவே முகாமிடமிருந்து பெற்றுக்கொண்டவர் களும்கூட பரிதாபத்துக்குரியவர்கள்தாம். சாமானியர்கள் சிலர் முகாமுக்குச் சென்ற பிறகு முரடர்களாக மாறினார்கள். அமைதியான ஒரு பெண் பல ஆண்டுகளை முகாமில் கழித்தபிறகு சக கைதிகளை அடிக்கத் தொடங்கிவிட்டார். தவறிழைக்கும் ஒரு கைதியை இன்னொரு கைதி காட்டிக் கொடுத்தார்.

ஒருநாள் எலி வீஸெலும் அவர் தந்தையும் குழுவினரோடு சேர்ந்து டீசல் மோட்டார் பகுதிகளை வண்டிகளில் ஏற்றும் பணியில் ஈடுபட்டிருந்தனர். எலி வீஸெல் அப்போது ஒரு சிறுவன். வேலை நடந்துகொண்டுதான் இருந்தது என்றாலும் திடீரென்று காபோவுக்கு கோபம் வந்து விட்டது. இரும்புக் கம்பியொன்றை எடுத்து எல்லாரையும் அடிக்க ஆரம்பித்துவிட்டான். பலருக்குக் காயம். எலி வீஸெல் எப்படியோ நழுவித் தப்பிவிட்டார். அதற்குப் பிறகு நடந்ததை அவரே விவரிக்கிறார். 'நான் அந்தக் கணம் வெறுப்பை உணர்ந்தேன். அந்த காபோமீது அல்ல, என் தந்தையின்மீது. அவர் சரியாக வேலை செய்யாததால்தானே அந்த காபோவுக்குக் கோபம் வந்தது?' அப்பாவை அடித்த காபோமீது கோபப்படாமல் அவர்மீதுள்ள தவறை ஆராயும் அளவுக்கு எலி வீஸெல் சென்றது ஏன்? 'இந்த வதைமுகாம் என் வாழ்வை இப்படியா மாற்றவேண்டும்?'

ஜெர்மானிய யூதர்களால் போலந்து யூதர்களிடம் இயல்பாகப் பழக முடியவில்லை. அரசியல் அறிவு பெற்றவர்களாகவும் படித்தவர் களாகவும் இருந்தும்கூட போலந்து யூதர்களை தரம் தாழ்ந்தவர்களாக ஜெர்மானிய யூதர்கள் பாவித்தனர். நாடு, மொழி, இனம் போன்ற வரையறைகளைக் கடக்கமுடியாமல் பல கைதிகள் தத்தளித்தனர். போலந்து யூதர்கள் பாசிஸ்டுகள் என்று ஜெர்மானிய யூதர்கள் நம்பினர். ஜெர்மானிய யூதர்கள் கம்யூனிஸ்டுகளாக இருக்கவேண்டும் என்று போலந்து யூதர்கள் நம்பினர். டச்சு யூதர்கள் பிரெஞ்சு யூதர்களை வெறுத்தனர். கிரேக்கர்கள் ஹங்கேரியர்களை விரோதத்துடன் அணுகினர். யூதர்கள் என்பது அங்கே பொது அடையாளமாக இல்லை. யூதர்கள் தங்களுக்குள் சண்டையிட்டு ஏசிக்கொள்ளும்போது நாஜிகள் உதிர்க்கும் இனவெறுப்புச் சொற்களை அவர்களும் உபயோகிப்பதை உணரலாம்.

நாஜிகளும்கூட எல்லோ யூதர்களையும் சம வெறுப்புடன் அணுகினர் என்று சொல்லமுடியாது. மற்றவர்களைவிட ஜெர்மானிய யூதர்கள் சற்றே மேலானவர்கள் என்றே அவர்கள் கருதினர். மொழியின் காரணமாக ஏற்பட்ட ஓர் உணர்வு அது. ஜெர்மானியர்களாகவே இருந்தபோதும் இத்தாலியிலோ கிரேக்கத்திலோ வளர்ந்தவர்களாக இருந்து, ஜெர்மானிய மொழி அறியாதவர்களாக இருந்தால் அவர் களை நாஜிகள் இத்தாலியர்களாகவும் கிரேக்கர்களாகவும் மட்டுமே பார்த்தனர். ஜெர்மன் கற்றுக்கொள்ளாத குறையை அங்கே அவர்கள் உணர்ந்திருக்கக் கூடும். போலந்து கைதிகள் பலர் தங்கள் நிலையை உயர்த்திக்கொள்ளும் உத்தேசத்துடன் சிறையில் ஜெர்மன் மொழி கற்றுக்கொள்ளத் தொடங்கினர். ஜெர்மன் மொழியில் சரளமாகப் பேசத் தொடங்கிவிட்டால் போலந்து அடையாளத்தை மறைத்துக் கொண்டுவிடலாம் அல்லவா?

மொழியைப் போலவே வயது முக்கியமான பாத்திரத்தை வகித்தது. பொதுவாக முகாமில் இளையவர்கள், பழையவர்கள் என்னும் இரு பதங்களே வயதைக் குறிக்க பயன்படுத்தப்பட்டன. புதிதாக வந்தவர் களுக்கு முதல் பெயரும் ஏற்கெனவே முகாமில் இருப்பவர்களுக்கு இரண்டாவது பெயரும் கொடுக்கப்பட்டது. முகாமுக்கு வெளியில் இளையவராகக் கருதப்படும் ஒருவர் முகாமில் முதியோராகக் கருதப்படுவார். மிக இளைய வயதாக இருந்தாலும் முகாமுக்கு வந்ததும் அவர் மிக விரைவாக வளர ஆரம்பித்துவிடுகிறார். முப்பது வயது கொண்ட ஒருவருக்கு சில ஆண்டுகளிலேயே கிழடு தட்டி விடுவதும் உண்டு. தவிரவும் அனைவருக்கும் மொட்டையடிக்கப் பட்டுவிடுவதாலும் அனைவருமே எலும்புக்கூடுகளாக மாறிவிடுவ தாலும் வயது பார்த்தறியக்கூடிய ஒன்றாக இருப்பதில்லை. அறுபது

வயதுக்காரர் ஒருவர் உண்மையில் தன் இருபதுகளை அப்போதுதான் தொடங்கியிருப்பார். பதினெட்டு முதல் முப்பது வயது வரையிலான வர்களால் மற்றவர்களைவிட வேகமாக முகாம் வாழ்வுக்குத் தயார் படுத்திக்கொள்ளமுடியும் என்கிறார்கள் சிலர். பதினைட்டு வயதுக்குக் குறைவானவர்களின் உடலும் உள்ளமும் பூஞ்சையாக இருப்பதால் முகாமின் அழுத்தம் தாங்காமல் அவர்கள் எளிதில் உடைந்து விடுகிறார்கள். முப்பத்தைந்தைக் கடந்தவர்கள் அனைவருமே முதியோர்தான். அவர்கள் ஏற்கெனவே பலமிழந்து விட்டதால் முகாம் அவர்களைச் சுழற்றி அடித்துவிடுகிறது.

முகாமின் விதிகள் தொடர்ச்சியாக மாறுபவை என்பதால் கைதிகளால் அவற்றை முழுமையாகப் புரிந்துகொள்ளமுடிந்ததில்லை. கொல்லப் படலாம் என்று அவர்கள் கருதும் ஒரு நபரை நாஜிகள் இறுதிவரை நெருங்கவே மாட்டார்கள். நாஜிகளுக்குத் தேவைப்படும் நபர் என்று நம்பப்படுபவர் பிணக்குவியல்களுக்கு மத்தியில் கிடப்பார். அதிர்ச்சி யூட்டுவதிலும் ஆச்சரியப்படுத்துவதிலும் எஸ்எஸ் அமைப்பினரை விஞ்சமுடியாது என்று கைதிகள் பேசிக்கொள்வார்கள். உடல்களை அப்புறப்படுத்தும் பணியில் ஈடுபடுபவர்களை நாஜிகள் அதிகம் கொடுமைப்படுத்துவதில்லை என்பதை அவர்கள் கவனித்திருக்கிறார் கள். திடீரென்று ஒருநாள் இந்த விதியும் மீறப்படும். ஏன் அப்படியொரு விதி முதலில் கடைப்பிடிக்கப்பட்டது என்பதோ ஏன் அது உடைக்கப்பட்டது என்பதோ ஒருவருக்கும் தெரியாது. அதிகமான விதிமுறைகளைக் கொண்டிருக்கும் அதே சமயம் எந்தவொரு விதிமுறைக்கும் கட்டுப்படாத தனியொரு உலகமாக முகாம் திகழ்கிறது என்பதே பொதுவாக ஏற்கப்பட்ட உண்மையாகும்.

புரிதலுக்கு அப்பாற்பட்டதாக இருந்தாலும் கைதிகள் தங்களுடைய முழுநேரத்தையும் முகாமைப் புரிந்துகொள்வதிலேயே செலவிட்டனர். யார் வாழ்வார்கள், யார் இறப்பார்கள் என்பதை அவர்கள் துடிப்புடன் விவாதித்தார்கள். முகாமுக்கு வரும் புதியவர்களைத் தீவிரமாக ஆராய்ந்து, அவன் இருப்பான், அவன் இறந்துவிடுவான் என்று தமக்குள் பேசிக்கொண்டனர். ஒரு வாரத்துக்குள் இந்த யூகம் நன்றாகப் பலம் பெற்றுவிடும். வாழும் உத்வேகத்துடன் இருப்பவரை அவருடைய நடவடிக்கைகளே காட்டிக்கொடுத்துவிடும். விரக்தி யடைந்தவர்களை அவர்களுடைய முகமே காட்டிக்கொடுத்துவிடும். நாள்கள் செல்லச் செல்ல அவர்களுடைய முகத்தில் மரணத்தின் சாயல் புலப்பட ஆரம்பித்துவிடும். பழைய கைதிகள் அதனை உடனே கண்டுபிடித்து விடுவார்கள். எப்போது, எப்படி அவர்களுக்கு மரணம் வரும் என்பதைத்தான் சொல்லமுடியாதே தவிர, மரணம் நிச்சயம்

என்று அடித்துச் சொல்லிவிடுவார்கள். மரணத்தின் சாயல் கொண்டிருப்பவர்களை 'முஸெல்மானர்' என்று அழைத்தனர்.

அவர்களை எப்படி அடையாளம் காண்பது என்பதை அனுபவசாலி யான மருத்துவர் லாடிஸ்லா ஃபெஜ்கில் விவரிக்கிறார். 'அதிகமாக எடை குறையத் தொடங்கும். உடல் இயக்கம் குறையும். செயல்திறன் குறையும். மெதுவாக நடப்பார்கள். பார்வை மங்கலாகும். சலனமற்ற, வருத்தம் தோய்ந்த முகத்தை வைத்திருப்பார்கள். தோல் நிறமிழக்க ஆரம்பிக்கும். மேல்தோல் உரியும். எல்லாவிதமான தொற்றுநோய் களுக்கும் ஆளாவார்கள். தலை நீண்டிருக்கும். கண்களும் கன்னங் களும் வெளியில் நீட்டிக்கொண்டிருக்கும். மெதுவாக சுவாசிப்பார் கள், நிறைய சிரமப்பட்டுதான் பேசமுடியும். கண்ணிமை, பாதம் என்று பல இடங்களில் கட்டி வளர்வதைப் பார்க்கலாம். பசியின் அளவுக்கு ஏற்றாற்போல் கட்டியின் அளவும் அதிகரிக்கும். இரவு உறங்கியபிறகு அவர்கள் முகத்தைக்கொண்டும் மாலையில் அவர்கள் பாதத்தைக் கொண்டும் அவர்களை அடையாளம் காணலாம். கூடவே வயிற்றுப் போக்கும் இருக்கும். இந்த நிலையை எட்டியதும் அவர்கள் எல்லாவற்றிலிருந்தும் விலகிக்கொண்டுவிடுவார்கள். தங்களைச் சுற்றி நடப்பதை அவர்களால் விழிப்புடன் உணரமுடியாது. ஒருவேளை நடக்க முடிந்தாலும், முட்டியை மடக்காமல் மட்டுமே அவர்களால் நடக்க முடியும். எப்போதும் குளிரில் நடுங்கிக் கொண்டிருப்பார்கள். தூரத்திலிருந்து பார்க்கும் எவருக்கும் தொழுகை நடத்தும் அரேபியரையே அவர் நினைவுபடுத்துவார். அதனால்தான் முஸெல்மானர் என்று அவர் அழைக்கப்படுகிறார்.'

ரோஸ்

ஆஷ்விட்ஸில் கைதிகளை வைத்து இசை நிகழ்ச்சிகள் நடத்துகிறார்கள் என்று கேள்விப்பட்டதும் பிர்கெனா, மோனோவிட்ஸ், பிளெச்ஹேமர் என்று ஆண், பெண் முகாம்கள் பலவற்றிலும் இசை நிகழ்ச்சிகளை நடத்தத் தொடங்கிவிட்டனர். ஜிப்ஸிக்களைக் கொண்டு நடத்தப்படும் நிகழ்ச்சிகளுக்கு நல்ல வரவேற்பு இருந்தது. சில முகாம்கள் இருபதுக்கும் மேற்பட்ட வாத்தியங்களை வாங்கி வைத்திருந்தனர். சில இடங்களில் கச்சேரிக்கென்றே தனியறை உருவாக்கப்பட்டது. அன்றாடம் மாலை வேளைகளில் பாடல்கள் உருண்டோடிவந்தன. எஸ்எஸ் அதிகாரிகளுக்கும் முகாமைப் பார்வையிட வந்த நாஜிகளுக்கும் இசை, சிறந்த பொழுதுபோக்காக அமைந்தது. எஸ்எஸ் நபர்களின் பிறந்தநாள் கொண்டாட்டங்கள் இந்த அறையில்தான் நடைபெற்றன. பாடுவதோடு சேர்த்து நடனங்கள்

ஆடப்படுவதும் உண்டு. கைதிகளைப் பாட வைத்து, ஆட வைத்து, சில சமயம் உணவும் பரிமாற வைத்து அதிகாரிகள் மகிழ்ந்தனர்.

வாத்தியப் பரிச்சயம் கொண்டிருப்பவர்களைக் கைதிகளுக்கு மத்தியிலிருந்து கண்டுபிடிப்பதில் சிலர் ஆர்வம் செலுத்தினர். ஒருமுறை, வயலின் வாசிக்கத் தெரிந்தவருக்கான தேடுதல் வேட்டை நடைபெற்றது. பெண்களுக்கான முகாம்களில் நாஜிகள் நுழைந்து அறிவிப்பை வெளியிட்டபோது ஆஷ்விட்ஸில் பத்தாம் பிளாக்கில் அடைக்கப்பட்டிருந்த அல்மா ரோஸ் அழைப்பை ஏற்றுக்கொண்டார். ரோஸின் தந்தை, ஆர்னால்ட் ரோஸ் புகழ்பெற்ற ஆர்கெஸ்ட்ரா ஒன்றை நடத்திவந்தவர். ரோஸை அழைத்துச் சென்ற எஸ்எஸ் ஆள்கள் வயலினை அவரிடம் ஒப்படைத்தனர். அன்று மாலை நடைபெற்ற நிகழ்ச்சியில் ரோஸ் வாசித்ததைக் கேட்டு மயங்கிய அதிகாரிகள் உடனடியாக அவரை முகாமிலிருந்து இடமாற்றம் செய்து ஆர்கெஸ்ட்ராவுக்கான தலைமை பொறுப்பை அளித்தனர்.

ரோஸை நன்கறிந்த ஒரு கைதி விவரிக்கிறார். 'நிகழ்ச்சிகளின்போது ரோஸ் அமைதியாக இருப்பார். தன்னைச் சுற்றி விநோதமாக எதுவுமே நடைபெறவில்லை என்பதுபோல் இயல்பாக இருப்பார். நளினமான அவரது அசைவுகளைக் காணும்போது அவர் தன்னை முழுக்க முழுக்க இசையிடம் ஒப்படைத்துவிட்டார் என்பதை ஒருவர் உணரமுடியும்.' இன்னொருவரின் பார்வை இது. 'ரோஸ் வேறொரு உலகில் வாழ்ந்துவந்தார். இசையை அவர் காதலாகப் பார்த்தார். துயரமாகவும் ஏமாற்றமாகவும் நம்பிக்கையாகவும் மகிழ்ச்சியாகவும் அவர் இசையைப் பார்த்தார். அவருடைய இசை முகாமைவிட்டு மேலே உயர்ந்து எழுந்தது.' முகாமில் இருந்த மற்ற கைதிகளிடையே ஒளிந்து கொண்டிருந்த இசை ஆர்வத்தை வெளியில் கொண்டுவருவதில் ரோஸ் கவனம் செலுத்தினார்.

தனக்குக் கொடுக்கப்பட்ட இடத்தைப் பயன்படுத்தி எந்தவிதச் சிறப்புச் சலுகைகளையும் பெற்றுக்கொள்ள ரோஸ் முயலவில்லை. அதே சமயம் அநாவசியமாக வளைந்துகொடுக்கவும் மறுத்தார். நிகழ்ச்சியின்போது எஸ்எஸ் பெண் காவலர்கள் தங்களுக்குள் பேசிக்கொண்டும் சத்தம்போட்டு சிரித்துக்கொண்டும் இருந்தால் வயலின் வாசிப்பதை அவர் நிறுத்திக்கொண்டுவிடுவார். அவரை அதட்டமுடியாமல் போனது. 'என்னால் இப்படியெல்லாம் நிகழ்ச்சியை நடத்தமுடியாது' என்று சொல்லி நகர்ந்துவிடுவார். தெரஸின்ஸ்டாட் குடும்ப முகாமுக்கு அவ்வப்போது சென்று வருவதை அவர் வழக்கமாக்கிக் கொண்டிருந்தார். அங்குள்ளவர்கள் கேஸ் சாம்பருக்கு அனுப்பப்பட்டுவிட்டார்கள் என்று, ஒருநாள்

தெரிந்துபோது அவர் மனமுடைந்துபோனார். சில வாரங்கள் கழித்து, 4 ஏப்ரல் 1944 அன்று ரோஸ் இறந்துபோனார். நஞ்சு உட்கொண்டிருக்கலாம் என்று சொல்லப்படுகிறது.

ஆன் ஃபிராங்

யூத இனவொழிப்பு பற்றிய பதிவுகளில் ஆன் ஃபிராங்கின் டைரிக்கு ஒரு முக்கியமான இடம் உண்டு. 12 ஜூன் 1929 அன்று பிராங்ஃபர்ட்டில் பிறந்த ஆன் இரண்டாம் உலகப் போரின்போது தன் குடும்பத்தினருடன் நெதர்லாந்துக்குக் குடிபெயர்ந்தார். நெதர்லாந்தும் நாஜிகளின் கட்டுப்பாட்டின்கீழ் வந்துசேர்ந்தபோது ஆன் தன் குடும்பத்தினருடன் ஒரு கட்டடத்தின் அடித்தளத்தில் இரண்டாண்டு காலம் மறைந்து வாழ்ந்துவந்தார். அப்போதுதான் அவர் டைரி எழுத ஆரம்பித்தார். பிறந்தநாள் பரிசாகத் தனக்கு வந்துசேர்ந்த டைரியில் 12 ஜூன் 1942 அன்று அவர் முதல் முதலாக எழுதத் தொடங்கினார். அப்போது அவர் வயது 13. இறுதியாக அவர் எழுதியது 1 ஆகஸ்ட் 1944 அன்று. அப்போது அவர் வயது 15.

ஆன், அவர் குடும்பத்தினர், அவருக்கு உதவி செய்தவர்கள் என்று மொத்தம் எட்டு பேர் மறைவிடத்திலிருந்து கெஸ்டாபோவால் கண்டுபிடிக்கப்பட்டு கைது செய்யப்பட்டனர். ஆஷ்விட்ஸ் முகாமில் அவர்கள் அடைக்கப்பட்டனர். அக்டோபர் அல்லது நவம்பர் 1944 வாக்கில் ஆன், அவர் சகோதரி மார்கோட் இருவரும் பெர்கென் பெல்சென் முகாமுக்கு இடமாற்றம் செய்யப்பட்டனர். இது நடந்து சில மாதங்களில் இருவரும் நோய்வாய்ப்பட்டு இறந்துபோயினர்.

ஆன் பதுங்கியிருந்த அறை முழுக்க அவர் எழுதியிருந்த டைரி காகிதங்கள் சிதறிக்கிடந்தன. அதை ஒருவர் கண்டறிந்து, சேகரித்து, ஆன் இறந்தபிறகு அவருடைய அப்பா ஓடோ ஹென்ரிச் ஃபிராங்கிடம் ஒப்படைத்தார். அவர் அதைப் பதிப்பித்தபிறகு ஆன் புது வாழ்க்கை பெற்றார். இன்று பலருக்கும் யூத இனவொழிப்பு என்றால் ஆன் ஃபிராங்கின் டைரியே நினைவுக்கு வரும்.

ஒரு பதிமூன்று வயது சிறுமியாகத் தன்னை நினைத்துக்கொண்டு ஆன் இந்த டைரியை எழுதவில்லை என்பதை அவருடயை எழுத்துகளைக் கூர்மையாக வாசிக்கும் ஒருவரால் உணரமுடியும். தன்னை ஒரு எழுத்தாளராகவே ஆன் கண்டிருக்கிறார். வெள்ளந்தியான ஒரு சிறுமியின் குறிப்புகளாக ஆனின் டைரியை முதலில் கண்ட பலரும் மீள்வாசிப்பில் தங்கள் நிலைப்பாட்டை மாற்றிக்கொண்டனர். ஆனின் டைரியைப் படிக்கும்போது அவர் என்னுடன் நேரடியாக உரையாடும் உணர்வு எனக்கு ஏற்படுகிறது என்று அவர்களில் பலர் அதிசயித்தனர்.

ஹிட்லரின் இனவொழிப்பை நினைவுபடுத்திக்கொண்டிருக்கும் ஓர் அடையாளமாக நீடிக்கும் அதே சமயம், ஆனின் டைரி துயரமளிக்கும் ஓர் ஆவணமாகவோ அவநம்பிக்கையூட்டும் பதிவாகவோ எஞ்சியிருக்கவில்லை. நம்பிக்கையை வெளிப்படுத்தும் வெளிச்சப் பொறியாகவே டைரி காட்சியளிக்கிறது. ஆனின் இறுதிக்குறிப்பு களில் ஒன்று இது. 'ஒரு நாள் இந்தக் கொடுமையான யுத்தம் முடிவுக்கு வரும். அப்போது நாங்கள் யாரும் யூதர்களாக பார்க்கப்படமாட்டோம்; மனிதர்களாகவே பார்க்கப்படுவோம்.'

கூட்டாளிகள்

எஸ்எஸ் ஆள்கள் பல சமயம் கைதிகளையும் தங்களுடைய கூட்டாளி களாக இணைத்துக்கொள்வர். குற்றத்தின் பங்கைப் பிரித்துக் கொடுக்கும் வகையில் இந்த ஏற்பாட்டை அவர்கள் செய்திருக்கக் கூடும். காஸ் சாம்பருக்குக் கொண்டுசெல்வதில், சக கைதிகளை அடித்துத் துன்புறுத்துவதில், கொல்வதில் சில கைதிகளை அவர்கள் வலுக்கட்டாயமாக ஈடுபடுத்தினர். குளியலறையில் பணியாற்றுவது என்பது சுலபமான வேலை. அத்தகைய வேலைகளைச் சில யூதர்களைத் தேர்ந்தெடுத்து அவர்களுக்கு அளிப்பார்கள் காவலர்கள். அதற்கு கைமாறாக அவர்கள் கைதிகளைத் தூக்கிலிடும் பணியில் உதவிசெய்யவேண்டும் என்று எதிர்பார்க்கப்பட்டது. தூக்குக் கயிறைத் தயார் செய்து, கைதியின் கழுத்தில் மாற்றி, இறக்கும்வரை காத்திருந்து சடலத்தை அப்புறப்படுத்தும் வேலையை யூதர்கள் செய்தாகவேண்டும். இதற்காக அவர்கள் வெறுப்பைச் சம்பாதித்துக் கொள்வதும் உண்டு. ஒருமுறை மரண தண்டனைக் கைதி ஒருவர் தன் கழுத்தில் தூக்குக் கயிற்றை மாட்டிவிடும் யூதரைப் பார்த்து வெறுப்புடன் கத்திவிட்டார். 'மிக நல்ல வேலையை நீ செய்து கொண்டிருக்கிறாய், வாழ்த்துகள்!' அந்த யூதரால் பதிலேதும் அளிக்க முடியவில்லை. ஆனால் வேலை முடிந்ததும் அவர் புலம்ப ஆரம்பித்து விட்டார். 'இது சுலபமான வேலை என்று சிலர் நினைக்கிறார்கள். இறந்துபோகிறவரைவிட எனக்கே இதில் வலி அதிகம் என்பதை இவர்கள் உணரப்போவதில்லை.'

எஸ்எஸ் ஆள்களிடம் நெருங்கிப் பழகுபவர்களையும், அவர்களுக்கு பணி நிமித்த உதவி புரிபவர்களையும் ஏனைய யூதர்கள் வெறுப்பது இயல்பாக இருந்தது. நீ கொலைகாரர்களுடன் தொடர்பு கொண்டவன் என்று, அவர்களை ஏசுவதும் சண்டையிடுவதும்கூட வாடிக்கைதான். நீ நாஜிகளின் உளவாளியா என்று கேட்டு தாக்கிய சம்பவங்களும் உள்ளன. தனிப்பட்ட சந்திப்புகளில், உரையாடல்களில் அவர்களைக் கலக்காமல் ஒதுக்கிவைப்பதும் உண்டு. அதே சமயம், எஸ்எஸ்

காவலர்களும் இந்தக் கூட்டாளிகளை முழுக்கச் சேர்த்துக்கொள்ள மாட்டார்கள். நீ எனக்கு ஆயிரம் உதவிகள் செய்தாலும் அடிப்படையில் நீ ஒரு யூதன்தானே என்று பலமுறை ஏசுவதும் வழக்கம். இதனால் இரண்டு பக்கங்களிலிருந்தும் கூட்டாளிகள் பகைமையைச் சம்பாதித்துக் கொள்ள நேரிடும். ஒரு கூட்டாளியைச் சந்தேகத்தின்பேரில் கைதிகள் ஒன்றுசேர்ந்து கல்லால் அடித்துக் கொன்றனர். இன்னொரு சந்தர்ப்பத்தில், உளவாளி என்னும் சந்தேகத்தின் பேரில் துரத்திச் சென்று தாக்க முயன்றதில் அந்தக் கூட்டாளி வேலியில் விழுந்து மின்சாரம் தாக்கி இறந்துபோனார்.

17

நீதி

பிறப்பிக்கப்பட்ட உத்தரவை நிறைவேற்றமாட்டேன் என்று என்னால் நிச்சயம் சொல்லமுடிந்திருக்காது. அப்படியொரு எண்ணமே எனக்கு ஏற்பட்டதில்லை. நான் அப்படிப்பட்டவன் கிடையாது.

கிளாஸ் டைலெவ்ஸ்கி, எஸ்எஸ் காவலர்

விடுதலையைத் தொடர்ந்து முகாமிலிருந்து மீண்டும் புதிதாகப் புகை கசிந்துவந்தது. சரக்கு அறைகளை உடைத்துத் தகர்த்து கைதிகள் தங்களுக்காகத் தயாரித்துக்கொண்ட முதல் சமையலிலிருந்து கிளம்பிய புகை அது. சிலர் எஸ்எஸ் காவலர்கள் சேமித்து வைத்த மதுப்புட்டிகளையும் தின்பண்டங்களையும் ஆரவாரத்துடன் கைப்பற்றி உட்கொள்ள ஆரம்பித்தனர். இதிலெல்லாம் நாட்டம் இல்லாத சிலர் அதுவரை தங்களைத் துன்புறுத்தி வந்த எஸ்எஸ் காவலர்களிடம் சினத்துடன் திரும்பிச் சென்றனர். பலவீனமான உடல்தான் என்றாலும் உள்ளே கனன்று கொண்டிருந்த கோபம் அவர்களுக்கொரு புதிய பலத்தை அளித்திருந்தது. பழிவாங்க வேண்டும் என்னும் உணர்வு அவர்களை உந்தித் தள்ளியது. எஸ்எஸ் காவலர்களைச் சூழ்ந்து கொண்டு அவர்களைத் தாக்கத் தொடங்கினர். 'விடுவிக்கப்பட்ட முதல் சில மணி நேரங்களில் கைதிகள் எஸ்எஸ் காவலர்களைத் தாக்கினர், அவமானப்படுத்தினர், கொன்றனர்' என்கிறார் நிகோலஸ் வாஷ்ஸ்மான். பிர்கெனா முகாமைச்

சேர்ந்த ஒரு கைதிக்கு வாய்ப்பு கிடைக்காததால் அவர் வருந்தினார். 'என்னால் நான் நினைத்தபடி பழிவாங்கமுடியவில்லை.'

கைதிகள் தங்கள் கோபத்தைத் தீர்த்துக்கொள்ளட்டும் என்று கருதி சில இடங்களில் அமெரிக்க வீரர்கள் ஒதுங்கிக்கொண்டனர். சில இடங்களில் நேச நாட்டுப் படையினர், எஸ்எஸ் ஆள்களைப் பிடித்து வரிசையாக நிற்கவைத்துச் சுட்டுக்கொன்றனர். டச்சாவ் முகாமுக்குள் **29** ஏப்ரல் **1945** அன்று அமெரிக்க வீரர்கள் உள்ளே நுழைந்தபோது கண்ணில்பட்ட எஸ்எஸ் ஆள்களைச் சுட்டுக்கொன்றனர். காபோக்கள் கடும் எதிர்ப்புகளைக் கிட்டத்தட்ட எல்லா முகாம்களிலும் சந்திக்க வேண்டியிருந்தது. சிலர் தாக்கப்பட்டனர், சிலர் கொல்லப்பட்டனர்.

ஆனால் இவையனைத்துமே விதிவிலக்குகள் மட்டுமே. பெரும்பாலான கைதிகள் பழிவாங்கும் நிலையிலோ நீதி குறித்து சிந்திக்கும் நிலையிலோ இல்லை. எஸ்எஸ் ஆள்களை நாம் தாக்கக்கூடாது என்று கருதியவர்களே பிரதானமாக இருந்தனர். தொலைந்த குடும்பங்களையும் இழந்த வாழ்வையும் பற்றிச் சிந்திக்கவே அவர்களுக்கு நேரம் இல்லை. புதிதாகக் கிடைத்த விடுதலையைக் கொண்டு தங்கள் கரங்களை ரத்தத்தில் மூழ்கடித்துக்கொள்ள அவர்கள் தயாராகயில்லை. வன்முறையே வாழ்க்கைமுறையாக மாறிப்போன முகாமில் மூச்சுமுட்ட வசித்ததால் மீண்டும் வன்முறையை நாடும் எண்ணம் அவர்களுக்கு உதிக்கவில்லை. ஒரு புன்செென்வால்ட் கைதி இதனைத் தெளிவாக வெளிப்படுத்துகிறார். 'ஜெர்மானியர்கள் நம்மிடம் நடந்துகொண்டதைப்போல் நாம் அவர்களிடம் நடந்துகொள்ளத் தேவையில்லை.' நேச நாட்டுப் படையினரும்கூட பெருமளவிலான எஸ்எஸ் ஆள்களைக் கைது செய்து நிலைமையைக் கட்டுப்பாட்டில் கொண்டு வந்தனர்.

வழக்குகள்

எல்லா முகாம்களிலும் விடுவிக்கப்பட்ட சாட்சியங்களைச் சேகரிக்கும் பணி ஆரம்பமானது. பிடிபட்ட எஸ்எஸ் ஆள்களையும் நாஜிகளையும் நீதிமன்றத்தில் நிறுத்தி முறைப்படி அவர்களுக்குத் தண்டனை பெற்றுத் தருவதற்கு இந்தச் சாட்சியங்களைப் பயன்படுத்தலாம் என்று திட்டம். எனவே முகாமிலிருந்து மீண்டவர்களின் சாட்சியங்களை கேட்டும் எழுதி வாங்கியும் ஆவணப்படுத்தத் தொடங்கினார்கள். பலருக்கு வெள்ளைத் தாள்கள் கொடுக்கப்பட்டு, உங்களுக்கு இழைக்கப்பட்ட கொடுமைகளை எழுதித் தாருங்கள் என்று கேட்டுக் கொள்ளப்பட்டனர். இதில் எப்படி எல்லாவற்றையும் எழுதமுடியும் என்று நினைத்து திகைத்தவர்கள் இருந்தனர்.

டச்சாவில் முகாம் இருந்த இடத்திலேயே அமெரிக்க ராணுவம் ஒரு நீதிமன்றத்தை உருவாக்கியது. முதல் வழக்கு 15 நவம்பர் 1945 அன்று ஆரம்பமானது. கைதிகள் கட்டாயப் பணியில் ஈடுபடுத்தப்பட்ட அல்லது பயிற்சியளிக்கப்பட்ட ஓரிடத்தில்தான் விசாரணைகள் நடத்தப்பட்டன. அப்போதும் அதற்குப் பிறகும் நடத்தப்பட்ட விசாரணைகளில் பெரும்பாலானவர்களுக்கு மரண தண்டனை விதிக்கப்பட்டது. அவர்கள்மீது போர்க்குற்றங்கள் சுமத்தப்பட்டு அந்தக் குற்றச்சாட்டுகள் அனைத்தும் நிரூபிக்கப்பட்டிருந்தன. மாத்தாசென், புச்சன்வால்ட், ஃபிளாசென்பெர்க், டோரா உள்ளிட்ட முகாம்களிலும் ஏனைய துணை முகாம்களிலும் கைது செய்யப்பட்ட எஸ்எஸ், நாஜி ஆள்கள் இங்கு வைத்தே விசாரிக்கப்பட்டனர். இருநூற்று ஐம்பது விசாரணைகள் மொத்தம் நடத்தப்பட்டன. 1947 வரை ஆயிரம் பேர் விசாரிக்கப்பட்டனர். லாண்ட்ஸ்பெர்க் சிறையில் தூக்குத் தண்டனைகள் நிறைவேற்றப்பட்டன. முதலில் தூக்கிலிடப் பட்டவர்களில் கமாண்டண்ட் மார்டின் கோட்ஃப்ரீட் வீஸ் ஒருவர். மே 1946ல் இவர் தூக்கிலிடப்பட்டார். 'என் தந்தையார் நாட்டுக்காக இறப்பதில் பெருமைப்படுகிறேன்' என்று இறப்பதற்குமுன்பு இவர் அறிவித்தார்.

செப்டெம்பர் முதல் நவம்பர் 1945 வரை பெர்கென் பெல்சென் முகாமில் கைது செய்யப்பட்டவர்கள் மீதான நீதிமன்ற விசாரணை லூன்பர்கில் பிரிட்டிஷ் அதிகாரிகளால் நடத்தப்பட்டது. குற்றம்சாட்டப்பட்டவர்களில் 11 பேருக்கு மரண தண்டனை அளிக்கப்பட்டது. அவர்களில் ஒருவர் முன்னாள் கமாண்டன்ட் ஜோசப் கிரேமர். பிறகு மேலும் சில நீதிமன்றங்கள் பிரிட்டிஷாரால் அமைக்கப்பட்டு, விசாரணைகள் மேற்கொள்ளப்பட்டு மரண தண்டனைகளும் விதிக்கப்பட்டன. ஜூன் 1950ல் மேற்கொள்ளப்பட்ட ஒரு விசாரணையில் ரேவன்ஸ்பெர்க் முகாமைச் சேர்ந்த ஒரு கமாண்டன்ட் தூக்கிலிடப்பட்டார். சோவியத் ராணுவ அதிகாரிகளும் நீதிமன்றங்கள் அமைத்து விசாரணை மேற்கொண்டனர்.

போலந்தில் ஒரு சிறப்பு நீதிமன்றம் உருவாக்கப்பட்டு மஜ்டானெக் முகாமைச் சேர்ந்த ஐந்து எஸ்எஸ் ஆள்கள் 1944 இறுதியில் பொதுமக்கள் முன்னிலையில் தூக்கிலிடப்பட்டனர். குறிப்பிட்டுச் சொல்ல வேண்டியது போலந்திலுள்ள கிராகோவ் என்னுமிடத்தில் அமைக்கப்பட்ட நீதிமன்றம். இங்கு நாஜி, எஸ்எஸ் அமைப்புகளைச் சேர்ந்த பிரமுகர்கள் சிலர்மீது விசாரணைகள் மேற்கொள்ளப்பட்டன. 22 டிசம்பர் 1947 அன்று ஆஷ்விட்ஸ் முகாமைச் சேர்ந்த 39 பேர்மீது குற்றம் உறுதிசெய்யப்பட்டு அவர்களில் 32 பேருக்கு மரண தண்டனை

அளிக்கப்பட்டது. கிராகோவில் சிறைபிடிக்கப்பட்டவர்களில் முக்கிய மானவர் ருடால்ஃப் ஹோஸ்.

ஹோஸ், ஈச்மென்

ஆஷ்விட்ஸ் கமாண்டன்ட் ரூடால்ஃப் ஹோஸ் இரண்டாம் உலகப் போர் முடிவடைந்து ஓராண்டுவரை யார் கண்ணிலும் சிக்காமல் வேறு பெயரில் ஒளிந்துகொண்டிருந்தார். மார்ச் 1946ல் பிரிட்டிஷ் படையின ரால் அவர் கைது செய்யப்பட்டார். அவரைக் கைது செய்த படைக்குத் தலைமை தாங்கிய ஹான்ஸ் அலெக்சாண்டர், பெர்லினைச் சேர்ந்த ஒரு யூதர். நாஜிகளிடமிருந்து தப்பி பிரிட்டனுக்கு ஓடிச்சென்றவர். பல லட்சம் யூதர்களின் கொலைக்குக் காரணமாக இருந்த ஹோஸ் இறுதியில் ஒரு யூதரால் பிடிக்கப்பட்டது அவர் வாழ்வின் நகை முரண். நியூரெம்பர்க் சிறையில் ஓர் அமெரிக்க உளவியலாளருடன் ஹோஸ் உரையாடினார். 'என்னை நம்புங்கள், மலையளவு சடலங்களைப் பார்ப்பதில் எனக்கு மகிழ்ச்சி ஏற்பட்டிருக்கும் என்றா நினைக்கிறீர்கள்? ஹிட்லர்தான் எல்லாவற்றையும் உத்தரவிட்டார். இது ஏன் முக்கியம் என்பதை அவர்தான் விளக்கினார். அவர் சொல்வது சரியா தவறா என்றெல்லாம் நான் மூளையைப் போட்டுக் குழப்பிக்கொள்ள வில்லை. அது அவசியமாக இருந்தது.'

ஆனால் ஹோஸ் எழுதிவைத்த குறிப்புகள் அவரைப் பற்றிய வேறு விதமான சித்திரத்தை அளிக்கின்றன. 'முகாமில் உள்ள எல்லோரும் என்னிடம்தான் வருவார்கள். என் பதிலைத்தான் அவர்கள் எதிர்பார்ப் பார்கள். அவர்களைச் சமாதானப்படுத்தவேண்டிய பொறுப்பு எனக்கு இருக்கிறது. அவர்கள் மீண்டும் மீண்டும் கேட்ட கேள்வி இதுதான். ஆயிரக்கணக்கான பெண்களையும் குழந்தைகளையும் கொன்றொழிக் கத்தான் வேண்டுமா? இந்தக் கேள்வியை நான் எனக்குள்ளும் கேட்டுக் கொண்டேன். ஒருமுறையல்ல பலமுறை. ஹிட்லரின் உத்தரவுதான் எனக்குப் பதிலளித்தது. நம்முடைய மோசமான எதிரிகளை அழிக்க வேண்டுமானால் ஜெர்மனியிலிருந்து யூதர்களை நாம் அகற்றியே தீரவேண்டும் என்று அவர்களிடம் சொன்னேன்.'

வேறோரிடத்தில் தன்மீது சுயபச்சாதாபம் கொண்டு அவர் எழுதியிருக் கிறார். 'நானும் மற்றவர்களும் எங்களுக்காக எதையும் செய்ய வில்லை. ஹிட்லருக்காகவே நாங்கள் எல்லாவற்றையும் செய்தோம். அவருடைய உத்தரவுகளை எங்கள் யாராலும் மீறமுடியாது. அதை நான் மற்றவர்களுக்கும் உணர்த்தவேண்டுமானால் வெறும் வாய் வார்த்தையாகச் சொல்லமுடியாது. அவர்கள் எதைச் செய்யத் தயங்குகிறார்களோ அதை நானே செய்துகாட்டியாகவேண்டும்.

எனக்குள் தோன்றும் கேள்விகளை, முரண்பாடுகளை, சந்தேகங்களை நான் வெளிக்காட்டிக் கொள்ளமுடியாது. என்னுடைய கொந்தளிப்பு களைக் கட்டுப்படுத்திக் கொள்ளவேண்டும். இதயமற்றவனாக, மரக்கட்டையாக என்னைக் காண்பித்துக்கொள்ளவேண்டும். பெண்கள் தங்கள் குழந்தைகளுடன் காஸ் சாம்பருக்குள் நுழையும் போது நான் எதுவுமே நடக்காததைப் போல் இருக்கவேண்டும். எல்லாவற்றையும் நான் கண்காணித்தாக வேண்டும். சடலங்கள் எடுத்துச்செல்லப்படுதை, எரிக்கப்படுவதை காலை முதல் இரவுவரை நான் கவனித்துக்கொள்ளவேண்டும். பற்கள் எப்படி உடைக்கப் படுகின்றன என்பதையும் கேசம் எப்படி மழிக்கப்படுகின்றது என்பதையும் மேலும் பல கொடுமைகளையும் நான் மணிக்கணக்கில் பார்த்தாகவேண்டும். பிணங்கள் எரியும்போது நாற்றத்தைப் பொருட் படுத்தாமல் நான் அருகில் நிற்கவேண்டும். மருத்துவர்கள் என்னிடம் கேட்டுக்கொண்டதால் ஓர் ஓட்டை வழியாக காஸ் சாம்பருக்குள் நடப்பதையும் நான் அவதானிக்கவேண்டும். நான் இதையெல்லாம் ஏன் செய்யவேண்டுமென்றால் எல்லாரும் என்னிடம்தான் வருவார்கள். நான் உத்தரவு போடுவன் மட்டுமல்ல, செயல்படுத்துபவனும்தான் என்று அவர்களுக்கு உணர்த்தியாகவேண்டிய கடமை எனக்கிருக்கிறது.'

ஹோஸ் அளித்த சமாதானங்களை அடால்ஃப் ஈச்மென் ஏற்றுக் கொண்டார். 'ஹோஸ் பல்வேறு உணர்ச்சிக் கொந்தளிப்புகளுக்கு மத்தியில் தன் கடமையைத்தான் ஆற்றினார், அவரொன்றும் ரத்தவெறி பிடித்தவரல்லர்' என்று நற்சான்றிதழ் அளித்தார் ஈச்மென். தன்னையும் கூட அவர் உயர்வாகவே மதிப்பிட்டுக்கொண்டார். 'நானும் ஒரு சூழ்நிலைக் கைதிதான்; கொடுக்கப்பட்ட வேலையைத்தான் செய்தேன்' என்றார் அவர். 'பலமுறை மயங்கி விழுவதிலிருந்து நான் என்னைத் தற்காத்துக் கொண்டேன். ஒருவேளை என் பலவீனங்கள் வெளியில் தெரிந்திருந்தால் ஒரு மோசமான முன்னுதாரணமாக நான் மாறிப் போயிருப்பேன்' என்று, ஹோஸ் போலவே சுய பச்சாதாபத்துடன் வாக்குமூலம் அளித்தார் ஈச்மென்.

இஸ்ரேலின் ரகசியப் பிரிவு, 1960ம் ஆண்டு அடால்ஃப் ஈச்மெனை அர்ஜெண்டினாவில் கைது செய்தது. அந்த அறிவிப்பை பிரதமர் டேவிட் பென் குரியன் வெளியிட்டபோது பெரும் பரபரப்பு ஏற்பட்டது. ஜெருசலேத்தில் வழக்கு விசாரணை தொடங்கும் என்பது தெரிய வந்ததும் ஆஸ்திரியா பதறிப்போனது. காரணம், அடிப்படையில் ஈச்மென் ஒரு ஆஸ்திரியக் குடிமகன். விசாரணையின் போது இது தெரிய வந்துவிட்டால் ஈச்மென் இழைத்த குற்றங்களுக் கான பொறுப்பை ஆஸ்திரியா சுமக்கவேண்டியிருக்கும். அதாவது

பெரும் இழப்பீட்டுத் தொகையை அவர்கள் அளிக்க வேண்டியிருக்கும். எப்படியாவது ஈச்மென் ஒரு ஜெர்மானியக் குடிமகன் என்பதை நிரூபித்துவிட்டால் மட்டுமே தப்பிக்கமுடியும் என்னும் நிலை.

ஈச்மெனின் பழைய ஆவணங்களைத் தேடி ஒரு வேட்டையைத் தொடங்கியது ஆஸ்திரிய காவல்துறை. அவர் இளவயதில் லின்ஸ் என்னும் இடத்தில் படித்தார் என்பதைத் தெரிந்துகொண்டு அங்கே சென்றார்கள். அங்கே உள்ள பள்ளிச் சான்றிதழ் ஏதேனும் கிடைத்தால் அதை வைத்து அவர் ஒரு ஜெர்மானியர் என்று வாதாடமுடியும் அல்லவா? ஆனால் அந்த ஆவணம் கிடைக்கவேயில்லை. கையில் இருந்த ஆவணங்களும் புதிதாகக் கிடைத்தவையும் அவரை ஓர் ஆஸ்திரியப் பிரஜை என்றே அறிவித்தன. இறுதியில் எதிர்பாராத வகையில் ஒரு முக்கியத் துப்பு கிடைக்கிறது. அதாவது, ஆஸ்திரிய நாட்டுச் சட்டத்தின்படி ஒரு குடிமகன் வேறொரு நாட்டின் ராணுவ அமைப்பில் இணைந்து பணியாற்றினால் அவனுடைய குடியுரிமை ரத்தாகிவிடுகிறது. ஈச்மென் 1930களில் ஜெர்மானிய ராணுவத்தில் இணைந்ததற்கான ஆதாரங்கள் உள்ளன என்பதால் அதையே அடிப்படையாக வைத்து அவர் ஓர் ஆஸ்திரியப் பிரஜை இல்லை என்றும் ஜெர்மானியக் குடிமகன்தான் என்றும் நிரூபித்துவிடமுடியும். ஓர் ஆஸ்திரியனை ஜெர்மானியனாக நொடியில் மாற்றிய லியா எம் என்னும் அந்தக் காவல்துறை அதிகாரிக்கு தாராளமாக நிதியுதவி செய்து மகிழ்ந்தது ஆஸ்திரியா.

நான் ஹிம்லரின் உத்தரவுகளைத்தான் பின்பற்றினேன் என்று ஹோஸ் சொன்னபோது ஓர் உளவியலாளர் கேட்டிருக்கிறார். ‘நீங்கள் கொன்ற யூதர்கள் தவறிழைத்தவர்கள் என்று அப்போது நினைத்தீர்களா? அவர்களுக்கு முறைப்படி தண்டனை அளிக்கிறோம் என்று நம்பினீர்களா? அவர்கள் இறக்கவேண்டியவர்கள் என்று மெய்யாகவே நம்பினீர்களா?’ ஹோஸ் அமைதியாகப் பதிலளித்திருக்கிறார். ‘நான் வாழ்ந்தது வேறு உலகத்தில். அதை நீங்கள் புரிந்துகொள்ளவில்லை என்று நினைக்கிறேன். எங்களைப்போன்ற எஸ்எஸ் ஆள்கள் யோசிக்கவே கூடாது. நாங்கள் இந்தக் கேள்விகளுக்கெல்லாம் பதில் தேட வேண்டும் என்றே நினைக்கவில்லை. அதைப் பற்றியெல்லாம் சிந்திக்கவேயில்லை’.

கேள்வி கேட்டவர் அத்துடன் நிற்கவில்லை. ‘ஜெர்மானியர்களின் பிரச்னைகளுக்கு யூதர்களே காரணம் என்று நீங்கள் எப்படி நம்பினீர்கள்?’ இதற்கும் ஹோஸ் நிதானமாகவே பதிலளித்தார். ‘எல்லோருமே அப்படித்தான் சொன்னார்கள். ராணுவத்தில் அப்படித்தான் சொல்லிக்

கொடுத்தார்கள். எங்களுக்குச் சித்தாந்தப் பயிற்சிகள் அளிக்கப்பட்ட போதும் அப்படித்தான் சொன்னார்கள். செய்தித்தாள்களில் அப்படித் தான் எழுதப்பட்டிருந்தது. யூதர்களிடமிருந்து ஜெர்மானியர்களைக் காப்பாற்றவேண்டும் என்றுதான் எங்களுக்கு மீண்டும் மீண்டும் சொல்லப்பட்டது. எல்லாம் முடிந்தபிறகுதான் வேறு மாதிரியான பார்வையை நாங்கள் தெரிந்துகொண்டோம். நாங்கள் நினைத்தது உண்மையில்லை என்று சொல்லப்பட்டது. ஆனால் அப்போது அப்படி யாருமே சொல்லவில்லை.'

ஹோஸ், ஈச்மென் இருவருமே தாங்கள் மனமுவந்து தவறுகள் இழைக்க வில்லை என்றனர். இருவருக்குள்ளும் உணர்ச்சிக் கொந்தளிப்புகள் இருந்தன. இருந்தாலும் தங்களுடைய மேலதிகாரிகளுக்காகவே அத்தனை கொடூரங்களையும் அவர்கள் இழைத்தார்கள். உங்களை நீங்கள் தியாகம் செய்யவேண்டும் என்று ஹிட்லர் கேட்டுக் கொண்டதற்கு இணங்க அவர்கள் தங்களைத் தியாகம்தான் செய்திருக் கிறார்கள். இருவருக்குமே அவர்களுடைய செயல்கள் திருப்தியளிக்க வில்லை. 'நான் ஆஷ்விட்ஸில் மகிழ்ச்சியாகவே இல்லை' என்றார் ஹோஸ். ஈச்மெனும் இதையேதான் சொன்னார். 'நான் என் கடமையைத்தான் செய்தேன்' என்றார் ஈச்மென். ஹோஸ் சொன்னதும் இதையேதான். ஆனால் வதைமுகாம் அவர்களது நிஜ முகத்தை ஏற்கெனவே வெளிப்படுத்திவிட்டது. விசாரணையின் முடிவில் 1947ம் ஆண்டு ருடால்ஃப் ஹோஸ் தூக்கிலிடப்பட்டார். அடால்ஃப் ஈச்மென் ஜூன் 1962ல் தூக்கிலிடப்பட்டார்.

நியூரெம்பர்க் விசாரணை

சர்வதேச அளவில் நியூரெம்பர்க் விசாரணை மக்களின் கவனத்தை மிகுதியாகக் கவர்ந்தது. ஊடகங்களில் அதிக விவாதத்தையும் சர்ச்சை யையும் கிளப்பியது. ஜெர்மனியில் உள்ள நியூரெம்பர்க் என்னும் நகரில் நவம்பர் 1945ல் நேச நாடுகள் சர்வதேசப் போர்க் குற்றங்களுக்கான விசாரணைகளைத் தொடங்கிவைத்தனர். நியூரெம்பர்க் நகரில்தான் நாஜி கட்சி ஒவ்வோராண்டும் பேரணிகளை நடத்துவது வழக்கம். அவர்கள் இழைத்த குற்றங்களுக்கான விசாரணைகள் அதே இடத்தில் நடப்பது ஒரு வகையில் பொருத்தமானதே. இருபத்தோரு முக்கிய ஆளுமைகள் இந்த விசாரணைகளில் பங்கேற்றனர். அவர்களில் ஒருவர் ஹிட்லர் தனக்குப் பிறகான ஒருவராகத் தேர்ந்தெடுத்த ஹெர்மன் கோரிங். போர் தொடுக்க சதி செய்தது, அமைதியைக் குலைக்கும் குற்றங்கள், மனிதகுலத்துக்கு எதிரான குற்றங்கள், போர்க்குற்றங்கள் ஆகியவை அவர்கள்மீது சுமத்தப்பட்டிருந்தன.

போர்க்காலத்தில் ஆயுதத் தயாரிப்புகளுக்குப் பொறுப்பேற்றிருந்த ஆல்பர்ட் ஸ்பீர் இந்தக் குற்றச்சாட்டுகளின் உண்மைத்தன்மையை ஏற்றுக்கொண்டார். அதே சமயம், இதற்கெல்லாம் காரணம் ஹிட்லர்தான் என்று சொல்லி ஒதுங்கிக்கொள்ளவும் முயன்றார். மொத்தமாக நாங்கள் எல்லோருமே குற்றத்தில் பங்கேற்றிருக்கிறோம் என்று சொன்னாரே தவிர, தன்னுடைய தனிப்பட்ட குற்றம் என்று எதையும் அவர் ஒப்புக்கொள்ளவில்லை. அவருடைய உருவம், உரையாடிய விதம் அனைத்தும் நீதிபதிகளைக் கவர்ந்தன. ஒருமுறை ஹிட்லரைக் கொல்வதற்குத் தான் திட்டமிட்டதாகவும் திட்டம் தோற்றுவிட்டதாகவும்கூட அவர் ஒப்புக்கொண்டார். இவர் மற்றவர்களைப் போன்றவரில்லை என்று முடிவுசெய்த நீதிபதிகள் மரண தண்டனைக்குப் பதிலாக இருபதாண்டுகால சிறைத் தண்டனையை அளித்தனர். இவருக்கு உதவிகள் செய்த ஒருவருக்கு மரண தண்டனை விதிக்கப்பட்டது. ஸ்பீர் போலன்றி, ஹிட்லர் செய்ததெல்லாம் சரிதான், தவறொன்றுமில்லை என்று வாதிட்டார் கோரிங். அவருக்கு மரண தண்டனை விதிக்கப்பட்டது. ஆனால் அது நிறைவேற்றப்படுவதற்கு முன்பே சிறைச்சாலையில் தற்கொலை செய்துகொண்டார்.

நவம்பர் 1946 தொடங்கி ஆகஸ்ட் 1947 வரை மருத்துவர்களுக்கான விசாரணைகள் நடைபெற்றன. மனித உடல்கள்மீது பரிசோதனைகள் மேற்கொண்ட 23 பேர் மீதான குற்றங்கள் இந்தக் காலகட்டத்தில் விசாரிக்கப்பட்டன. அவர்களில் 20 பேர் மருத்துவர்கள். விசாரணையின் முடிவில் ஏழு பேர் விடுவிக்கப்பட்டனர். மற்றவர் களுக்கு பத்தாண்டுகள் முதல் வாழ்நாள் வரையிலான சிறைத் தண்டனை அளிக்கப்பட்டது. மரண தூதன், ஜோசப் மெங்கெலே தப்பிச்சென்றுவிட்டார்.

நாஜிகள் மீதான விசாரணைகளை மொத்தமாகத் தொகுத்துப் பார்க்கும் போது நமக்குத் தெரியவரும் முக்கியமான உண்மை, பெரும் முதலைகளைவிடச் சிறிய மீன்களுக்கே தண்டனைகள் அளிக்கப் பட்டன என்பதுதான். அவர்களுடைய எண்ணிக்கையும்கூட குற்றமிழைத்தவர்களின் எண்ணிக்கையாடு ஒப்பிடும்போது மிகவும் குறைவானதுதான். ஹென்ரிச் ஹிம்லர், ஜோசப் கெப்பல்ஸ் போன்றவர்கள் தற்கொலை செய்துகொண்டு மாண்டுவிட்டனர். ஹிட்லரும்தான்.

அகப்பட்ட சிறிய மீன்களும்கூடத் தங்கள் குற்றங்களை அதிகம் ஒப்புக்கொள்ளவில்லை. ஒரு பகுதியினர் ஹிட்லரையும் தங்களுடைய மேலதிகாரிகளையும் கைகாட்டினார்கள் என்றால், மற்றவர்கள்

எல்லாக் குற்றச்செயல்களையும் கண்ணைமூடிக்கொண்டு மறுத்தனர். டச்சாவ் முகாம் மிக நன்றாக நிர்வகிக்கப்பட்டுவந்தது என்று பெருமிதத்துடன் சொன்னார் மார்டின் வீஸ். ஜோசப் கிரேமர் ஒருபடி மேலே சென்றுவிட்டார். 'கைதிகளிடமிருந்து ஒரே ஒரு புகார்கூட எனக்கு வந்ததில்லை!'

18

கணக்கீடு

அவர் சொன்னார். 'மணி பன்னிரண்டைத் தொடுவதற்குள் எல்லா யூதர்களையும் கொன்று விடுவதாக ஹிட்லர் வாக்குறுதி அளித்திருக்கிறார்.' நான் வெடித்துவிட்டேன். 'அவர் என்ன சொன்னால் என்ன? அவர் என்ன தேவதூதனா?' என்னை வெறித்துப் பார்த்தபிறகு அவர் பதிலளித்தார். 'மற்ற எல்லோரையும்விட நான் ஹிட்லரை அதிகம் நம்புகிறேன். அவர் மட்டுமே யூதர்களுக்காகத் தன் வாக்குறுதிகளைக் காப்பாற்றுகிறார். ஒன்றுவிடாமல் எல்லா வாக்குறுதிகளையும்.'

எலி வீஸெல்

யூதர்களுக்கு இரண்டு வகையான நாடுகள்தான் இருந்தன. முதலாவது, அவர்கள் உயிர் வாழ்வதைத் தடை செய்த நாடுகள். இரண்டாவது, உயிர் தப்பி ஓடி உள்ளே வருவதைத் தடை செய்த நாடுகள். உலகெங்கும் சிறுபான்மையினராகத் திகழ்ந்த யூதர்களுக்குத் தேசியம் என்று எதுவும் இல்லை. அவர்களுக்குப் பாதுகாப்பு அளிக்க எந்தவொரு அரசியல் அமைப்பும் இல்லை. யூதர்களின் குடியுரிமையை ஜெர்மனி போன்ற ஒரு நாடு பிடுங்கிக்கொண்டுவிட்டால் அவர்களை வரவேற்க வேறு நாடுகள் இல்லை. ஜெர்மானிய யூதர், ஆஸ்திரிய யூதர் என்று ஒரு நாட்டின் பெயரோடு ஒட்டிக்கொண்டு அவர்கள் தயவில்தான் யூதர்கள் வாழ நேர்ந்தது. ஜெர்மனி மட்டுமல்ல, ஜெர்மனியை எதிர்த்துப் போரிட்ட நாடுகளிலும் யூத

வெறுப்புணர்வு நீடித்ததால் இரு தரப்பினருக்கும் அவர்கள் வேண்டாதவர்களாக மாறினார்கள். அதனால் தான், யூதர்களின் துயரத்தையும் அவர்கள் சந்தித்த பேரழிவையும் வேறு எந்தத் துயரத்தோடும் பேரழிவோடும் ஒப்பிடுவது சரியல்ல என்றார் எலி வீஸெல். 'யூத இனவொழிப்பு தனித்துவமானது. அதற்கு முன்பும் அப்படியொன்று நிகழ்ந்ததில்லை, இனியும் அப்படியொன்று நடக்காது.'

யூதர்கள்மீதான தாக்குதல் எப்போது ஆரம்பமானது? எப்போது தீவிரமடைந்தது? எப்போது ஜெர்மனியைக் கடந்து பிற நாடுகளில் உள்ள யூதர்கள்மீது நாஜிகள் தங்கள் கவனத்தைத் திருப்பினர்? வதைமுகாம்களிலும் முகாம்களுக்கு வெளியிலும் கொல்லப்பட்ட யூதர்களைக் காலவாரியாகப் பிரித்து ஆராய்கிறார் டயட்டர் போல் என்னும் ஆய்வாளர். அவர் அளிக்கும் தகவல்கள் பின்வருமாறு.

முதல் காலகட்டம் : 1933 முதல் 1940 வரை

கம்யூனிஸ்டுகள், சோஷியல் டெமாக்ரடிக் கட்சியினர் போன்ற அரசியல் எதிரிகள்மீது ஒடுக்குமுறையை ஏவிவிட்ட பிறகே யூதர்கள் பக்கம் தன் பார்வையைத் திருப்பினார் ஹிட்லர். 1933ம் ஆண்டு கிட்டத்தட்ட ஒரு லட்சம் பேர் பல்வேறு சிறைச்சாலைகளிலும் முகாம்களிலும் சிறைபடுத்தப்பட்டனர். அவர்களில் ஒரு சிறு பகுதியினரே யூதர்கள். அவர்களிலும் பலர் அரசியல் எதிரிகளாகவோ மாற்று அரசியலைப் பின்பற்றுபவர்களாகவோ இருந்தனர்.

1934-35 ஆண்டுகளில் கைதிகளின் எண்ணிக்கை மட்டுமல்ல, முகாம்களின் எண்ணிக்கையும் குறைந்தது. 1937, 1938 ஆண்டுகளில் தான் முழுமையாக யூதர்கள்மீதான ஒடுக்குமுறை ஆரம்பமானது. 2,500 முதல் 3,000 யூதர்கள் டச்சாவ் முகாமுக்கு அனுப்பப் பட்டனர். அனைவரும் ஆண்கள். 1939ம் ஆண்டு ரேவன்புரூக் முகாம் ஆரம்பிக்கப்பட்ட பிறகே பெண்களை அங்கே அனுப்பத்தொடங் கினார்கள். அதற்குமுன்பு, சிறிய எண்ணிக்கையில் மோரிங்கென், லிச்டென்பர்க் ஆகிய முகாம்களில் பெண்கள் அடைக்கப் பட்டிருந்தனர்.

ஆஸ்திரியா, சூடடன்லாந்து ஆகிய பகுதிகள் 1938ம் ஆண்டு ஜெர்மனி யோடு இணைக்கப்பட்டன. அடுத்த ஆண்டு பொஹிமியா, மொராவியா பகுதிகள் இணைக்கப்பட்டன. அப்போது கைது செய்யப்பட்ட யூதர்களும்கூட பெரும்பாலும் இடதுசாரிகளாகவோ அரசியல் எதிரிகளாகவோதான் இருந்தனர். அதே சமயம், ஜெர்மனியில் ஜூன் 1938ல் 2500 பேர் சமூக விரோதிகளாகக்

கருதப்பட்டு சிறைபடுத்தப்பட்டனர். அவர்களில் 20% பேர் யூதர்கள். அவர்கள் புச்சன்வால்ட் முகாமுக்கு அனுப்பப்பட்டனர். 1938 வாக்கில் டேவிட் நட்சத்திரம் அணிந்து கொள்ளும் நடைமுறை அமல்படுத்தப்பட்டது. யூதர்களைத் தனிமைப்படுத்தி கெட்டோக்களில் அடைக்கும் வழக்கமும் ஆரம்பமானது. 1938ம் ஆண்டு அரசின் முழுமையான சீற்றத்தை யூதர்கள் உணர்ந்தனர். நவம்பர் மாதம் 28,000 யூதர்கள் கைது செய்யப்பட்டு புச்சன்வால்ட், டச்சாவ், சாஷ்சென்ஹாசென் முகாம்களுக்கு அனுப்பப்பட்டனர். அடுத்த ஆண்டு அவர்களில் பெரும்பகுதியினர் முகாம்களில் இருந்து வெளியேற்றப்பட்டனர் என்றாலும் தங்கியிருந்த சில வாரங்களிலேயே மூர்க்கமான சூழலை எதிர்கொள்ளவேண்டியிருந்தது.

இறுதித்தீர்வு உதயம் : 1939 முதல் 1942 வரை

போலந்து ஆக்கிரமிப்புக்குப் பிறகு கெஸ்டாபோ யூதர்களை ஆயிரக் கணக்கில் கைது செய்தது. அவர்களில் பெரும்பாலானோர் புச்சன்வால்ட் முகாமுக்கு அனுப்பப்பட்டனர். சிலர் 1940 மத்தியில் விடுவிக்கப் பட்டனர், பெரும்பாலானோர் முகாமுக்கு வந்துசேர்ந்த சில வாரங்களில் இறந்துபோயினர். அதற்குப் பிறகு 1942 வரை அரசின் யூதக் கொள்கையில் பெரிய மாற்றங்களில்லை. ஏப்ரல் 1941ல் யூத எதிர்ப்பு தீவிரமடைந்தது. ஜெர்மானிய மருத்துவர்கள் முகாம்களைப் பார்வையிட்டு யாரையெல்லாம் கருணைக்கொலை செய்யவேண்டும் என்பதைக் குறிக்க ஆரம்பித்தார்கள். ஏப்ரல் 1941 முதல் ஏப்ரல் 1942 வரை குறைந்தது பத்து முகாம்களில் இருந்து பலவீனமான யூதர்கள் தேர்ந்தெடுக்கப்பட்டுக் கொல்லப்பட்டனர். பெர்ன்பெர்க், சோனன்ஸ்டீன், ஹார்தீம் ஆகிய முகாம்களுக்கு குறைந்தது 10,000 யூதர்கள் கொல்லப்படுவதற்காக அனுப்பப்பட்டனர். புச்சன்வால்ட், ரேவன்புரூக் முகாம்களிலும் படுகொலைகள் நிகழ்ந்தன.

ஜூலை 1941 தொடங்கி புதிய யூதர்கள் முகாம்களுக்கு வரத் தொடங்கினர். சோவியத் யூனியன் ஆக்கிரமிப்பு தொடங்கியபோது சோவியத் கைதிகளில் யூதர்களைப் பிரித்தெடுத்துச் சுட்டுக் கொன்றனர். அல்லது, போர்க்கைதிகளுக்கான சிறைச்சாலைகளில் தனி முகாமை உருவாக்கி அடைத்து வைத்தனர். நாஜிகளிடம் சிக்கிய கிட்டத்தட்ட 34,000 சோவியத் கைதிகளில் யூதர்கள் எவ்வளவு பேர் என்பது தெரியவில்லை. தொடர்ந்து, 24 ஜூன் 1941ல் லித்துவேனியாவில் யூதர்கள் அதிக எண்ணிக்கையில் கொல்லப் பட்டனர். அது ஓர் அதிரடித் தொடக்கமாக அமைந்தது. ஐரோப்பிய யூதர்களைத் தெளிவாக அடையாளம்கண்டு அழித்தொழிக்கும் நடவடிக்கையை ஹிட்லர் தொடங்கிவைத்தார்.

யூதர்கள் குறித்த இறுதித் தீர்வை ஹிட்லர் இப்போது கண்டறிந்துவிட்டார். இருந்தாலும் சோவியத் யூனியன்மீது அதிக கவனம் குவிக்கவேண்டியிருந்ததால் நினைத்தபடி யூதர்களை அழிக்கும் நடவடிக்கையைத் தீவிரப்படுத்தமுடியவில்லை. சோவியத் கைதிகளை ஆயிரக்கணக்கில் கொல்வதிலும் வதைமுகாமில் அடைப்பதிலும் நேரத்தைச் செலவிட்டது ஜெர்மன் ராணுவம்.

முகாமில் அடைக்கப்பட்ட சோவியத் கைதிகளில் பாதி பேருக்கும் மேல் உடனடியாக இறந்துவிட்டதால் போர்ப்பணிகளை மேற்கொள்வதற்காக ஏற்கெனவே கைது செய்யப்பட்ட யூதர்களை வதைமுகாமுக்கு அனுப்பும் நடவடிக்கை ஜனவரி 1942ல் தொடங்கியது. ஒரு லட்சம் யூத ஆண்களையும் 50,000 யூதப் பெண்களையும் நான்கே வாரத்தில் வதைமுகாம்களுக்கு அனுப்பிவைக்கும்படி 25 ஜனவரி 1942 அன்று ஹிம்லர் உத்தரவிட்டார். ஆனால் இந்த இலக்கை எட்டமுடியவில்லை.

வேலையாள்கள் இல்லாத குறையைத் தீர்க்க ஏப்ரல் 1942 வாக்கில் ஹிம்லர் இன்னொரு உத்தரவைப் பிறப்பித்தார். சிறைச்சாலைகளிலும் கெட்டோக்களிலும் உள்ள 16 முதல் 35 வயது வரையிலான யூதர்களைக் கொல்லவேண்டாம் என்றும் அவர்களை வதைமுகாம்களுக்கு அனுப்பிவையுங்கள் என்றும் அவர் கேட்டுக் கொண்டார்.

1941 தொடங்கி வதைமுகாமுக்கு அனுப்பப்படும் யூதர்களின் எண்ணிக்கை அதிகரிக்கத் தொடங்கியது. போலந்தில் லுப்லினுக்கு அருகில் மஜ்டானெக் என்னும் புதிய முகாம் யூதர்களை வைத்தே உருவாக்கப்பட்டது. மார்ச் 1942ல் எஸ்எஸ் அமைப்பினர் இறுதித் தீர்வுக்காக யூதர்களை முகாம்களுக்கு ரயிலில் அனுப்பிவைக்கத் தொடங்கினர். போலந்தில் மட்டும் மார்ச் முதல் அக்டோபர் 1942வரை 17,000 யூதர்கள் ஆஷ்விட்ஸ் முகாமுக்கும் 40,000 பேர் மஜ்டானெக் முகாமுக்கும் அனுப்பப்பட்டனர். இதே காலகட்டத்தில் பிரான்ஸில் இருந்தும் 1,100 பேர் ஆஷ்விட்ஸுக்கு அனுப்பப்பட்டனர். மார்ச் முதல் ஆகஸ்ட் 1942 வரை 35,000 பேர் ஆஷ்விட்ஸுக்கு அனுப்பப்பட்டனர்.

ஆஷ்விட்ஸ் : 1942 முதல்

20 ஏப்ரல் 1942 அன்று லுப்லினில் இருந்து 2,000 முதல் 3,000 யூதர்கள் மஜ்டெனக் முகாமுக்கு அனுப்பப்பட்டனர். வேலை செய்யத் தேர்ந்தெடுக்கப்பட்டவர்கள் போக கிட்டத்தட்ட எல்லோருமே சுட்டுக் கொல்லப்பட்டனர். 1942ம் ஆண்டு மஜ்டெனக், ஆஷ்விட்ஸ் இரண்டும் கொலைக்களங்களாக மாறின. ரீச் செக்யூரிட்டி மெயின்

ஆபிஸ் (ஆர்எஸ்ஹெச்ஏ) என்னும் பிரிவு யூதர்களை முகாம்களுக்கு அனுப்பும் பொறுப்பை ஏற்றுக்கொண்டது. 1942 மத்தியிலிருந்தே முகாம் கைதிகளில் யூதர்களின் சதவிகிதம் உயரத் தொடங்கிவிட்டது. 1943ல் யூதர்களே பெரும்பான்மைக் கைதிகளாக இருந்தனர். 1944 ஆகஸ்டில் யூதக் கைதிகள் 70 சதவிகிதமாக அதிகரித்திருந்தனர். 1941 ஆகஸ்ட், செப்டெம்பர் மாதங்களிலேயே ஆஷ்விட்ஸில் ஸைக்லான் பி நச்சு வாயுவைப் பயன்படுத்தி சோவியத் கைதிகளையும் யூதரல்லாத கைதிகளையும் கொல்லத் தொடங்கிவிட்டார்கள் என்றாலும் 1943ல் மாபெரும் கொலைக்களமாக உயர்ந்தபிறகு யூதர்களை அதிக எண்ணிக்கையில் கொன்றொழிக்கத் தொடங்கியது ஆஷ்விட்ஸ்.

பிர்கெனாவில் பங்கர் 1 காஸ் சாம்பராகப் பயன்படுத்தப்பட்டது. அடுத்ததாக பங்கர் 2 கொலைக்களமாக உயர்த்தப்பட்டது. 1942ல் ஜெர்மனியிலும் ஆஸ்திரியாவிலும் இருந்த யூதர்கள் ஆஷ்விட்ஸ், மஜ்டானெக் முகாம்களுக்கு அனுப்பப்பட்டனர். அதற்குப் பிறகு ஆஷ்விட்ஸே பிரதான முகாமாக மாறி ஜெர்மனியிலிருந்து நேரடியாக எல்லா யூதர்களும் வரத் தொடங்கினர். 1943ல் பிர்கெனாவில் புதிதாக ஒரு 'குடும்ப முகாம்' ஆரம்பிக்கப்பட்டு கைதிகள் குடும்பத்தினருடன் தங்கவைக்கப்பட்டனர். மார்ச் 1944ல் அவர்கள் அங்கேயே கொல்லப் பட்டனர். பொஹிமியா, கிரீஸ் ஆகிய பகுதிகளிலிருந்தும் ஆஷ்விட்ஸ் முகாமுக்குப் பலர் வரத் தொடங்கினர். ஆஷ்விட்ஸைச் சுற்றி துணை முகாம்கள் பலவும்கூட உதயமாயின.

படுகொலைகளில் ஆஷ்விட்ஸுக்கு அடுத்து இடத்தை மஜ்டெனக் பிடித்துக்கொண்டது. ஆகஸ்ட் 1942ல் இங்கே காஸ் சாம்பர் தொடங்கப் பட்டது. அக்டோபர் மாதம் தொடங்கி ஸைக்லான் பி பயன்படுத்தி கைதிகளைக் கொல்லத் தொடங்கிவிட்டார்கள். 1943 தொடங்கி வார்ஸாவில் இருந்து கைதிகள் இங்கே வரத்தொடங்கினர். மொத்தம் 59,000 யூதர்கள் மாஜ்டெனெக்கில் கொல்லப்பட்டிருக்கிறார்கள்.

ஏராளமான குழந்தைகள் கொல்லப்பட்டது 1942 இறுதியில். 'வேலை செய்வதற்கு லாயக்கற்ற நிலையில்' இருந்ததற்காக அவர்களுக்கு மரண தண்டனை விதிக்கப்பட்டது. முதியோர்களும் இதே காரணத்துக்காக கொல்லப்பட்டனர். வேலை செய்வதற்குத் தேர்ந்தெடுக்கப்பட்டவர்களில் பெண்களைவிட ஆண்களே அதிகம் இருந்தனர்.

புதிய வதைமுகாம்கள் : 1943

ஐரோப்பிய யூதர்களில் பெரும்பகுதியினர் இப்போது பல்வேறு முகாம்களில் கொல்லப்பட்டுவிட்டனர். அதே சமயம், போர்

முனையில் 1943ம் ஆண்டில் இருந்து சவால்கள் அதிகரித்துவிட்டன. போர்த் தேவைகளுக்காக அதிக எண்ணிக்கையில் வேலையாள்கள் தேவைப்பட்டனர். இருந்தும் யூதர்களின் கொலைகள் நிறுத்தப்பட வில்லை. வதைமுகாம்களோடு தொடர்புகளற்று இயங்கிய பணி முகாம்களில் உள்ள யூதர்களையும்கூடக் கொன்றுவிடுமாறு ஹிம்லர் உத்தரவிட்டார். அதன்படி, நவம்பர் 1943, 3 மற்றும் 4ம் தேதிகளில் மட்டும் லுப்லின் பகுதியில் 42,000 யூதர்கள் கொல்லப்பட்டனர். பணிமுகாம்கள் கலைக்கப்பட்டு வதைமுகாம்களோடு அவை இணைக்கப்பட்டன. இதற்கிடையில் வார்ஸா கெட்டோவில் 1943ம் ஆண்டு பெரும் கலகம் ஒன்று வெடித்து அது இரும்புக்கரம் கொண்டு ஒடுக்கப்பட்டது. வார்ஸா உள்பட பல கெட்டோக்கள் கலைக்கப் பட்டன.

லாட்வியாவின் தலைநகர் ரிகாவில் மார்ச் 1943ல் கெய்சர்வால்ட் முகாம் ஆரம்பிக்கப்பட்டது. லாட்விய, ஹங்கேரிய யூதர்கள் இங்கு குவிக்கப்பட்டனர். பல்லாயிரக்கணக்கானவர்கள் இங்கு கொல்லப் பட்டனர். லித்துவானியாவில் உள்ள கவுனாஸ் என்னும் நகரில் செப்டெம்பர் 1943ல் வதைமுகாம் உருவாக்கப்பட்டது. பிற கெட்டோக்களில் வசித்த 10,000 யூதர்கள் இங்கு அனுப்பப்பட்டனர். இவர்களில் பெரும்பகுதியினர் கொல்லப்பட்டனர். 1943ல் எஸ்டோனியாவில் சில புதிய வதைமுகாம்களை எஸ்எஸ் தொடங் கியது. யூதர்களுக்காகவே பிரத்தியேகமாக பெர்கென் பெல்சென் முகாம் ஆரம்பிக்கப்பட்டது.

அகண்ட ஹங்கேரியிலிருந்து யூதர்கள்

ஐரோப்பாவில் ஜெர்மனின் ஆளுகைக்குக் கீழ்வந்த பிரதேசங்கள் அனைத்திலும் உள்ள யூதர்கள் பெருமளவில் கொல்லப்பட்டுவிட்ட நிலையில், 1944ம் ஆண்டு வதைமுகாமுக்கு வந்துசேர்ந்த யூதர்களில் கணிசமானவர்கள் ஹங்கேரியைச் சேர்ந்தவர்கள். 15 மே முதல் 6 ஜூலை 1944 வரை 4,38,000 யூதர்கள் ஹங்கேரியிலிருந்து ஆஷ்விட்ஸுக்கு அனுப்பப்பட்டனர். குறைந்தது ஒரு லட்சம் ஹங்கேரிய யூதர்களை ஜெர்மனிக்கு வரவழைத்து ஆயுத உற்பத்தியில் ஈடுபடுத்தலாம் என்று ஹிட்லர் ஆலோசனை வழங்கினார். ஆஷ்விட்ஸில் 25,000 ஹங்கேரிய யூதர்கள் வந்தனர். ஏழே வாரங்களில் 3,20,000 ஹங்கேரிய யூதர்கள் கொல்லப்பட்டனர். 78,000 ஹங்கேரிய யூதர்கள் (பெரும்பாலும் பெண்கள்) புடாபெஸ்டில் இருந்து ஆஸ்திரியாவுக்கு நடைப்பயணமாக அனுப்பிவைக்கப்பட்டு எல்லைகளைப் பலப்படுத்தும் பணிகளில் ஈடுபடுத்தப்பட்டனர்.

இறுதி காலக்கட்டம் : 1945

நவம்பர் 1944ம் ஆண்டு ஹிம்லர், முகாம்களில் நடைபெறும் யூதப் படுகொலைகளை அதிகாரபூர்வமாக நிறுத்தினார். ஆஷ்விட்ஸில் இருந்த கிரிமடோரியம் பகுதியளவில் அழிக்கப்பட்டது. ஆனால் எஞ்சியிருந்த யூதர்களைக் கொல்லும் வேலை தொடர்ந்தது. வேகம் அதிகரித்தது என்றும் சொல்லலாம். ஜனவரி 1945ல் சோவியத் யூனியனின் தாக்குதல் தொடங்கியபோது பெரும்பாலான வதை முகாம்களைக் காலி செய்ய ஆரம்பித்தார்கள். கைதிகளை வேறு இடங்களுக்கு நடத்தியே கூட்டிச் சென்றனர். ஏற்கெனவே துவண்டு போயிருந்த பலர் இந்த நீண்ட பயணத்தால் மேலும் வலுவிழந்தனர். பலரால் தாக்குப் பிடிக்கமுடியவில்லை. போதாக்குறைக்கு, முகாமில் நடத்தியதைவிட மோசமான முறையில் கைதிகளை நடைபயணத்தின் போது எஸ்எஸ் அதிகாரிகள் நடத்தினர். நடக்கமுடியாதவர்களைச் சுட்டுக்கொன்றனர். தோல்வியின் காரணமாக ஏற்பட்ட விரக்தியாக இருக்கலாம். கிழக்கு புருஷ்யாவுக்கு அருகில் ஒரே சமயத்தில் 7,000 யூதர்களை நாஜிகள் 31 ஜனவரி 1945 அன்று சுட்டுக்கொன்றனர்.

பெர்கென் பெல்சனில் உணவுப் பற்றாக்குறை கடுமையான நிலையை எட்டியதால் ஏப்ரல் மத்தியில் மட்டும் 35,000 யூதர்கள் மாண்டு போயினர். மேலும் 14,000 பேர் விடுவிக்கப்பட்டதைத் தொடர்ந்து மரணடைந்தார்கள். மற்றொரு பக்கம், ஜெர்மானியர்கள் தங்கள் கோப்புகளை அழிக்கத் தொடங்கிவிட்டதால் இந்தக் காலக்கட்டத்துப் புள்ளிவிவரங்கள் சரியாகக் கிடைக்கவில்லை. தோல்வி நெருங்கி வருவதை உணர்ந்தபிறகு நாஜிகளும் எஸ்எஸ் காவலர்களும் மூர்க்கத் தனமாகவும் தாறுமாறாகவும் யூதர்களைத் தாக்கவும் கொல்லவும் தொடங்கினர். கிட்டத்தட்ட 2,50,000 கைதிகள் இறுதிக்கட்டத்தில் கொல்லப்பட்டிருக்கலாம் என்று கணிக்கிறார்கள். இவர்களில் பாதிப் பேர் யூதர்கள்.

கொல்லப்பட்ட 60 லட்சம் யூதர்களில் 12 லட்சம் பேர் வதைமுகாம் களைச் சேர்ந்தவர்கள். இவர்களில் பலர் கைதிகளாகப் பதிவு செய்யப் படாதவர்கள். ஆஷ்விட்ஸ், மஜ்டானெக் என்று வந்தவுடன் கொல்லப் பட்டவர்கள். அதிகாரப்பூர்வமாக 4 லட்சத்துக்கும் அதிகமானவர்கள் கைதிகளாகப் பதிவு செய்யப்பட்டனர். அதனால் அதிகாரபூர்வ கைதிகளின் எண்ணிக்கையை எடுத்துக்கொண்டால் அதில் யூதர்கள் சிறுபான்மை யினராக இருப்பார்கள். ஆனால் முகாம்களில் கொல்லப்பட்ட வர்களின் சதவிகிதத்தோடு ஒப்பிட்டால் யூதர்களே முதன்மை யானவர்கள்.

19

புதிர்

வரலாறு குறித்த புரிதல் இல்லாதவர்கள் காதுகளும் கண்களும் இல்லாதவர்கள்.

ஹிட்லர்

இதுவரையிலான உலக வரலாறு என்பது, வர்க்கப் போராட்டங்களின் வரலாறே என்றார் கார்ல் மார்க்ஸ். மற்றொரு முனையில் இருந்த ஹிட்லர், ஓரினம் தன்னை நிலைநிறுத்திக்கொள்வதாக நடத்தும் போராட்டமே உலக வரலாறு என்றார். உயர்ந்த ஜெர்மானிய இனத்தின் சார்பாக அந்தப் போராட்டத்தை அவர் முன்னெடுத்தபோது அது யூத இனவொழிப்பில் முடிவடைந்தது. ஹிட்லர் எதைத் தீர்வாகப் பார்த்தார் என்பதில் மட்டுமல்ல சிக்கல். அவர் எதைப் பிரச்னையாகக் கண்டார் என்பதும் முக்கியமானது.

ஹிட்லரை ஒரு தீவிர யூத வெறுப்பாளராக மட்டுமே முன்னிறுத்துவதன் மூலம் அவர் ஆளுமை சிறுமைப்படுத்தப்படுகிறது என்கிறார் திமோதி டி. சின்டர். யூதர்கள் குறித்தும் ஸ்லாவ் இனத்தவர்கள் குறித்தும் அவர் கொண்டிருந்த தீவிரமான பார்வை பாரபட்சத்தினால் உருவானதல்ல; உலகை மாற்றியமைக்கவேண்டும் என்னும் தெளிவான கண்ணோட்டத்திலிருந்து பிறந்ததாகும் என்கிறார் அவர். அறிவியலையும் அரசியலையும் கலந்து ஓர் உலகப் பார்வையை அவர் உருவாக்கிக்கொண்டார். அரசியல் பிரச்னைகளை அறிவியல்

பிரச்னைகளாகவும், அறிவியல் பிரச்னைகளை அரசியல் பிரச்னைகளாகவும் அவர் அணுகினார். தீர்வுகளையும் அவ்வாறே அவர் கண்டடைந்தார். யூதர்களை ஜெர்மனி அல்லது ஐரோப்பாவின் பிரச்னையாக அவர் கருதவில்லை. சூழலியலில் ஏற்பட்ட பெரும் தவறாக அவர்களைக் கண்டார். இந்தக் கண்டத்தில் ஒழுங்கு குறைந்ததற்குக் காரணம் அவர்கள்தாம் என்றார். நிலத்தைச் சுத்தப்படுத்தவேண்டுமானால் யூதர்களை அகற்றியாக வேண்டும் என்னும் முடிவுக்கு அவர் வந்துசேர்ந்தார் என்கிறார் திமோதி சின்டர்.

ஓர் உயிரின் அடிப்படை அம்சம் இனம் என்பது ஹிட்லரின் நம்பிக்கை. வரலாறு என்பது இனங்களுக்கு இடையிலான போராட்டமே தவிர வேறில்லை. எந்த இனம் வலுவானதோ அது தழைத்துநிற்கும். வலு குறைந்தது அழிக்கப்படுகிறது. அல்லது அழிக்கப்படவேண்டும். மதம், அறம், தார்மிகம் போன்றவை தடைக்கற்கள். இவையெல்லாம் யூதர்களின் கண்டுபிடிப்புகள் என்பது ஹிட்லரின் கருத்து. பலவீனமான தங்களைப் பாதுகாத்துக்கொள்ளவே யூதர்கள் இவற்றையெல்லாம் உருவாக்கி, தந்திரமாகக் கையாண்டுவருகிறார்கள் என்று ஹிட்லர் நம்பினார். மேன்மையான நிலையை அடையவேண்டுமானால் பலவீனமான இனத்தை மட்டுமல்ல, அது உருவாக்கிய சிந்தனைகளை யும் சேர்த்தே அழிக்கவேண்டும் என்றார் ஹிட்லர்.

அறிவியல் பற்றிய ஹிட்லரின் பார்வையை திமோதி விரிவாக அலசும் போது புதிய வெளிச்சங்கள் அகப்படுகின்றன. இயற்கை உலகை நவீன அறிவியல் கொண்டு மேம்படுத்தும் முயற்சியை அவர் எதிர்த்தார். அறிவியலால் இயற்கையை மாற்றமுடியாது என்பது மட்டுமல்ல, மாற்றவும்கூடாது என்று கருதினார் ஹிட்லர். உதாரணத்துக்கு, முதல் உலகப் போரின் முடிவில் ஏற்பட்ட உணவுத் தட்டுப்பாடு காரணமாக ஜெர்மனியில் அரை மில்லியன் மக்கள் இறந்துபோனார்கள். இந்த நிலையை மாற்ற பயிர் சாகுபடிகளை அதிகரிக்க அறிவியலின் உதவியை நாடினால் அது தவறு. அதற்குப் பதிலாக கிழக்கு ஐரோப்பாவில் உள்ள வேளாண் நிலங்களை வசப்படுத்தலாம் என்றார் ஹிட்லர். மேற்கு நாடுகளை அமெரிக்கா இப்படித்தான் காலனியாதிக்கத்தால் வசப்படுத்தியது. அந்த வழிமுறையைதான் ஜெர்மனி பின்பற்ற வேண்டும் என்று நம்பினார் ஹிட்லர். மேற்கத்திய மக்களும் சரி, கிழக்கு ஐரோப்பிய மக்களும் சரி; அவரைப் பொருத்தவரை இருவருமே மனிதர்கள் அல்லர். அவர்களை அழித்தொழித்து அவர்கள் நிலங்களைக் கைப்பற்றி வலுவான இனத்தை மேலும் வலுப்படுத்துவதே சரியான அணுகுமுறை என்று ஹிட்லர் நம்பினார் என்கிறார் திமோதி.

ஹிட்லரைப் பொருத்தவரை அரசு அல்ல, இனமே மனித சமூகத்தின் முதன்மையான தேவை. அரசு அமைப்புகளை உடைத்து அராஜக நிலையை ஏற்படுத்துவதன்மூலம் தூய இனவாதத்தைப் பேணமுடியும் என்று அவர் நம்பினார். சட்டம், கடமை, கட்டுப்பாடு, அறம் போன்றவற்றை உடைத்தெறிந்தால் இயல்பாகவே வலுவான இனம் பலவீனமான இனத்தோடு மோதி அதனை அழித்தொழிக்கும். ஜெர்மனியில் ஹிட்லர் செய்தது அதைத்தான். சட்ட அமைப்பையும் அரசு அமைப்பையும் சிதைக்கும் வகையில் நாஜிப் படைகள், எஸ்எஸ், ஸ்ட்ராம்ட்ரூப்பர்ஸ் போன்றவற்றை அவர் அறிமுகப் படுத்தினார். இந்த வரிசையில்தான் அவர் வதைமுகாமையும், உலகம் அதுவரை அறிந்திராத புதிய மேம்படுத்தப்பட்ட வடிவில் அறிமுகப் படுத்தினார். இவையனைத்தும் ஒன்று சேர்ந்து யூதர்களை இரண்டாம் குடிமக்களாக மாற்றியது. யூதர்களின் அரசியல் உரிமைகளையும் அடிப்படை உரிமைகளையும் பறித்தெடுத்தது. கிழக்கு ஐரோப்பாவை ஹிட்லர் ஆக்கிரமித்தபோது அங்குள்ள அத்தனை அரசு அமைப்புகளும் அடித்து நொறுக்கப்பட்டன. போலந்து மக்கள், உக்ரேனியர்கள், பெலோ ரஷ்யர்கள் மற்றும் பிற ஸ்லாவ் இன மக்கள்மீதான ஒடுக்குமுறை ஆரம்பமானது. இவர்கள் இழிவான இனத்தைச் சேர்ந்தவர்களாகக் கருதப்பட்டு நீக்கப்பட்டனர்.

யூதர்களும் பலவீனமான, தரமற்ற இனத்தைச் சேர்ந்தவர்கள்தாம் என்றாலும் மற்றவர்களைப் போலன்றி அவர்கள் ஒரு புவியியல் பிரதேசத்தில் இல்லாமல் எல்லாவிடங்களிலும் பரவிக்கிடக் கிறார்கள். எனவே வழக்கமான எதிரிகளைக் காட்டிலும் அதிக எண்ணிக்கையில், அதிக ஆபத்தானவர்களாக யூதர்கள் ஹிட்லருக்குக் காட்சியளித்தனர். எனவே அவர்களை ஜெர்மனியின் பிரச்னை யாகவோ ஐரோப்பாவின் பிரச்னையாகவோ குறுக்கிப் பார்க்காமல் முழு உலகத்துக்குமான பிரச்னையாக ஹிட்லர் உயர்த்தினார்.

யூதர்கள் இழிவான இனத்தைச் சேர்ந்தவர்கள் மட்டுமல்ல, எதிர் இனத்தைச் சேர்ந்தவர்களும்கூட. அவர்கள் இயற்கையின் விதிகளுக்கு உட்பட்டவர்கள் அல்லர். இயற்கை அமைப்பைக் கெடுப்பவர்கள், இயற்கையின் விதிகளை மீறுபவர்கள். அதனால்தான் 1941ம் ஆண்டுக்குள்ளேயே ஒரு மில்லியன் யூதர்களைக் கண்டவுடன் சுட்டுக் கொன்றன ஹிட்லரின் படைகள். எங்கு ஆக்கிரமிப்பு நிகழ்ந்தாலும் யூதர்கள் அடையாளம் காணப்பட்டுக் கொல்லப்பட்டனர். வதைமுகாம், மொபைல் வேன், காஸ் சாம்பர் என்று படுகொலைக்கான வழிமுறைகள் அடுத்தடுத்த ஆண்டுகளில் விரிவுபடுத்தப்பட்டன.

ஹிட்லர் அரசு இயந்திரத்தைப் பயன்படுத்தித் தனது சொந்த குடிமக்களுக்கு எதிராகவே போர் தொடுத்துப் பெரும் அழிவை ஏற்படுத்தினார் என்னும் பிரபலமான பார்வையை திமோதி ஏற்கமறுக்கிறார். இனவொழிப்பின்போது அதிகம் கொல்லப்பட்டவர் கள் ஜெர்மானிய யூதர்கள் அல்லர்; ஜெர்மனி எந்தெந்த நாடுகளை அழித்ததோ அங்குள்ள யூதர்களே அதிகம் கொல்லப்பட்டனர். இனவொழிப்பு மட்டுமல்ல, போர்க்காலத்தில் நிகழ்ந்த அத்தனை ஜெர்மானியக் குற்றங்களையும் கணக்கில் கொண்டால் ஐந்தரை மில்லியன் யூதர்கள் ஜெர்மனிக்கு வெளியில் உள்ளவர்கள். மூன்று மில்லியனுக்கும் மேற்பட்டவர்கள் சோவியத் ராணுவக் கைதிகள். ஒரு மில்லியன் பேர் பிற நாட்டு சிவிலியன்கள்.

இதிலிருந்து நமக்குக் கிடைக்கும் முக்கியமான உண்மை இந்தக் கொலைகள் வலுவான ஓர் அரசால் மேற்கொள்ளப்பட்டவையல்ல. எங்கெல்லாம் அரசு என்னும் அமைப்பு சிதைக்கப்பட்டதோ அங்கெல்லாம்தான் கொலைகள் நடந்துள்ளன. வேறு வார்த்தைகளில் சொல்வதானால், ஜெர்மனி தான் ஆக்கிரமிக்க விரும்பிய நாடுகளின் அரசுகளை அழித்தபிறகே மக்களைக் கொல்லத் தொடங்கியது. ஜெர்மனியில் நாஜி அரசு வலுவாக இருந்ததால் அங்கே ஒப்பீட்டளவில் குறைவான படுகொலைகள் அரங்கேறின என்று வாதிடுகிறார் திமோதி சின்டர்.

பெல்ஜியம், டென்மார்க் இரு நாடுகளிலும் அரசியல் அமைப்புகள் வலுவாக இருந்ததால் அங்கிருந்த யூதர்கள் பிற நாடுகளைவிட அதிக எண்ணிக்கையில் தப்பிச்சென்றனர் என்பதையும் சுட்டிக்காட்டித் தனது வாதத்தை வலுப்படுத்துகிறார் திமோதி. இந்த இரு நாடுகளிலும் முடியாட்சி நிலவிவந்தது. நெதர்லாந்திலும் முடியாட்சிதான் நிலவி வந்தது என்றாலும் அங்கிருந்த தலைமை தப்பிச்சென்றுவிட்டதால் யூதர்கள் சிக்கிக்கொண்டனர். பிரான்ஸில் விச்சி அரசாங்கம் அமைக்கப்பட்டது. அவர்களும் யூத எதிர்ப்புணர்வு கொண்டவர்கள்தாம் என்றாலும் அரசு அமைப்பு இயங்குவதற்கு அனுமதிக்கப் பட்டிருந்ததால் பிரெஞ்சு யூதர்கள் பிழைத்துக்கொண்டனர்.

அவரை பொருத்தவரை, இனவொழிப்புக்குக் காரணம் அரசு அமைப்பு பலவீனமடைந்ததுதானே தவிர, அரசு அமைப்பு பலம் பெற்றதால் அல்ல. நவீன அரசுருவாக்கத்தின்மீது பழியைப் போடும் ஃபிராங்க்பர்ட் பள்ளியைச் சேர்ந்த இடதுசாரிகளின் தர்க்கம் தவறானது என்பதையும் திமாதி சின்டர் சுட்டிக்காட்டுகிறார். அபரிமிதமான வளர்ச்சியைக் கண்ட நவீனத்துவத்தின் வெளிப்பாடாக நாஜிகளின் அரசைக் காண்பது தவறானது என்கிறார் அவர்.

அதேபோல் வியன்னா சிந்தனைப் பள்ளி என்று அழைக்கப்பட்ட வலதுசாரிகளின் பார்வையையும் அவர் மறுக்கிறார். உதாரணத்துக்கு, பிரெட்ரிக் வொன் ஹெய்க் முன்வைக்கும் வாதத்தை எடுத்துக் கொள்கிறார். முந்தைய நலன்புரி அரசின் செயல்பாடுகள் தீவிரமாக இருந்ததால்தான் நாஜிகள் உருவானார்கள் என்கிறார் ஹெய்க். அரசின் அதீதத் தலையீடுதான் ஹிட்லரை உருவாக்கியது. அரசு விலகிக் கொண்டு தனியார்மயமாக்கலை ஊக்குவித்திருந்தால் நாஜிகள் உருவாகியிருந்திருக்க மாட்டார்கள் என்கிறார் அவர். இந்த வாதத்தில் உள்ள தவறை திமோதி கவனப்படுத்துகிறார். ஹிட்லர் எழுச்சி பெற்றது மாபெரும் பொருளாதார மந்தநிலை உருவான கால கட்டத்தில். அப்போது ஹெய்க் குறிப்பிடுவதைப்போல் அரசின் தலையீடு அதிகம் இருந்ததில்லை. நேர்மாறாக, அரசு எப்படித் தலையீடு செய்வது என்று தெரியாமல் திகைத்து ஒதுங்கி நின்ற சமயம் அது. மேலும் நலன்புரி அமைப்பொன்றைக் கட்டியெழுப்பிய எந்தவொரு ஜனநாயக நாடும் பாசிசத்தை நோக்கி நகர்ந்ததில்லை என்பதையும் திமோதி பதிவு செய்கிறார்.

அதேபோல், எல்லாப் படுகொலைகளையும் நாஜி ஜெர்மானியர்கள் இழைத்துவிடவில்லை; அவர்களுடன் கரம் கோர்த்துக்கொண்ட கூட்டாளிகளே அதிக யூதர்களைக் கொன்றிருக்கிறார்கள் என்பதைச் சுட்டிக்காட்டுகிறார் திமோதி. குறிப்பாக கிழக்கு ஐரோப்பிய நாடுகளை ஜெர்மனி ஆக்கிரமித்தபோது அங்கிருந்த ஆட்சியாளர்கள் நாஜிகளுக்கு உதவும் வகையில் தங்கள் எல்லைக்குள் இருந்த யூதர்களைத் தொகுத்து வைத்துக் கொன்றனர்.

ஒரு முக்கிய அபாயத்தைச் சுட்டிக்காட்டுகிறார் திமோதி சின்டர். நாம் ஹிட்லரின் கண்டத்தில்தான் வாழ்ந்துகொண்டிருக்கிறோம். அவருடைய பல கருத்துகளை நாமும் பகிர்ந்துகொள்கிறோம். அரசு அமைப்பை அழிப்பது குறித்து நாம் சிந்திக்கிறோம். அறிவியலைச் சிறுமைப்படுத்துகிறோம். பேரழிவு குறித்து கனவு காண்கிறோம். யூதர்கள், ஜெர்மானியர்கள், போலந்து மக்கள், லித்துவேனியர்கள், உக்ரேனியர்கள் போன்றோரின் உள்ளார்ந்த பண்புகளால்தான் இனவொழிப்பு நிகழ்ந்தது என்று நாம் நம்பும்போது ஹிட்லரை நெருங்கிச் செல்கிறோம். இந்நிலை மாறவேண்டும்.

ஹாலோகாஸ்ட் அதற்கான ஒரு வாய்ப்பை நமக்கு அளிக்கிறது என்கிறார் திமோதி. 'ஹாலோகாஸ்ட்டை நாம் புரிந்துகொள்ள வேண்டும். மனிதத்தன்மையைப் பாதுகாக்க அதுவே நமக்கு அளிக்கப் பட்டிருக்கும் இறுதி வாய்ப்பு. ஆனால் பலியானவர்களுக்கு இதை மட்டும் செய்தால் போதாது. நன்மையை எவ்வளவு பெருக்கினாலும்,

எவ்வளவு விரிவுபடுத்தினாலும் தீமை விலகிவிடாது. எதிர்காலத்தை வெற்றிகரமாக மீட்டெடுக்கலாம்; கடந்தகாலக் கொலைகளை இல்லாமல் செய்யமுடியாது. ஒரே ஒரு உயிரைக் காப்பாற்றினாலும் உலகைக் காப்பாற்றுவதற்குச் சமமானது என்பது உண்மையாக இருக்கலாம். ஆனால் உலகைக் காப்பதன்மூலம் இழந்த ஒரே ஒரு உயிரைக்கூடத் திரும்பப்பெற முடியாது. யூத குழந்தைக்கு, யூதப் பெண்ணுக்கு, யூத ஆணுக்கு நிகழ்த்தப்பட்ட தீமையை விலக்க முடியாது. ஆனால் அதைப் பதிவு செய்யமுடியும், புரிந்துகொள்ள முடியும். அதை நாம் புரிந்துகொண்டே தீரவேண்டும். அப்போதுதான் எதிர்காலத்தில் அதேபோன்ற இன்னொருமுறை தீமை நிகழாமல் தடுக்கமுடியும்.'

பின்னிணைப்புகள்

1. மொத்த இழப்புகள்

நாஜிகளால் கொல்லப்பட்டவர்களின் எண்ணிக்கை. உறுதிசெய்யப் பட்ட துல்லியமான இழப்பு எண்ணிக்கையை அளிப்பது சாத்திய மில்லை. உத்தேசமான மதிப்பீடு கீழே.

பிரிவு	இழப்பு
ஐரோப்பிய யூதர்கள்	60 லட்சம்
சோவியத் கைதிகள்	30 லட்சம்
போலந்து கத்தோலிக்கர்கள்	30 லட்சம்
செர்பியன்கள்	7 லட்சம்
ஜிப்ஸிகள்	2.5 லட்சம்
ஜெர்மானியர்கள் (அரசியல், மத எதிர்ப்பாளர்கள்)	80,000
ஜெர்மானியர்கள் (ஊனமுற்றோர்)	70,000
ஒருபால் ஈர்ப்பாளர்கள்	12,000
ஜெஹோவா விட்னஸ் நம்பிக்கையாளர்கள்	2,500

2. முக்கிய முகாம்களும் இழப்புகளும்

முகாமின் பெயர்	இழப்பு
ஆஷ்விட்ஸ், பிர்கெனா	15 லட்சம்
பெல்செக்	6 லட்சம்
செம்னோ	2.5 லட்சம்
மஜ்டானெக்	3.6 லட்சம்
ட்ரெப்ளின்கா	8.7 லட்சம்

3. முக்கிய முகாம்களும் நாடுகளும்

முகாமின் பெயர்	நாடு
ஆஷ்விட்ஸ்	போலந்து
பெர்கென் பெல்சென்	ஜெர்மனி
புச்சன்வால்ட்	ஜெர்மனி
டச்சாவ்	ஜெர்மனி
மாத்தாசென்	ஆஸ்திரியா
ரேவன்ஸ்புரூக்	ஜெர்மனி
ஸ்டுட்டாஃப்	போலந்து
தெரெசின்ஸ்டாட்	செக்கோஸ்லாவாக்கியா
கெய்ஸர்வால்ட்	லாட்வியா
ட்ரெப்ளின்கா	போலந்து
செம்னோ	போலந்து
பெல்செக்	போலந்து
மஜ்டானெக்	போலந்து

4. இழப்புகளும் நாடுகளும்

நாடு	இழப்பு
போலந்து	30,00,000
ரொமேனியா	2,70,000
ஹங்கேரி	4,50,000
பெலோரஷ்யா	2,45,000
லித்துவேனியா	2,20,000
ஜெர்மனி	1.30,000
உக்ரேன்	9,00,000
பிரான்ஸ்	90,000
யுகோஸ்லாவியா	60,000
ஆஸ்திரியா	50,000

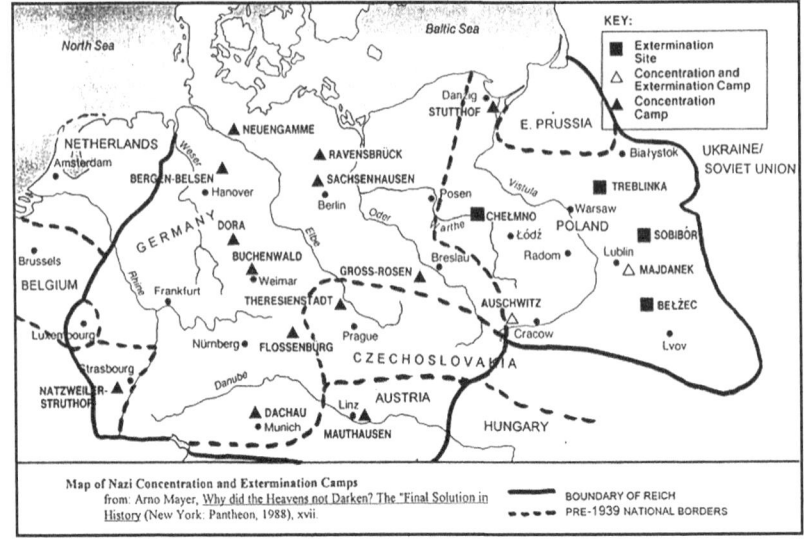

Map of Nazi Concentration and Extermination Camps
from: Arno Mayer, Why did the Heavens not Darken? The "Final Solution in History (New York: Pantheon, 1988), xvii.

5. சில முக்கியமான முகாம்களின் ஆங்கிலப் பெயர்கள்

1.	ஆஷ்விட்ஸ்	Auschwitz
2.	டச்சாவ்	Dachau
3.	புச்சன்வால்ட்	Buchenwald
4.	பெர்கென் பெல்சென்	Bergen-Belson
5.	பெல்செக்	Belzec
6.	செம்னோ	Chelmno
7.	ரேவன்ஸ்புருக்	Ravensbruck
8.	மஜ்டானெக்	Majdanek
9.	கெய்சர்வால்ட்	Kaiserwald
10.	கெம்னா	Kemna
11.	ஸ்டுட்டாஃப்	Stutthof
12.	தெரஸின்ஸ்டாட்	Theresienstadt
13.	மாத்தாசென்	Mauthausen
14.	ட்ரெப்ளின்கா	Treblinka
15.	சாஷ்சென்ஹாசென்	Sachsenhausen

உதவிய நூல்களின் பட்டியல்

1. *People in Auschwitz*, Hermann Langbein, Translated by Harry Zohn, The University of North Carolina Press
2. *Hitler's Death Camps : The Sanity of Madness*, Konnilyn G. Feig, Holmes & Meier Publishers
3. *Inside the Concentration Camps : Eyewitness Accounts of Life in Hitler's Death Camps*, Compiled by Eugene Aroneanu, Translated by Thomas Whissen, Praeger Publishers
4. *Surviving Hitler*, Andrea Warren, HarperTrophy
5. *Black Earth : The Holocaust as History and Warning*, Timothy Snyder, Tim Duggan Books
6. *KL : A History of the Nazi Concentration Camps*, Nikolaus Wachsmann, MacMillan
7. *Concentration Camps in Nazi Germany : The New Histories*, Edited by Jane Caplan and Nikolaus Wachsmann, Routledge
8. *Fear & Anti-semitism in Poland after Auschwitz*, Jan T Gross, Princeton University Press
9. *Hitler's Beneficiaries*, Gotz Aly, Metropolitan Books
10. *Hitler*, Ian Kershaw, Penguin
11. *The Complete Works of Primo Levi*, Liveright
12. *Primo Levi : The Matter of a Life*, Berel Lang, Yale University Press
13. *I will Bear Witness, 1933-1941*, Victor Klemperer, The Modern Library
14. *I will Bear Witness, 1942-1945*, Victor Klemperer, The Modern Library
15. *I will Bear Witness, 1945-1959*, Victor Klemperer, The Modern Library
16. *Auschwitz : A Doctor's Eyewitness Account*, Dr Miklos Nyizli, Arcade Publishing
17. *Concentration Camp Majdanek : A Historical and Technical Study*, Jurgen Graf, Carlo Mattogno, Holocaust Handbooks Series

18. *Approaching an Auschwitz Survivor*, Edited by Jurgen Matthaus, Oxford
19. *Between Dignity and Despair*, Marion A. Kaplan, Oxford
20. *Hitler's Last Secretary*, Traudl Junge, Arcade Publishing
21. *Perspectives on the Holocaust*, Edited by Randolph L. Braham, Springer
22. *Annihilating Difference : The Anthropology of Genocide*, Edited by Alexander Laban Hinton, University of California Press
23. *Numbered Days : Diaries and the Holocaust*, Alexandra Garbarini, Yale University Press
24. *Maus : A Survivor's Tale*, Art Spiegelman, Penguin
25. *Maus : A Survivor's Tale : And Here my Troubles Began*, Art Spiegelman, Pantheon Books
26. *Auschwitz and After*, Charlotte Delbo, Yale University Press
27. *Suicide in Nazi Germany*, Christian Goeschel, Oxford
28. *Collected Memories : Holocaust History and Postwar Testimony*, Christopher R. Browning, The University of Wisconsin Press
29. *The Holocaust on Trial*, D.D. Guttenplan, W.W. Norton & Company
30. *The Historiography of the Holocaust*, Edited by Dan Stone, Palgrave MacMillan
31. *The Liberation of the Camps*, Dan Stone, Yale University Press
32. *Life in a Nazi Concentration Camp*, Don Nardo, ReferencePoint Press
33. *What We Knew : Terror, Mass Murder and Everyday Life in Nazi Germany, An Oral History*, Eric A. Johnson and Karl-Heinz Reuband, Basic Books
34. *The Holocaust and Antisemitism : A Short History*, Jocelyn Hellig, One World Publications
35. *Reappraisals*, Tony Judt, Vintage Books

ஹிட்லர்
மருதன்

ஹிட்லரை அவருடைய அத்தனை சிக்கல்களோடும்
புதிர்களோடும் புரிந்துகொள்ள வேண்டுமானால்
நாஜி ஜெர்மனி குறித்த மிக விரிவான ஒரு வரலாற்றுப்
பார்வை தேவைப்படுகிறது. அத்தகைய ஒரு பார்வையை
வழங்குவதுதான் இந்தப் புத்தகத்தின் நோக்கம்.

அனைத்து முக்கிய புத்தகக் கடைகள், துணிக்கடைகள் மற்றும் சூப்பர் மார்க்கெட்டுகளிலும் கிழக்கு பதிப்பகத்தின் புத்தகங்கள் விற்பனைக்குக் கிடைக்கும்.

ஆன்லைனில் புத்தகங்கள் வாங்க
www.nhm.in/shop

போன் மூலம் புத்தகம் வாங்க

94459 01234
DIAL FOR BOOKS™
9445 97 97 97

- இந்தியாவில் எங்கிருந்தாலும் போன் மூலமாக புத்தகம் வாங்கலாம்.
- புத்தகங்கள் வி.பி.பி யில் மட்டுமே அனுப்பி வைக்கப்படும்.
- கொரியர் மூலமாக வாங்க எங்களைத் தொடர்பு கொள்ளவும்.

மேலதிக விபரங்களுக்கு எங்களைத் தொடர்புகொள்ளவும்.
94459 01234, 9445 97 97 97

*நிபந்தனைக்குட்பட்டது.